大中华文库

汉语-斯瓦希里语对照

Mkusanyiko wa Vitabu Maarufu vya China

Kichina-Kiswahili

聊斋志异选
MASIMULIZI TEULE YA AJABU KUTOKA KWENYE UKUMBI WA SOGA
II

［清］蒲松龄 著

孙宝华 张治强 译

Kimeandikwa na Pu Songling

Kimetafsiriwa na Sun Baohua Zhang Zhiqiang

吉林人民出版社

SHIRIKA LA UCHAPISHAJI LA UMMA LA JILIN

促织

【原文】

宣德间，宫中尚促织之戏，岁征民间。此物故非西产，有华阴令欲媚上官，以一头进，试使斗而才，因责常供。令以责之里正。市中游侠儿得佳者笼养之，昂其直，居为奇

【今译】

明朝宣德年间，皇宫中盛行斗蟋蟀的游戏，每年都向民间征收蟋蟀。这东西本来不是陕西的特产，有位华阴县令想讨好上司，便进献了一头蟋蟀，让它试斗了一回，还真厉害，所以朝廷便责成华阴县年年进贡蟋蟀。县令又把差事责成里正来办。街市上的游手好闲之徒捉到好的蟋蟀便养在竹笼里，抬高价格，当成稀有的东西待价而沽。乡里的差役狡猾奸诈，借此名目按人口加以摊派，每指定交一头蟋蟀，就能使好几家破产。

县里有一个叫成名的，是个童生，多年没考中秀才。他为人迂腐，拙于辞令，于是被狡诈的差役上报让他来承担里正的差事，他想尽办法都没推掉这个差事，不到一年，不多的家产都赔光了。这次正赶上征收蟋蟀，成名不敢按户摊

KUPIGANISHA NYENJE

Mnamo miaka ya utawala wa Mfalme Xuande (1426-1435), Enzi ya Ming (1368-1644), watu wengi walipenda mchezo wa kupiganisha nyenje. Kila mwaka serikali ilitoza nyenje kwa wananchi. Awali, katika Mkoa wa Shaanxi hakukuwa na wadudu wa aina hii. Baadaye, ili kujipendekeza kwa kiongozi, mkuu fulani wa Wilaya ya Huayin alimtunukia kiongozi wake nyenje mmoja, kiongozi wake alimpeleka nyenje huyo kwenye uwanja kupigana na nyenje wa watu wengine. Nyenje huyo alionyesha ushujaa wake, basi kiongozi huyo aliamuru mkuu huyo wa Wilaya ya Huayin alete nyenje wapya mara kwa mara mnamo siku zijazo, mkuu huyo wa wilaya akagawanya jukumu hili kwa machifu wa kila tarafa. Kutokana na hali hiyo, vijana goigoi wa mitaani walianza kushughulikia kusaka nyenje na kuwafuga wale nyenje hodari vitunduni. Waliwadunduliza kama bidhaa zilizoadimika na wakati wa kuuza walikuwa mara kwa mara wanapandisha bei zao. Watumishi wa maboma ya tarafa walikuwa ni wajanja, walitumia fursa hii kutoza fedha za kununulia nyenje kwa kila mkazi. Wakati mwingine kwa ajili ya kununua nyenje mmoja waliweza kuondoa mali za familia kadhaa. Kwa hivyo hakukuwa na mtu aliyependa kufanya kazi ya chifu wa tarafa.

451

【原文】

货。里胥猾黠，假此科敛丁口，每责一头，辄倾数家之产。

邑有成名者，操童子业，久不售。为人迂讷，遂为猾胥报充里正役，百计营谋不能脱，不终岁，薄产累尽。会征促织，成不敢敛户口，而又无所赔偿，忧闷欲死。妻曰："死何裨益？不如自行搜觅，冀有万一之得。"成然之。早出暮归，提竹筒铜丝笼，于败堵丛草处，探石发穴，靡计不施，迄无济。即捕得三两头，又劣弱不中于款。宰严限追比，旬馀，杖至百，两

【今译】

派，而自己又无法赔偿，心中愁闷得直想死。妻子说："死有什么用？不如自己去找找看，也许还有一线希望。"成名认为言之有理。他早出晚归，提着竹筒和铜丝笼子，在败壁残垣、杂草丛生的地方，翻石头，挖洞穴，无计不施，始终一无所获。即使捉到三两头，也是劣等弱小不合规格的家伙。县令定了严格的期限催促追逼责打，在十多天里，他挨了上百板子，两股间脓血直淌，连蟋蟀也捉不成了。成名在床上辗转反侧，唯一的念头就是自杀。

当时村里来了一个驼背的巫婆，能通过神灵预卜凶吉。成名的妻子准备好钱财前去问卜，只见红妆少女和白发老妇挤满了门口。进到屋里，一间密室挂着布帘，布帘前面摆着香案。问卜者在香炉里点上香，拜两拜。巫婆在旁边朝天代

Kulikuwa na mtu mmoja aliyeitwa Cheng Ming. Alikuwa ni msomi na alisoma kwa jitihada ili kuwa xiucai, lakini miaka kadhaa ilipita hakufaulu katika mitihani. Huyo Cheng alikuwa mtu mnyofu na mkimya. Jina lake lilipelekwa na watumishi wajanja wa boma la tarafa hadi kwa mkuu wa wilaya, matokeo yake yalikuwa mkuu wa wilaya alimteua Cheng kuwa chifu wa tarafa. Ingawaje alifanya chini juu bali hakufaulu kujiuzulu. Baada ya muda usiotimia mwaka, mali yake isiyokuwa nyingi ilikaribia kumaliza kwa kutumiwa kutokana na kuzongwa na matatizo mbalimbali. Balaa kubwa! muda si mrefu baadaye mfalme alitoa amri tena ya kukusanya nyenje. Cheng hakuthubutu kulazimisha kila familia itoe hela ya kununulia nyenje na yeye mwenyewe pia hakuwa na fedha za kutosha. Alijisumbua mno hata kutaka kujiua. Mke wake alimshawishi, "Kufa kunaleta faida gani? Ni heri uende ukatafute wewe mwenyewe, labda unaweza kubahatika ukampata." Cheng aliona maneno ya mke wake yalikuwa ya busara, basi alikwenda nje kutafuta. Kila siku alitoka asubuhi na mapema na kurudi kwake usiku wa manane akichukua kipingili cha mwanzi na kitundu maalumu cha waya wa shaba wa kuwekea nyenje. Aliangaliaangalia nyufa za mawe na kutafutatafuta vijishimo kwenye kuta zilizobomoka na vichaka vya nyasi, hakukuwa na njia hata moja ambayo hakuwahi kuijaribu, hata hivyo hakufanikiwa. Ingawa aliwahi kuwakamata nyenje wawili watatu lakini wote walikuwa duni na dhaifu ambao hawakulingana na masharti yaliyotolewa na mkuu wa wilaya. Mkuu wa wilaya

453

【原文】

股间脓血流离，并虫亦不能行捉矣。转侧床头，惟思自尽。

时村中来一驼背巫，能以神卜。成妻具赀诣问，见红女白婆，填塞门户。入其舍，则密室垂帘，帘外设香几。问者爇香于鼎，再拜。巫从傍望空代祝，唇吻翕辟，不知何词。各各竦立以听。少间，帘内掷一纸出，即道人意中事，无毫发爽。成妻纳钱案上，焚拜如前人。食顷，帘动，片纸抛落。拾视之，非字而画：中绘殿阁，类兰若；后小山下，怪

【今译】

其祷告，嘴里念念有词，却不知说的什么。每个人都恭敬地站着静听。没多久，帘子后面扔出一张纸，写的便是人们要问的事，丝毫不差。成名的妻子把钱放在案头，也像前面的人一样烧香行礼。过了一顿饭的工夫，帘子掀动，一张纸抛落在地。捡起来一看，不是字而是张画：中间画着殿堂楼阁，类似寺庙的样子；后面小山下，有着各种各样的怪石，丛生的荆棘刺儿尖尖，下面伏着一头青麻头蟋蟀；旁边有一只蛤蟆，像要跳起来似的。她反复玩味，莫明其妙，不过看到画上有蟋蟀，却也隐隐切中心事。于是她把画折好收了起来，拿回家给成名看。

成名自己反复琢磨，这莫非是指点我捉蟋蟀的地点吗？细看那些景物，酷似村东的大佛阁。于是他勉强起身，挂着

aliweka tarehe ya mwisho akawa anamhimiza mara kwa mara kisha alipigwa kwa ubao mapigo mia katika muda wa siku kumi tu, kwani hakupata nyenje bora. Mapaja yake yote mawili yalilowana kwa damu hata kwenda kusaka nyenje hakuweza. Kila alipolala kitandani hakufikiria mengine ila kutaka kujiua tu.

Wakati huo, mbashiri bikizee alikuja kijijini. Ilisemekana kuwa bikizee huyo mwenye kibiongo aliweza kumwalika malaika aje kuwapigia wanakijiji ramli. Mke wa Cheng alikwenda kwake kuomba kupigiwa ramli na hela mkononi. Alipowadia aliona wasichana waliovaa mavazi mekundu na maajuza wenye mvi wameziba mlango wakitazama ubashiri. Baada ya kuingia ndani ya nyumba aligundua kuwa ndani yake mlikuwa na chumba kimoja cha siri, nacho kimening'inia pazia mlangoni, nje ya pazia kulikuwa na kimeza cha kuchomea ubani. Mtu aliyekuja kupigiwa ramli kwanza alichoma ubani, halafu kuukita ndani ya chetezo na kusujudu. Mbashiri bikizee akielekeza macho angani alimsalia kando yake, midomo yake ilifumbua na kufumba, hakuna mtu aliyejua nini anasema. Mtu aliyekuja kuomba kupigiwa ramli alisimama wima kwa unyenyekevu mbele ya kimeza kungoja matokeo. Baada ya muda kipande cha karatasi kilitupwa nje kutoka ndani ya pazia. Kwenye karatasi kumeandikwa jawabu la swali ambalo mtu huyo aliliuliza moyoni. Jawabu hilo halikukosea hata kidogo. Mke wa Cheng aliweka kimezani hela zake alizoleta, akachoma ubani na kusujudu kama yule aliyemtangulia alivyofanya. Baada ya muda wa kula mlo mmoja, pazia lilitikisika

455

石乱卧，针针丛棘，青麻头伏焉；旁一蟆，若将跳舞。展玩不可晓，然睹促织，隐中胸怀。折藏之，归以示成。

成反复自念，得无教我猎虫所耶？细瞻景状，与村东大佛阁真逼似。乃强起扶杖，执图诣寺后。有古陵蔚起，循陵而走，见蹲石鳞鳞，俨然类画。遂于蒿莱中，侧听徐行，似寻针芥，而心目耳力俱穷，绝无踪响。冥搜未已，一癞头蟆猝然跃去。成益愕，急逐趁之。蟆入草间，蹑迹披求，见有

【今译】

拐杖，拿着图画来到寺院后面。那里古墓又多又高，沿墓地前行，只见乱石蹲伏，密集如鱼鳞，俨然与图画完全相似。他随即在野草中侧耳细听，缓步徐行，就像在找一根针，找一个芥子，然而，心力、目力、耳力完全用尽，却既没看见蟋蟀的影，也没听见蟋蟀的叫。成名仍然不停地尽量寻找，忽然，一只癞蛤蟆猛然一跃而去。他愈加惊愕，急忙追赶过去。这时癞蛤蟆跳进草丛，他紧盯着癞蛤蟆的踪迹，扒开杂草寻找，看见一头蟋蟀伏在草根上。他连忙去扑蟋蟀，蟋蟀钻进了石缝。他用尖细的草叶去拨蟋蟀，蟋蟀不肯出来，他用竹筒往里灌水，蟋蟀才蹦了出来。蟋蟀的外形很是矫健。他追上去捉住了蟋蟀，仔细一看，只见蟋蟀形体很大，双尾很长，青色的颈项，金黄的翅膀。他非常高兴，把蟋蟀放到

kidogo na kipande cha karatasi kilitupwa nje na kudondoka ardhini. Baada ya kukiokota, mke wa Cheng alikiangalia. Kwenye karatasi hakukuwa na hati yoyote bali kulichorwa mchoro mmoja. Katikati ya karatasi kulichorwa ukumbi mmoja ambao ulionekana kama ukumbi wa hekaluni. Chini ya kilima kilichopo nyuma ya hekalu kulikuwa na majabali yenye maumbo mbalimbali ya ajabu yaliyotawanyika huku na huko. Mbali ya hayo, kulikuwa na vichaka vilivyojaa mibigili. Nyenje mmoja aliyeitwa Kichwa Bluu Giza amekaa pale. Kando yake palikuwa na chura ambaye vile alivyo ilionekana kama anataka kurukia juu. Mke wa Cheng alitazama kwa kitambo bali hakuweza kung'amua maana yake; alipomwona nyenje yule, aliwaza, "mdudu huyo ndo niliyeomba nimpate moyoni." Basi aliikunja karatasi hiyo na kuificha mahali pa usalama na kurejea nyumbani.

Baada ya kufika nyumbani alimpa Cheng kile kipande cha karatasi akiangalie. Cheng aliwaza na kuwazua moyoni mwake, "Inawezekana mchoro huu unanionyeshea mahali pa kukamata nyenje?" Alipoangalia kwa makini aligundua hekalu lililochorwa karatasini linashabihiana na Hekalu la Budha Mtukufu lililokuwepo mashariki mwa kijiji chao. Alijizoazoa na kujikongoja kuelekea nyuma ya hekalu kwa mwendo wa taratibu kama kinyonga huku akishika ule mchoro mkononi. Nyuma ya hekalu hilo kulikuwa na kaburi refu la kale. Cheng alitembea hatua kadhaa kuambaa kaburi hilo. Huko aliona majabali mengi makubwa. Ilikuwa dhahiri kwamba majabali hayo yalifanana na yale yaliyochorwa kwenye

【原文】

虫伏棘根。遽扑之，入石穴中。掭以尖草，不出，以筒水灌之，始出。状极俊健。逐而得之，审视，巨身修尾，青项金翅。大喜，笼归。举家庆贺，虽连城拱璧不啻也。土于盆而养之，蟹白栗黄，备极护爱，留待限期，以塞官责。

成有子九岁，窥父不在，窃发盆。虫跃掷径出，迅不可捉。及扑入手，已股落腹裂，斯须就毙。儿惧，啼告母。母闻之，面色灰死，大骂曰："业根！死期至矣！而翁归，自

【今译】

笼子里带回了家。全家都为此庆贺，比得到价值连城的大璧玉还要高兴。成名把蟋蟀放在土盆喂养，给它吃白白的蟹肉，黄黄的栗实，爱护备至，准备只等限期一到，就拿它应付官差。

成名有个九岁的儿子，见父亲不在，偷偷把盆打开。蟋蟀一跃跳出盆，快得来不及去捉。等扑到手里时，蟋蟀已经掉了大腿，破了肚子，一会儿就死了。儿子害怕，哭着告诉了母亲。母亲一听，面如死灰，大骂道："孽种！你的死期到了！你爹回来，自然会跟你算账！"儿子流着眼泪出门走了。不久，成名回到家里，听妻子一说，就像冰雪浸透了全身。他怒气冲冲地去找儿子，儿子却无影无踪，不知去了哪里。后来，他在井中找到了儿子的尸体，因此愤怒化为悲

ile karatasi. Hivyo akatembea polepole kati ya makwekwe huku akitega masikio yake kusikiliza kana kwamba alikuwa akitafuta sindano au mbegu ya haradali iliyoponyokea ardhini. Alikuwa amechosha kabisa moyo, macho na masikio yake, hajapata dalili yoyote, lakini hakuvunjika moyo, aliendelea kupekuapekua. Ghafla chura mmoja alizuka, wakati huo Cheng alikumbuka yule chura aliyechorwa kwenye kipande kile cha karatasi, akaona ajabu, akamfuata chapuchapu yule chura na akaingia katika nyasi. Cheng alipenua nyasi kumtafuta akimfuata alikoelekea. Bila kutarajia, aligundua nyenje mmoja ambaye amekaa kando ya mzizi wa mbigili. Cheng alimfunika kakakaka kwa mkono wake wa kulia, lakini nyenje aliponyoka na kujipenyeza ndani ya kijitundu cha jiwe. Cheng alichokoa kwa unyasi, nyenje hakutoka, akamwagilia maji kwa kutumia kile kipingili cha mwanzi na mara hii huyo nyenje alirukia nje. Umbile lake lilionekana zuri. Cheng alimkimbilia upesiupesi na kumkamata. Alipotazama kwa makini aliona kuwa kiwiliwili cha nyenje huyo kilikuwa kikubwa; mkia wake ulikuwa mrefu; shingo yake ilikuwa bluu giza; mbawa zake zilikuwa na rangi ya dhahabu. Cheng alichangamka kupita kiasi. Alimtia nyenje huyu ndani ya kitundu cha waya wa shaba na kurudi nyumbani. Familia nzima ilimpa hongera. Furaha yao ilikuwa kubwa kama thamani ya nyenje huyo ilizidi almasi. Basi alimtia ndani ya kichungu na kumfuga. Chakula alicholishwa kilikuwa nyama ya kaa na unga wa chestinati, Cheng alimtunza kwa uangalifu kusudi tarehe aliyowekewa itakapofika atatekeleza

459

【原文】

与汝覆算耳！”儿涕而出。未几成归，闻妻言，如被冰雪。怒索儿，儿渺然不知所往。既得其尸于井，因而化怒为悲，抢呼欲绝。夫妻向隅，茅舍无烟，相对默然，不复聊赖。日将暮，取儿藁葬。近抚之，气息惙然。喜置榻上，半夜复苏，夫妻心稍慰。但蟋蟀笼虚，顾之则气断声吞，亦不敢复究儿。自昏达曙，目不交睫。

东曦既驾，僵卧长愁。忽闻门外虫鸣，惊起觇视，虫宛

【今译】

伤，呼天抢地，几乎晕死过去。夫妻向隅而泣，无心做饭，只面对面地沉默不语，再没有指望了。天快黑时，成名打算把儿子草草埋葬了事。他近前一摸，儿子还有微弱的气息。他高兴地把儿子放到床上，半夜里，儿子苏醒过来，夫妻二人心里稍感宽慰。但是蟋蟀笼还空着，只要往那儿瞅一眼，成名就气上不来，话说不出，但也不敢再去追究儿子。从黄昏到天亮，他始终没合眼。

太阳从东方升边，成名还呆呆地躺在床上发愁。忽然，他听见门外有蟋蟀在叫，心中一惊，连忙起身察看，却见蟋蟀好像还伏在那里。他欢欢喜喜地去捉蟋蟀。蟋蟀叫了一声就跳走了，跳得还很快。他用手掌把蟋蟀罩住，掌中仿佛空无一物，可是刚把手抬起来，蟋蟀便又迅速跳走。他急忙追

jukumu alilopewa na mkuu wa wilaya.

Cheng alikuwa na mwana mmoja mwenye umri wa miaka 9, naye alipoona baba yake hayuko nyumbani alifungua kwa siri kifuniko cha kichungu. Hakutarajia kwamba nyenje atatoka nje kwa haraka na kutorokea mbali. Mpaka alipomkamata nyenje huyo, miguu yake ilikuwa imeanguka na tumbo lake lilikuwa limepasuka, baada ya muda si mrefu akafa. Mwana wa Cheng alipigwa na bumbuazi. Alimwambia mama yake mkasa huo huku akilia. Mama yake aliposikia nyenje amekufa mara uso wake uligeuka kuwa wa rangi ya kijivu. alimfokea kwa sauti kubwa, "Nyani wee! Siku zako zimekwisha! Baba yako atakaporudi utakiona cha mtema kuni!" Mtoto alikimbia hali machozi yakimbubujika.

Haukupita muda mrefu, Cheng alirudi. Baada ya kusikia kwamba nyenje amesha kufa, alijihisi kama alimwagiwa maji ya barafu na theluji, akamtafuta mwanawe kwa hasira na kutaka kumpiga barabara, lakini wapi! Hakuona hata kivuli cha mtoto wake; hatimaye aligundua maiti ya mwanawe ndani ya kisima, mara hasira yake ilibadilika kuwa majonzi. Mtu na mkewe waligonga ardhi kwa vichwa vyao, na midomoni wakitaja Mungu. Walilialia karibu wakazirai. Walitoleana machozi pembeni mwa chumba, na ikawa paka kalala jikoni , mke na mumewe walikabiliana kimyakimya. Waliona wamekosa matumaini ya kuishi. Usiku ulipokaribia kufika walitaka kumzonga mwana wao kwenye mkeka na kumzika. Baba wa mtoto alipomsogelea mwanawe

461

【原文】

然尚在。喜而捕之。一鸣辄跃去，行且速。覆之以掌，虚若无物，手裁举，则又超忽而跃。急趁之，折过墙隅，迷其所往。徘徊四顾，见虫伏壁上。审谛之，短小，黑赤色，顿非前物。成以其小，劣之，惟彷徨瞻顾，寻所逐者。壁上小虫，忽跃落衿袖间。视之，形若土狗，梅花翅，方首长胫，意似良，喜而收之。将献公堂，惴惴恐不当意，思试之斗以觇之。

村中少年好事者，驯养一虫，自名"蟹壳青"，日与子

【今译】

赶，刚转过墙角，就不知去向了。成名徘徊不前，四处张望，看见蟋蟀伏在墙壁上。仔细一看，蟋蟀形体短小，黑中带红，根本不是原来那头蟋蟀。他嫌这头蟋蟀太小，没看上眼，只是走来走去，东张西望，找刚才要捉的那头蟋蟀。这时伏在墙壁上的小蟋蟀，忽然跳落在他的衣襟衣袖之间。一看，这蟋蟀形如土狗，梅花翅膀，方头长腿，觉得似乎还挺好，便高兴地捉到笼里。将要把蟋蟀献给官府时，成名惴惴不安，唯恐上面不满意，想试斗一回，看看如何。

正巧村中有个好事的年轻人，驯养了一头蟋蟀，自己给它取名叫"蟹壳青"，每天与其他年轻人斗蟋蟀，从来都是取胜。他想靠这头蟋蟀发财，但是要价太高，也就没人买他的。他径自登门去找成名，看了成名养的小蟋蟀，掩口哑然

na kumgusa, aligundua mwanawe bado anapumua kidogo, mara akabadilisha majonzi yake kuwa faraja ya moyo. Alimweka mwanawe kitandani, mpaka usiku wa manane mtoto akapata fahamu, mume na mke wakatulia kiasi. Mtoto wao alitunduwaa kitandani, pumzi zake zilikuwa kidogo na alitaka kulala usingizi tu. Cheng alipoangalia kichungu kitupu cha nyenje, hangaiko lilimpanda tena hadi akashindwa kupumua vizuri, alishindwa kusema chochote na vilevile hakuthubutu kumlaumu mwanawe.

Tangu usiku hadi asubuhi ya siku ya pili, hakuwahi kufumba macho. Sasa jua limesha chomoza, Cheng na mkewe wote wawili wakiwa wangali katika hali ya kuingiwa na jitimai, walikuwa wamelala chali kitandani kama magogo mawili. Ghafla Cheng alisikia nyenje mmoja analia nje ya mlango. Alistaajabu akaamka upesi na kwenda nje kutazama. Alikuta nyenje bado yu hai. Uchangamfu ulikunjua uso wake. Bila ya kukawia alikwenda kumkamata, nyenje alirukia mbali baada ya kulia mlio mmoja. Cheng alimkimbilia mbiombio na kumfunika kwa mkono, alihisi kama hakupata kitu chochote lakini alipoinua mkono wake aliona nyenje anarukia nje akiponyoka mkononi mwake, akamfuata himahima, lakini hakumwona tena baada ya kupinda kona. Cheng alimtafuta kwa uvumba na udi, akagundua nyenje huyo amekwama ukutani. Alipomwangalia kwa makini aliona kuwa nyenje huyo ni mfupi na mdogo; rangi yake ni nyeusi-nyekundu. Ni dhahiri kwamba si yule wa awali. Cheng alimpuuzilia mbali kwa kuwa yeye ni mdogo. Aliendelea kuzururazurura kumtafuta yule

463

【原文】

弟角，无不胜。欲居之以为利，而高其直，亦无售者。径造庐访成，视成所蓄，掩口胡卢而笑。因出己虫，纳比笼中。成视之，庞然修伟，自增惭怍，不敢与较。少年固强之。顾念蓄劣物终无所用，不如拼博一笑，因合纳斗盆。小虫伏不动，蠢若木鸡。少年又大笑。试以猪鬣毛，撩拨虫须，仍不动。少年又笑。屡撩之，虫暴怒，直奔，遂相腾击，振奋作声。俄见小虫跃起，张尾伸须，直龁敌领。少年大骇，解

464

【今译】

失笑。他随即拿出自己的蟋蟀，放到斗蟋蟀用的笼子里。成名一看，那蟋蟀形体既长又大，自然倍感惭愧，不敢较量。那年轻人硬要比试。成名心想养一头下等货终究也没有用，不如拼一拼，以博一笑，因此把蟋蟀倒进了斗盆。小蟋蟀伏着不动，呆若木鸡。年轻人又哈哈大笑。他用猪鬃撩拨小蟋蟀的须子，小蟋蟀仍然不动。年轻人又笑了起来。他多次撩拨，小蟋蟀被激得大怒，直奔向前，于是两只蟋蟀彼此腾跃搏击，振翅长鸣。一会儿，只见小蟋蟀纵身跃起，张尾伸须，径直去咬蟹壳青的颈部。年轻人大吃一惊，忙把双方分开，让它们停止角斗。这时，小蟋蟀张开两翅，骄傲地鸣叫起来，好像在向主人报捷。成名大喜。两人正在观赏这只小蟋蟀，一只公鸡突然跑来，上前便啄。成名吓得站在那里直

aliyemkimbilia mwanzo. Wakati huohuo, yule nyenje aliyekwama ukutani, ghafla alichupa chini na kutua kwenye sehemu iliyo kati ya kifua na mkono wa shati lake. Cheng aliona umbo lake lilikuwa kama la senene: mbawa zake zilikuwa na madoadoa yaliyofanana na maua ya plamu; kichwa chake kilikuwa cha mraba; miguu yake ilikuwa mirefu. Alionekana ni nyenje bora. Basi alimkamata kwa uchangamfu na kumtia ndani ya kitundu. Alitaka kumpeleka kwa mkuu wa wilaya lakini moyoni alikuwa na taharuki kidogo; alihofu nyenje huyo hataweza kumpendeza mkuu wa wilaya. Hivyo alitaka kumjaribu kwanza ili ajue uwezo wake.

Palikuwa na kijana mmoja kijijini, ambaye alipenda kupoteza muda wake mitaani, alifuga nyenje mmoja aliyempa jina la "Gome Bluu la Kaa". Kila siku akiwa anampiganisha na nyenje wa vijana wengine, basi nyenje wake hupata ushindi. Alimtunza kwa uangalifu ili kupata faida kubwa. Kwa kuwa alipandisha bei yake kupita kiasi, hakukuwa na mtu aliyekubali kumnunua. Siku hiyo, alikuja nyumbani mwa Cheng. Alipoona nyenje wa Cheng alicheka kimoyomoyo hali akifunika mdomo wake kwa mkono. Kisha alitoa nyenje wake na kumtia ndani ya kichungu. Baada ya kuona nyenje mkubwa wa kijana huyo, Cheng alitahayari; hakuthubutu kumwachia nyenje wake kushindana naye. Kijana alimbembeleza kwa muda mrefu. Cheng aliwaza kuwa kwa kuwa kufuga nyenje huyo duni hakutamuwezesha kupata faida, ingekuwa heri kumtumia kujifurahisha! Hivyo walitia nyenje hao wawili katika kidishi cha kupiganishia. Hapo mwanzo, nyenje

大中华文库

【原文】

令休止。虫翘然矜鸣，似报主知。成大喜。方共瞻玩，一鸡瞥来，径进以啄。成骇立愕呼。幸啄不中，虫跃去尺有咫，鸡健进，逐逼之，虫已在爪下矣。成仓猝莫知所救，顿足失色。旋见鸡伸颈摆扑，临视，则虫集冠上，力叮不释。成益惊喜，掇置笼中。

翼日进宰，宰见其小，怒诃成。成述其异，宰不信。试与他虫斗，虫尽靡，又试之鸡，果如成言。乃赏成，献诸抚

【今译】

喊。幸亏公鸡没有啄中，小蟋蟀一下子跳出一尺多远，公鸡健步向前，紧紧追逼，眼看小蟋蟀已落在鸡爪之下了。成名仓促间不知如何去救，急得直跺脚，脸色大变。很快见那公鸡伸长脖子直扑棱，近前一看，原来小蟋蟀落在鸡冠上，用力咬着不放。成名愈加惊喜，便捉住蟋蟀，放进竹笼。

第二天，成名把小蟋蟀献给县令，县令嫌蟋蟀太小，怒冲冲地把成名训斥了一顿。成名讲了小蟋蟀奇异不凡的本领，县令不肯相信。试着让它和其他蟋蟀斗，其他蟋蟀个个惨败，又试着让它和公鸡斗，也果然与成名说的一样。于是县令奖赏成名，把小蟋蟀献给巡抚。巡抚非常高兴，又把小蟋蟀盛在金丝笼子里献给皇上，并上表详细陈述小蟋蟀的本领。小蟋蟀进宫后，拿全国各地进献的蝴蝶、螳螂、油利

mdogo wa Cheng alikwama pale bila ya kutembea hata kidogo kama kuku aliyepumbaa. Kijana akaangua kicheko. Alijaribu kuchokoza vipapasio vya nyenje wa Cheng kwa unywele jamidi wa shingoni mwa nguruwe lakini nyenje wa Cheng akawa angali katika hali ya kutotikisika. Kijana alianza kucheka tena. Baada ya kumchochea kwa muda, nyenje mdogo alibimbiriza, akamvamia nyenje mkubwa moja kwa moja na wakaanza kushindana. Nyenje mdogo alitikisa mbawa zake na kupiga moyo konde, halafu alilia, mlio wake ulimtisha mpinzani wake. Kwa kope la juu na chini, nyenje mdogo alivumbuka hali akitawanya mikia yake miwili na kunyoosha vipapasio vyake, kwa kasi sana akaiuma shingo ya mpinzani wake. Wakati huu, kijana aligutuka na kuwatenganisha bila ya kupoteza wakati. Nyenje mdogo aliinua mikia yake miwili kuanza kulia kwa majivuno kana kwamba anamwarifu mwenyeji wake habari ya kupata ushindi. Cheng alijawa na bashasha bila ya kifani. Wakati akimshangilia huyo nyenje, jogoo mmoja alimwona nyenje huyu mdogo, akamjia mbio na kujaribu kumdonoa. Cheng alishtuka, alisimama pale huku akipiga kelele. Kwa bahati, jogoo hakumpata, nyenje alirukia umbali wa futi moja; jogoo alirejea kumvamia tena, mara hii nyenje mdogo alifunikwa chini ya ukucha wa jogoo. Cheng alipigwa na butwaa, hakuwa na mbinu yoyote ya kumwokoa nyenje wake ila kukanyagakanyaga miguu tu mahali palepale alipo, na rangi ya uso wake vilevile imebadilika kuwa ya kijivu. Punde aliona jogoo yule akinyoosha shingo yake huku akipapatika papatupapatu. Cheng akamjongelea jogoo

467

【原文】

军。抚军大悦，以金笼进上，细疏其能。既入宫中，举天下所贡蝴蝶、螳螂、油利挞、青丝额……一切异状，遍试之，无出其右者。每闻琴瑟之声，则应节而舞，益奇之。上大嘉悦，诏赐抚臣名马衣缎。抚军不忘所自，无何，宰以"卓异"闻。宰悦，免成役，又嘱学使，俾入邑庠。后岁馀，成子精神复旧，自言身化促织，轻捷善斗，今始苏耳。抚军亦厚赉成。不数岁，田百顷，楼阁万椽，牛羊蹄躈各千计，一

【今译】

挞、青丝额等所有名贵的蟋蟀与它斗，没有比它厉害的。每当听到琴瑟的声音，小蟋蟀还能按节拍跳舞，越发被人们所赏识。皇上也非常高兴，大加赞许，下诏赐给巡抚名马和锦缎。巡抚也没有忘本，没多久，县令在考核中被评为"政绩卓越优异"上报。县令自然也很高兴，便免去成名的里正差役，还嘱托学使，让成名进了县学。过了一年多，成名的儿子精神复原，他自己说身体化作蟋蟀，轻健敏捷，善于角斗，至今才苏醒过来。巡抚也重赏成名。没几年工夫，成家良田百顷，楼阁万间，牛羊各二百头，每当外出时，穿轻裘，骑肥马，比世家大族还排场。

异史氏说：天子偶然用过一件东西，未必不是过后就已忘了，而奉行的官员便将进献的物品著为定例。加上官吏贪

kuangalia kwa makini, bila kutegemea aligundua nyenje mdogo yuko kwenye kilemba cha jogoo na amekiuma kwa nguvu. Cheng alicheka kichinichini, bila kukawia alimkamata nyenje wake na kumtia ndani ya kitundu.

Siku ya pili, Cheng alimpeleka nyenje huyo kwa mkuu wa wilaya. Mkuu huyu alipandwa na mori baada ya kuona nyenje mdogo namna hiyo na alimkemea. Cheng alimwelezea kipaji cha ajabu cha nyenje wake bali mkuu wa wilaya hakusadiki. Basi Cheng alimpiganisha na nyenje wengine, nao wote walishindwa; halafu alimpiganisha na jogoo, matokeo ya mashindano yalithibitisha kwamba Cheng hakusema uwongo. Mkuu wa wilaya alimpeleka nyenje huyo mdogo kwa inspekta wa jeshi wa mkoa, naye pia alifurahia, alimtia katika kitundu kilichosukwa kwa kutumia waya wa dhahabu na kumtunukia mfalme na zaidi ya hayo hakusahau kuandika kwa makini kipaji cha nyenje huyu katika taarifa. Baada ya kupelekwa kasrini, nyenje mdogo huyo alipigana na nyenje wa maumbo namna kwa namna, kama vile nyenje waitwao "kipepeo", "kivunjajungu", "nzige", "kidundu bluu" n.k., ambao waliletwa kutoka kila sehemu bali hakukuwa na mmoja miongoni mwao aliyemshinda nyenje mdogo. Kila aliposikia sauti za kinanda au marimba nyenje huyo mdogo huwa anachezacheza kufuatana na ulinganifu wa muziki, kwa hivyo mfalme alimthamini mno. Mfalme alitoa amri kumpa inspekta huyo wa jeshi zawadi nyingi kwa mfano farasi maarufu, hariri, atlasi n.k. Inspekta huyo wa jeshi pia hakusahau namna alivyompata nyenje huyo, basi baada

469

【原文】

出门，裘马过世家焉。

异史氏曰：天子偶用一物，未必不过此已忘，而奉行者即为定例。加以官贪吏虐，民日贴妇卖儿，更无休止。故天子一跬步，皆关民命，不可忽也。独是成氏子以蠹贫，以促织富，裘马扬扬。当其为里正、受扑责时，岂意其至此哉！天将以酬长厚者，遂使抚臣、令尹，并受促织恩荫。闻之：一人飞升，仙及鸡犬。信夫！

【今译】

蠹暴虐，百姓为此每天都要典妻卖子，再无终止之日。所以天子的一举一动，都关系到百姓的死活，决不可疏忽。唯独成名因蠹吏敲诈而贫穷，因进献蟋蟀而致富，轻裘肥马，得意扬扬。他担任里正、遭受责打的时候，哪能想到会有今天呢！上天打算让忠厚老实的人得到报偿，于是连带使巡抚县令都受到蟋蟀的庇佑。曾听说：一人得道升天，连他家的鸡犬也会成仙。的确如此啊！

ya muda si mrefu, mkuu wa wilaya alijulikana kuwa ati "alipata mafanikio mazuri na makubwa katika kazi yake". Mkuu huyo wa wilaya alifurahi sana, alikubali Cheng ajiuzulu. Zaidi ya hayo, alimwambia mtahini kumpasisha Cheng katika mtihani wake wa kushindania kuwa xiucai.

Kadiri ya mwaka mmoja baadaye, akili ya mwanawe Cheng ilirudia katika hali ya kawaida. Aliwahi kujisemea, "Mwili wangu ulibadilika kuwa nyenje. Nyenje huyo alikuwa mwepesi na alibobea katika mapigano ya nyenje." Inspekta wa jeshi pia alimpa Cheng tunu nyingi. Baada ya miaka michache, Cheng akamiliki hekta nyingi za mashamba, majumba mengi ya ghorofa, mamia ya ng'ombe na maelfu ya kondoo. Kila mara alipotoka nje alikuwa amevaa mavazi ya hariri na anapanda farasi murua. alionekana ni tajiri kuliko makabaila wa kawaida.

雨钱

【原文】

滨州一秀才，读书斋中。有款门者，启视，则皤然一翁，形貌甚古。延之入，请问姓氏。翁自言："养真，姓胡，实乃狐仙。慕君高雅，愿共晨夕。"秀才故旷达，亦不为怪，

【今译】

滨州有一位秀才，在书斋读书。听见有人敲门，他开门一看，原来是一位须发皆白的老翁，样子和风度古雅不凡。秀才把老翁迎接到屋里，请问他的姓名。老翁自称："我叫胡养真，实际是个狐仙。仰慕你高雅的情怀，愿意与你朝夕来往。"秀才本来心胸旷达，也就不以为怪，便与老翁评古论今。老翁的学识非常广博，文辞华丽如雕镂繁花彩饰锦绣，谈吐秀雅如百花炫丽口齿生花；有时阐发经义，辨别名物与道理也很深刻，更使人觉得望尘莫及。秀才惊叹佩服，留老翁住了很长时间。

有一天，秀才悄悄乞求老翁说："你对我厚爱有加。

MVUA YA SARAFU

Palikuwa na xiucai mmoja mjini Binzhou, Mkoa wa
Shandong. Siku moja, alikuwa akisoma katika studio yake. Ghafla
alisikia mtu mmoja akipiga hodi, baada ya kufungua mlango
alimwona mkongwe mmoja mwenye mvi kama fedha, ambaye
alionekana ni mtu wa kale. Msomi alimkaribisha mkongwe huyo
kuingia katika studio yake. Walipoketi alimwuliza jina. Mkongwe
alijitambulisha kwake, "Naitwa Yangzhen. Jina langu la ukoo
ni Hu. Kusema kweli, mimi ni mbweha-mzuka. Kwa sababu
ninasifu wema na uadilifu wako, ningependa kupitisha asubuhi na
jioni pamoja nawe." Msomi huyo alikuwa jasiri, hakuona ajabu,
alianza kupiga domo naye. Mkongwe huyo alikuwa na ujuzi tele
na nadhari nyingi. Alihakiki na kuchambua mambo ya siku hizi
na ya kale. Namna alivyotumia maneno na jinsi alivyozungumza
ilikuwa si kawaida. Wakati mwingine alieleza maana halisi ya
misahafu, hoja alizosimulia zilikuwa ni ngumu kufahamika,

473

【原文】

遂与评驳今古。翁殊博洽，镂花雕缋，粲于牙齿，时抽经义，则名理湛深，尤觉非意所及。秀才惊服，留之甚久。

一日，密祈翁曰："君爱我良厚。顾我贫若此，君但一举手，金钱宜可立致。何不小周给？"翁嘿然，似不以为可。少间，笑曰："此大易事。但须得十数钱作母。"秀才如其请。翁乃与共入密室中，禹步作咒。俄顷，钱有数十百万，从梁间锵锵而下，势如骤雨。转瞬没膝，拔足而立，又没踝。广

【今译】

但是我如此贫困，而你只要举手之劳，金钱马上可以到手。为什么不周济我一点？"老翁沉默无言，似乎很不赞成，停了一会儿笑着说："这是很容易的事。只是需要十几枚钱作本钱。"秀才如言照办。于是老翁与秀才一起走进密室，口念咒诀，迈步作法。不一会儿，有数十百万枚钱从房梁间叮叮当当地落了下来，势如暴雨倾泻。转眼间钱没了膝盖，拔出脚来站在钱上，钱又没了脚踝。一丈见方的屋子堆了大约三四尺厚的钱。于是老翁看了看秀才说："你还满意吗？"秀才说："够了。"老汉把手一挥，顿时停止落钱，便与秀才锁上门出来了。

hasa hoja alizoeleza zilikuwa zikimfanya msomi ahisi zimezidi matumaini ya binadamu. Msomi alimstahi na kumsifu. Alimbakiza akae nyumbani kwake kwa siku nyingi.

Siku moja, msomi alimwomba mkongwe kwa faragha, "Wewe ni rafiki yangu mkubwa. Tazama mimi maskini hivi, ukiinua mkono wako tu hela zitaonekana mbele ya macho, kwa nini hunisaidii kidogo?" Mkongwe alicheka hei-hei-hei, kicheko chake kilielekea kwamba hakukubali. Lakini baada ya dakika kadhaa mkongwe akatabasamu na kusema, "Hili ni jambo rahisi, naweza kukusaidia, lakini inanibidi niwe na sarafu kumi ili ziwe msingi." Kwa kufuata matakwa yake, msomi alileta sarafu kumi. Mkongwe aliingia katika chumba kimoja cha siri pamoja na msomi huyo, akaanza kuimba tabano huku akitembeatembea kwa hatua maalumu. Punde si punde, mamilioni ya sarafu zikatokea na kuanza kudondoka ndo-ndo-ndo kutoka katika maboriti kama mvua inavyonyesha. Baada ya nukta kadhaa tu, kimo cha sarafu kilipita magoti, wakachomoa miguu yao na kusimama juu ya sarafu. Kufumba na kufumbua, waliona sarafu zimezidi na kufikia tena kwenye vifundo vya miguu yao. Ndani ya chumba

475

【原文】

丈之舍，约深三四尺已来。乃顾语秀才："颇厌君意否？"
曰："足矣。"翁一挥，钱即画然而止。乃相与扃户出。

秀才窃喜，自谓暴富。顷之，入室取用，则满室阿堵
物皆为乌有，惟母钱十馀枚，寥寥尚在。秀才失望，盛气
向翁，颇怼其诳。翁怒曰："我本与君文字交，不谋与君作
贼！便如秀才意，只合寻梁上君交好得，老夫不能承命！"
遂拂衣去。

【今译】

大中华文库

476

秀才暗暗高兴，以为自己陡然暴富起来。一会儿，秀才
到密室去拿钱花，只见满屋子的钱都化为乌有，只有十多枚
本钱，还稀稀落落地剩在那里。秀才大失所望，怒气冲冲地
去找老翁，埋怨他欺骗自己。老翁生气地说："我与你本来
是文字之交，不想和你一起做贼！假如要合你的意，只有去
找梁上君子做朋友才成，老夫不能遵命！"说罢，一甩袖子
离去了。

hicho chenye eneo la mita tatu za mraba tu, karibu mmekuwa na sarafu za kina cha futi nne. Wakati huo, mkongwe akasema huku akimwangalia msomi, "Je, umeridhika?"

"Hasa! Nimetosheka," msomi alijibu. Mkongwe alipunga mkono, mara sarafu ziliacha kuanguka. Wote wawili walitoka nje na kuufunga mlango.

Msomi alikuwa na nyemi, maana moyoni mwake alikuwa na hakika kuwa ametajirika katika dakika chache. Baada ya kitambo kupita, aliingia katika chumba kile kuchukua sarafu ili anunue vitu. Alipofungua mlango aliona sarafu zile zilizojaa chumba zimetoweka isipokuwa zile sarafu zake kumi tu zimebaki pale. Msomi huyo alikata tamaa kabisa, alirejea na kumgombeza mkongwe kwa ghadhabu. Alilalamika mno. Mkongwe pia alisema kwa hasira, "Hapo awali, nilitaka kujenga nawe urafiki wa kupiga gumzo tu, bali siyo wa kufanya mambo mabaya! Kwa rai yangu basi ungefaa kufanya urafiki na wezi. Mimi siwezi kusikilizana nawe kamwe!" Baada ya kusema maneno hayo aliyoyoma haraka.

477

妾击贼

【原文】

　　益都西鄙之贵家某者，富有巨金。蓄一妾，颇婉丽。而冢室凌折之，鞭挞横施，妾奉事之惟谨。某怜之，往往私语慰抚，妾殊未尝有怨言。一夜，数十人逾垣入，撞其屋

【今译】

　　益都西郊的富贵人家某某，十分富有，钱财很多。他养了一个小妾，生得秀美多姿。但大老婆对小妾百般凌辱折磨，横加鞭打，小妾侍奉大老婆却很恭敬。某某可怜小妾，经常私下里加以好言安慰，小妾却从来没有怨言。一天夜里，几十个强盗越墙而入，几乎把屋门撞坏。某某与大老婆吓得惊慌万状，失魂落魄，浑身发抖，不知所措。小妾这时挺身而起，沉默无声地在屋里暗中摸索，摸到一根挑水扁担，便拉开门闩，骤然冲了出去。强盗一时乱如蓬麻。小妾舞动扁担，风声呼呼，铁钩叮当作响，把四五个人都打倒在

MKE MDOGO AWATOA JASHO MAJAMBAZI

Katika sehemu ya magharibi ya Mkoa wa Sichuan kulikuwa na kabaila mmoja aliyekuwa tajiri mno. Alikuwa na wake wawili. Mke wake mdogo alijaliwa kuwa na sura jamali. Mke mkubwa alikuwa akimtesa na kumpiga mke mdogo kama apendavyo, ingawaje mke mdogo alikuwa akitumika kwa uangalifu wa hali ya juu. Kabaila huyo alimhurumia mke wake mdogo, mara kwa mara alimliwaza kwa maneno matamu wanapokuwa faragha. Hata hivyo, mke mdogo hakuwahi kununa wala kulalamika..

479

Usiku mmoja, genge la majambazi walipanda juu ya ukuta na kuingia uani kwa kabaila huyo, wakatwanga mlango wa nyumba kwa nguvu karibu wauvunje. Kabaila na mke wake mkubwa waliogopa sana, hata roho ilikuwa si yao. Walitetemeka kama walioshikwa na baridi, wasijue la kufanya. Wakati huo huo, mke mdogo aliamka, kimya kimya akachukua mzegazega

【原文】

扉几坏。某与妻惶遽丧魄，摇战不知所为。妾起，嘿无声息，暗摸屋中，得挑水木杖一，拔关遽出。群贼乱如蓬麻。妾舞杖动，风鸣钩响，击四五人仆地，贼尽靡，骇愕乱奔。墙急不得上，倾跌呻哑，亡魂失命。妾拄杖于地，顾笑曰："此等物事，不直下手插打得，亦学作贼！我不汝杀，杀嫌辱我。"悉纵之逸去。某大惊，问："何自能尔？"则妾父故枪棒师，妾尽传其术，殆不啻百人敌也。妻尤骇甚，悔向

【今译】

地，强盗斗志全消，惊愕地四处乱逃。他们仓促间爬不上墙去，掉下来摔得嗷嗷乱叫，像丢了魂没了命似的。小妾把扁担拄在地上，看了看他们，笑着说："这种东西，不值我亲自下手打，居然也来学当强盗！我不杀你们，杀了你们还嫌玷辱了我。"便一律放他们逃走。某某大吃一惊地问："你怎么有这等本事？"原来小妾的父亲是枪棒教师，小妾完全继承了父亲的本领，大抵上百人还不是她的对手。大老婆尤其怕得要命，后悔自己一向为外表的形貌所迷惑，从此用良好的态度对待小妾，而小妾始终没有丝毫失礼的地方。有些

mmoja, akaenda kufungua mlango, akajitokeza nje ghafla.

Majambazi walipomwona waliingiwa na wasiwasi mwingi. Mke

mdogo alipokuwa akizunguka mzegazega wake, mvumo wa

upepo ukasikika na kulabu za mzegazega zikavuma vilevile, papo

hapo akawaangusha chini majambazi kadhaa. Majambazi wengine

walipozidiwa nguvu wakaanza kutoroka ovyo kwa kushikwa na

hofu. Kwa vile ukuta ulikuwa mrefu, walishindwa kuupanda.

Wakaanguka chini mmoja mmoja na kupiga mayowe ya kutisha,

wakarukwa na akili. Mke mdogo alipouona mkasa huo aliuegemea

mzegazega wake mkononi akiwatazama majambazi hao, alisema

huku akiwacheka, "Wapumbavu nyie, hamstahili kuadhibiwa na

mimi, ingawa mnajifunza kufanya ujambazi lakini bado hamjafikia

ujambazi kamili. Sitawaua nyie, kwani nikiwaua nitachafua jina

langu!" Kisha akawaachia.

Kabaila yule alishangazwa na kitendo cha mke wake mdogo,

akamwuliza amepata wapi ujuzi wa aina hiyo. Hapo awali, baba

yake mke mdogo alikuwa mwalimu wa karate, alimfundisha binti

【原文】

之迷于物色，由是善颜视妾，妾终无纤毫失礼。邻妇或谓妾：

"嫂击贼若豚犬，顾奈何俯首受挞楚？"妾曰："是吾分

耳，他何敢言。"闻者益贤之。

异史氏曰：身怀绝技，居数年而人莫之知，而卒之捍患

御灾，化鹰为鸠。呜呼！射雉既获，内人展笑；握槊方胜，

贵主同车。技之不可以已也如是夫！

大中华文库

【今译】

邻家妇女对小妾说："大嫂打强盗像打猪狗一样，为什么

反而俯首帖耳地挨鞭抽棍打？"小妾说："这是我的名分

所在，哪敢说别的。"人们听了这话，更加称赞她的贤德。

异史氏说：小妾身怀绝技，住了几年却没人知道，终于

在抵御了祸难之后，使大老婆化凶悍为善良。唉唉！贾大夫

射中了野鸡，终使妻子开颜欢笑；薛万彻赌胜了佩刀，丹阳

公主便与之同车回家。可见技艺就是这样不可弃置不用！

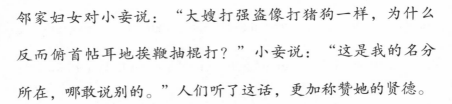

yake ujuzi wote, naye akaufahamu. Kutokana na ujuzi huo aliweza kupambana na watu zaidi ya mia moja. Baada ya mkasa huo, mke mkubwa alimwogopa na aliujutia sana ujinga wake alioufanya siku za nyuma. Akawa hathubutu kumtesa tena. Mke mdogo naye hakuwahi kumfanyia chochote kinyume cha adabu.

Wanawake majirani walimwuliza, "Shangazi, uliwapiga wale majambazi kama vile ulivyowapiga nguruwe na mbwa, kwa nini ulikuwa ukikubali kupigwa na mke mwenzako yule?"

Mke mdogo aliwajibu, "Kwa hadhi yangu ninawajibika kufanya vile, nitawezaje kusema vinginevyo?" Wanawake wale waliposikia maneno yake walizidi kumheshimu.

483

姊妹易嫁

【原文】

掖县相国毛公，家素微。其父常为人牧牛。时邑世族张姓者，有新阡在东山之阳。或经其侧，闻墓中叱咤声曰："若等速避去，勿久溷贵人宅！"张闻，亦未深信。

【今译】

明朝的大学士掖县人毛纪，家境一向贫寒。他的父亲经常给人家放牛。当时本县的世家大族张某，在东山南麓有一座新坟。有人在旁边经过，听见墓中发出呵斥声说："你们快点儿迁走，不要总是扰乱贵人的住宅！"张某听了也没深信。接着张某又多次在梦里受到警告说："你家的墓地本来是毛公家的坟场，你怎能长期占据此地！"此后家中接连发生不幸。客人劝张某改葬他处比较好，张某接受意见，把坟迁走了。有一天，毛纪的父亲放牧时，经过张家原先的坟墓，突然赶上天降大雨，就躲到废弃的墓穴里。不久，雨越下越大，地上的积水向墓穴奔涌，哗哗响着灌到墓穴里，毛父于是被水淹死。当时毛纪还是小孩。他母亲亲自去找张

NDUGU AMCHUKUA MCHUMBA WA DADAYE

Waziri Mkuu Mao alikuwa mwenyeji wa Wilaya ya Ye, Mkoa wa Shandong. Alipokuwa mdogo, familia yao ilikuwa hohehahe. Baba yake alikuwa mchunga ng'ombe wa watu.

Wakati ule alikuweko bwana Zhang aliyekuwa akiishi katika familia ya nasaba bora katika wilaya hiyo na kufungua kiwanja cha makaburi katika mteremko wa kusini wa Mlima wa Mashariki. Watu waliopitia kiwanja hicho, walisikia makelele yaliyokuwa yakitoka humo makaburini, yakisema, "Ondokeni hapa upesi kadiri iwezekanavyo, msing'ang'anie kukaa katika makazi ya familia tajiri!" Bwana Zhang aliposikia habari hiyo, hakuamini masikio yake. Halafu malaika nao walimwonya mara kadhaa katika ndoto zake, wakisema, "Kiwanja cha makaburi ya familia yenu kitakuwa kuzimu kwa mzee Mao, utawezaje kukaa mahali pa mtu kwa muda mrefu?" Tokea wakati huo nyumbani kwake kulitokea mikasa mfululizo. Mtu mmoja alimsihi bwana Zhang, "Ukihamisha majeneza yenu hakika utaweza kuondokana na mikasa hiyo." Bwana Zhang alifuata nasaha za mtu huyo, akahamisha majeneza yao.

【原文】

既又频得梦警曰："汝家墓地，本是毛公佳城，何得久假此？"由是家数不利。客劝徙葬吉，张听之，徙焉。一日，相国父牧，出张家故墓，猝遇雨，匿身废圹中。已而雨益倾盆，潦水奔穴，崩溃灌注，遂溺以死。相国时尚孩童。母自诣张，愿丐咫尺地，掩儿父。张征知其姓氏，大异之。行视溺死所，俨然当置棺处，又益骇。乃使就故圹窆焉，且令携若儿来。葬已，母偕儿诣张谢。张一见辄喜，即留其

【今译】

某，希望求得一点地方掩埋孩子的父亲。张某问知死者的姓氏，非常惊异。他去看毛父淹死的地方，俨然正是应当安放棺材的地方，便越发惊骇。于是就让毛父在原有的墓穴里下葬，并让毛母把孩子带来看看。毛父安葬完毕，毛母和儿子去向张某道谢。张某一见毛纪就很喜欢，便留在家中，教他读书，把他当成自家的子弟看待。张某又提出把大女儿嫁给毛纪为妻的要求，毛母吓得不敢应承。张妻说："既然话已出口，怎能中途反悔？"毛母最终还是答应下来。

然而这个大女儿很看不起毛家，怨恨之心，懊悔之意，流露在神色上，体现在言谈中。只要有人偶然谈及毛家，就捂住耳朵不听。她每每对别人说："我死也不嫁放牛汉的儿

Siku moja, mzee Mao alipokuwa akichunga ng'ombe katika Mlima Mashariki, alifika katika kiwanja kile cha makaburi ya familia ya Zhang. Ghafla mvua ilinyesha. Mzee Mao akajibanza kwenye pango la kaburi ili kujificha na mvua. Baada ya mzee Mao kuingia pangoni, mvua ilizidi kuchachamaa, maji ya mvua yaliingia ndani kwa kasi. Muda si muda maji yakajaa pomoni, mzee huyo Mao akafa maji pale pale.

Wakati huo Mao alikuwa bado ni mtoto mchanga. Mama yake alikwenda kumwomba bwana Zhang ampatie kipande cha ardhi ili aweze kumzika mumewe. Bwana Zhang alimwuliza jina la mumewe. Alipojibiwa alishikwa na bumbuwazi, akaenda kuangalia mahali alipofia. Pale alimkuta marehemu amelala mahali walipokuwa wameweka majeneza ya familia yao hapo zamani, akashtuka zaidi. Kitambo kidogo baadaye alimwambia mama huyo amzike marehemu hapa pangoni na mtoto wake aletwe nyumbani kwake.

Mama mtu alipomaliza kumzika marehemu mumewe, alikwenda nyumbani kwa bwana Zhang pamoja na mtoto wake. Bwana Zhang alipomwona mtoto, akatokea kumpenda, akambakiza nyumbani kwake, akamfundisha kusoma na kuandika, akamfanya mtoto wa nyumbani kama mtoto wake hasa. Zaidi ya hayo, alitaka kumwoza binti yake mkubwa. Lakini mama mtu hakuthubutu kuikubali posa hiyo. Mkewe bwana Zhang alidakiza, "Kama

487

【原文】

家，教之读，以齿子弟行。又请以长女妻儿，母骇不敢应，张妻云："既已有言，奈何中改？"卒许之。

然此女甚薄毛家，怨惭之意，形于言色。有人或道及，辄掩其耳。每向人曰："我死不从牧牛儿！"及亲迎，新郎入宴，彩舆在门，而女掩袂向隅而哭。催之妆，不妆，劝之亦不解。俄而新郎告行，鼓乐大作，女犹眼零雨而首飞蓬也。父止婿，自入劝女，女涕若罔闻。怒而逼之，益哭失

【今译】

子！"到了迎亲那天，新郎入了宴席，花轿停在门口，而大女儿却用衣袖遮住面孔，对着墙角哭泣。催她梳妆，她不梳妆，劝解也不奏效。一会儿，新郎告辞请行，鼓乐大声奏起，而大女儿还是泪下如雨，头发像乱草。张某止住女婿，亲自进屋去劝大女儿，大女儿只是流泪，置若罔闻。张某生气地强迫她上轿，她更是痛哭失声，弄得张某也无可奈何。这时又有家人传话说："新郎要走了。"张父急忙出来说："穿衣打扮还没完，请你停下稍等。"立刻又跑进去看大女儿，就这样脚不停步地进进出出了好几次。虽然拖延了一点儿时间，而外面催得更紧，可大女儿却始终没有回心转意。张父束手无策，焦躁急迫，简直就想自杀。小女儿在一旁看

bwana mwenyewe amekwisha sema, tunawezaje kumkataza?"
Mwishowe mama mtu akakubali posa hiyo. Lakini yule binti
mkubwa aliidharau sana familia ya Mao kutokana na umaskini
wao. Malalamiko na tahayari zake zilikuwa zikijidhihirisha
waziwazi kutokana na maneno na hali ya uso wake. Watu
walipokuwa wakizungumza naye juu ya ndoa hiyo, alikuwa
akiziba masikio. Mara kwa mara aliwaambia watu, "Ni afadhali
kufa kuliko kuolewa na yule mtoto wa mchunga ng'ombe."

Hauchi hauchi unakucha, siku ya kumbeba bibi arusi
iliwadia. Bwana arusi alikuja kumchukua bibi arusi. Kiti
kilichopambwa vizuri kilikuwa kimewekwa mlangoni mwa
familia ya Zhang. Wakati huo binti mkubwa alikuwa bado angali
akilia huku akiwa ameuelekea ukuta na kufunika uso wake
kwa mkono wa blauzi. Watu walipomwambia aende kujipodoa,
alikataa. Walipombembeleza asilie, alijitia uziwi. Wakati bwana
arusi alipotaka kuondoka, filimbi na ngoma zilianza kupigwa
kwa nguvu, lakini yule binti mkubwa alikuwa bado akidondosha
machozi mithili ya mvua za masika. Nywele zake zilikuwa
zimetimka.

Mzee alimwambia bwana arusi asiondoke haraka, kisha
yeye mwenyewe aliingia chumbani kwa binti yake mkubwa na
kumbembeleza. Binti huyo alizidi kuchuruzikwa na machozi,
akajitia hamnazo. Baba mtu alifura kama chatu kwa hasira,

489

大中华文库

【原文】

声，父无奈之。又有家人传白："新郎欲行。"父急出，言："衣妆未竟，乞郎少停待。"即又奔入视女，往来者无停履。迁延少时，事愈急，女终无回意。父无计，周张欲自死。其次女在侧，颇非其姊，苦逼劝之。姊怒曰："小妮子，亦学人喋聒！尔何不从他去？"妹曰："阿爷原不曾以妹子属毛郎，若以妹子属毛郎，更何须姊姊劝驾也。"父以其言慷爽，因与伊母窃议，以次易长。母即向女曰："忤

【今译】

了，认为姐姐做得很不对，便苦苦相劝。大女儿怒气冲冲地说："小妮子也学别人多嘴多舌！你怎么不嫁给他去！"小女儿说："阿爸原先没把我许配给毛郎，如果把我许配给毛郎，哪里还需要姐姐劝我上轿？"父亲听这话说得干脆爽快，便与她母亲暗中商议，打算让小女儿顶替大女儿出嫁。母亲随即对小女儿说："不孝顺的丫头不听父母的话，我们想让你顶替你姐姐，你肯不肯？"小女儿毫不踟蹰地说："父母让我出嫁，就是嫁给乞丐也不敢不去，再说怎见得毛家郎君最终就一定饿死？"父母听了这话，非常高兴，立即把大女儿的婚装给小女儿穿上，急匆匆地送小女儿登车上了路。过门后，夫妻感情非常融洽。但是小女儿从小就头发稀

akamshurutisha binti yake apande kiti cha biarusi, aidha binti mkubwa akazidi kulia hata sauti yake ikamkauka. Baba mtu akaishiwa na hila. Wakati huo jamaa mmoja aliingia chumbani na kutoa taarifa kuwa bwana arusi anataka kuondoka. Mara baba mtu akatoka nje kumwambia bwana arusi, "Bibi arusi bado hajamaliza kujipamba, heri usubiri kidogo." Kisha aliingia chumbani kumjulia hali binti yake. Baba mtu akawa mguu ndani mguu nje, hakupumzika hata dakika moja. Hali hiyo iliendelea kwa muda mrefu lakini binti yake alikuwa bado hajawa na nia ya kughairi. Baba mtu akawa hana la kumwambia bwana arusi hata akajiwa na wazo la kukatiza maisha yake. Binti wa pili wa mzee alikuwa amesimama kando na hakuridhika kabisa na mwenendo wa dada yake. Alimhimiza na kumbembeleza dada. Dada yake alimwambia kwa hamaki, "Mtoto mchanga wee, unasemasema kama kasuku, kwa nini usiolewe wewe na yule mchunga ng'ombe."

491

Mdogo wake alijibu, "Baba hakuamua kunioza bwana Mao, kama angeamua kunioza mimi usingekuwa na haja ya kunibembeleza!" Baba mtu aliona maneno ya binti yake wa pili ni ya kinyoofu sana, hivyo akamwitamkewe faragha azungumze naye kuhusu kumwoza binti yao wa pili badala ya binti yao wa kwanza.

Punde kidogo, mama mtu alikuja kumwuliza binti yake wa pili, "Dada yako amekuwa mkaidi kama punda, hasikii la mwazini

【原文】

逆婢不遵父母命，欲以儿代若姊，儿肯之否？"女慨然曰：

"父母教儿往也，即乞丐不敢辞，且何以见毛家郎便终饿莩

死乎？"父母闻其言，大喜，即以姊妆妆女，仓猝登车而

去。入门，夫妇雅敦逑好。然女素病赤鬝，稍稍介公意。

久之，浸知易嫁之说，由是益以知己德女。

居无何，公补博士弟子，应秋闱试，道经王舍人店。

店主人先一夕梦神曰："旦日当有毛解元来，后且脱汝于

【今译】

疏，毛纪稍感不足。时间长了，他逐渐得知代姊出嫁的说

法，因此更把小女儿视为知己，对她心怀感激之情。

没过多久，毛纪考中秀才，去参加乡试，途经王舍人庄

的客店。店主人前一天夜里梦见一位神人说："明天会有一

位姓毛的解元前来，日后将由他帮你摆脱苦难。"因此早晨

起床后，就专门察看东方来的客人。等见到毛纪，店主人非

常喜悦，提供的酒食特别丰盛，却不收钱，又把自己梦中预

示的事情郑重地拜托毛纪帮忙。毛纪也很自负。他暗自想起

妻子头发稀少，担心会招致显贵的讥笑，打算在富贵后就另

娶一个。后来正榜揭晓，毛纪竟然名落孙山。他唉声叹气，

步履蹒跚，懊恼怅恨，沮丧失望。由于心中羞愧，不好意

wala mteka maji msikitini! Sisi tukiwa wazazi wako tunataka kukuoza badala ya dada yako, je, utakubali wazo letu?"

Bila ya kuchelewa binti wa pili akajibu, "Madhali nyinyi mmekwisha amua, mimi nipo tayari, hata kama huyo bwana arusi akiwa ni kigaagaa mimi sithubutu kukataa, nani anaweza kubashiri kuwa hakika bwana Mao atakufa njaa hapo baadaye?" Wazazi wake waliposikia maneno hayo walifurahi sana, mara walimvisha mavazi ya bibi arusi ya dada yake, kisha wakampandisha kwenye kiti cha biarusi kwa haraka.

Baada ya sherehe ya arusi kufanyika, wapenzi hao wawili waliheshimiana sana. Kwa kuwa bibi arusi alikuwa na ugonjwa wa kutoka mapanja, alikuwa na wasiwasi kuwa pengine mumewe hangeridhia ugonjwa huo. Siku nyingi zilipita, bwana Mao alikuja kufahamu kwamba binti aliyemwoa ni badala ya dada yake, akamtendea vizuri na kumshukuru kwa moyo wake wa huruma.

493

Baadaye bwana Mao alichaguliwa kwenda kufanya mtihani wa mkoa. Njiani alipitia hoteli ya Wang. Usiku uliopita mwenye hoteli aliota ndoto moja. Katika ndoto hiyo malaika alimjia na kumwambia, "Kesho msomi mmoja ajulikanaye kwa jina la Mao ambaye atashika nafasi ya kwanza katika mtihani wa mkoa atakuja kwako, na ataweza kukuondolea msiba hapo baadaye." Mwenye hoteli alidamka asubuhi na mapema kuwachungulia kwa makini wageni wote waliokuwa wakitokea upande wa mashariki.

【原文】

厄。"以故晨起，专伺察东来客。及得公，甚喜，供具殊丰善，不索直，特以梦兆厚自托。公亦颇自负。私以细君发鬈鬈，虑为显者笑，富贵后，念当易之。已而晓榜既揭，竟落孙山。咨嗟蹇步，懊悢丧志。心赧旧主人，不敢复由王舍，以他道归。

后三年，再赴试，店主人延候如初。公曰："尔言初不验，殊惭祗奉。"主人曰："秀才以阴欲易妻，故被冥司黜

【今译】

思去见原来那位店主人，不敢再取道王舍人庄，只好改道回家。

三年后，毛纪再去赴试，店主人仍然像当初那样迎候毛纪。毛纪说："你先前的话没有应验，受你的照顾很惭愧。"店主人说："你暗中想另娶妻子，所以被阴间的长官除名，怎能认为那个不寻常的梦不能实现？"毛纪惊愕地问此话怎讲，原来店主人在别后又做了梦，所以才这样说。毛纪闻言，警觉醒悟，悔恨戒惧交集，站在那里像木偶一般。店主人告诉毛纪说："秀才你应该自爱，终究会当解元的。"不久，毛纪果然考中举人第一名。夫人的头发不久也长了出来，如云的发髻乌黑闪亮，更增加了几分妩媚。

Alipoonana na bwana Mao alifurahi sana. Alimwandalia chakula kizuri bila ya kumdai pesa. Bwana Mao alipomwuliza kwa nini amemtendea hivyo, naye alimjibu kwa mujibu wa habari alizozipata katika ndoto. Ni kwa sababu hiyo tu ndipo bwana Mao alipoanza kutapatapa. Polepole aliingiwa na wasiwasi kwamba labda atachekwa na watu mashuhuri kutokana na ugonjwa wa mkewe wa kutoka mapanja, akawaza kuoa mke mwingine endapo atatajirika. Lakini matokeo ya mtihani yalipojulikana bwana Mao alifeli. Akawa anapumua kwa shida, anavuta hatua kwa taabu, akajuta na kukata tamaa kwa sababu alijihisi kuwa hangeweza kulipa ukarimu wa mwenye hoteli. Aliporejea nyumbani hakuthubutu kupitia hoteli ya Wang, hivyo akalazimika kurudi nyumbani kwa kupitia njia ya mzunguko.

Miaka mitatu baadaye, bwana Mao alikwenda tena kufanya mtihani wa mkoa. Yule mwenye hoteli alimkaribisha kama safari iliyopita. Bwana Mao alisema, "Safari iliyopita maneno yako hayakujiri, ninaona aibu kutokana na uungwana na ukarimu ulionitendea.

Mwenye hoteli alimwambia, "Kwa kuwa safari iliyopita, kichinichini ulitaka kumwacha mkeo na kuoa mke mwingine, jina lako na fursa yako ya kushika nafasi ya kwanza katika mtihani vilifutwa na msimamizi aliyekuwa akishughulika na mambo ya utajiri na vyeo huko mbinguni."

495

【原文】

落，岂妖梦不足以践？"公愕而问故，盖别后复梦而云。公闻之，惕然悔惧，木立若偶。主人谓："秀才宜自爱，终当作解首。"未几，果举贤书第一。夫人发亦寻长，云鬟委绿，转更增媚。

姊适里中富室儿，意气颇自高。夫荡惰，家渐陵夷，空舍无烟火。闻妹为孝廉妇，弥增惭怍，姊妹辄避路而行。又无何，良人卒，家落。顷之，公又擢进士。女闻，刻骨

【今译】

再说大女儿嫁给乡里一位富户的儿子，颇为洋洋得意。丈夫放荡不羁，好吃懒做，家境逐渐破败，屋中空空，锅都揭不开。她听说妹妹成了举人的妻子，更加惭愧，姐妹俩走路时都互相避开。又过了不久，她丈夫死了，家道败落。而不久毛纪又考中了进士。大女儿听说后，刻骨铭心地痛恨自己，于是愤然舍身出家，当了尼姑。等毛纪当了大学士重归故乡时，大女儿勉强打发一名尚未剃发的女弟子到毛府来问候，希望毛府能赠送些钱财。及至来到毛府，毛夫人赠给绫罗绸缎若干匹，把银子夹在中间，而女弟子并不知道。她把赠品带回去见师父，师父大失所望，怨恨地说："给我金钱还可以去买柴米；这些中看不中用的东西，我哪里需要！"

"Yawezaje ndoto haikujiri?" Bwana Mao alimwuliza kwa mshangao jinsi alivyoweza kuyafahamu mambo kama hayo.

Mwenye hoteli alimjibu, "Safari iliyopita, baada ya wewe kuondoka hapa hotelini, niliota ndoto nyingine tena, na katika ndoto hiyo malaika aliniambia hayo."

Bwana Mao aliposikia hayo alifadhaika sana, akajuta na kuogopa, akasimama pale kama kinyago. Mwenye hoteli akamwambia, "Msomi, yakupasa uwe mwungwana na mwishowe utaweza kushika nafasi ya kwanza katika mtihani."

Haukupita muda mrefu, bwana Mao kweli alibahatika kushika nafasi ya kwanza katika mtihani wa mkoa akawa juren. Tokea hapo, mapanja ya mkewe yaliacha kutoka. Nywele zilizoota kwenye mapanja yake zilikuwa zikiongezeka zaidi na zaidi zikawa kama mawingu yanayopeperushwa angani, na zilikuwa ziking'aa. Mkewe akawa mzuri ajabu.

497

Baadaye binti mkubwa aliolewa na mtoto wa tajiri mmoja aliyekuwa akikaa katika mtaa mmoja na familia ya Zhang. Mumewe alikuwa mwasherati na mvivu. Polepole familia yao ilianza kufilisika. Nyumbani kwao palikuwa patupu kabisa, mwishowe wakashindwa kuinjika chungu. Binti mkubwa aliposikia kuwa mdogo wake amekuwa mke wa juren alizidi kuadhirika. Wakati mwingine ndugu hao wawili walipokuwa wakikutana njiani, dada mtu alikuwa akimkwepa kwa makusudi. Haukupita muda

【原文】

自恨，遂忿然废身为尼。及公以宰相归，强遣女行者诣府谒问，冀有所贻。比至，夫人馈以绮縠罗绢若干匹，以金纳其中，而行者不知也。携归见师，师失所望，恚曰："与我金钱，尚可作薪米费；此等仪物，我何须尔！"遂令将回。公及夫人疑之，及启视而金具在，方悟见却之意。发金笑曰："汝师百馀金尚不能任，焉有福泽从我老尚书也。"遂以五十金付尼去，曰："将去作尔师用度，多，恐福薄人难承

【今译】

便命人送回。毛纪和毛夫人不明其意，等打开一看，银两都在，才领会了退还礼物的意思。于是他们拿出银子，笑着说："你师父连一百多两银子都承受不起，哪有跟着我老尚书享受的福分！"便把五十两银子交给女弟子带回，说："拿去给你师父花销吧，给多了，恐怕她福薄难以消受。"女弟子回去一一告诉师父。师父沉默无语，感叹万分，想起一生的作为，自己总是颠倒错乱，有美事就躲开，有恶事就上前，这难道不是天意吗？后来，店主人因命案逮捕入狱，毛纪为他极力开脱，终于赦免其罪。

异史氏说：张家的旧墓成了毛家的新坟，这已经够新奇了。我听说时人有"大姨夫变成小姨夫，前解元成了后解

mrefu mume wa dada mkubwa aliaga dunia. Familia yao ikazidi kudamirika na kuwa fukara. Siku chache baadaye, bwana Mao alifaulu kuwa jinshi, dada mtu alipopata habari hiyo akajuta na kujichukia sana. Hatimaye akaamua kuwa mtawa.

Wakati bwana Mao aliporudi kwao akiwa waziri mkuu, mtawa huyo alimlazimisha mfuasi wake aende kumtembelea bwana Mao, maana alitamani kuzawadiwa vitu kadhaa na bwana yule. Mfuasi wake alipofika nyumbani mwa bwana Mao, mkewe Mao alimzawadia dada yake jora kadhaa za hariri na vitambaa murua, isitoshe alifungia fedha ndani ya vile vitambaa bila ya kumfahamisha mfuasi yule. Yule mfuasi akaondoka na vitu hivyo, akapeleka hedaya hiyo kwa mwalimu wake. Mwalimu wake alipoona vitu hivyo, alikata tamaa, akalalamika, "Angelinipa fedha ningeliweza kununua kuni na nafaka. Vitu kama hivyo ni vya mapambo tu, vina thamani gani kwangu?" Kisha alimwamuru yule mfuasi avirejeshe vitu vile kwa mdogo wake.

Bwana Mao na mkewe walipoona vitu vile vimerudishwa, wakaanza kuwa na shaka sana. Walipofungua vile vitambaa, wakaona fedha zile bado zingalipo ndani, wakatambua sababu ya kurudishwa kwa vitu hivi. Bwana Mao akiwa na tabasamu alichukua zile fedha, akamwambia yule mfuasi, "Mwalimu wako ameshindwa kufaidi fedha hizi nyingi wakia mia moja, angeweza kubahatika vipi kwa kunifuata mimi ambaye sasa nauzeekea

499

【原文】

荷也。"行者归，具以告。师默然自叹，念平生所为，辄自颠倒，美恶避就，緊岂由人耶？后店主人以人命事逮系囹圄，公为力解释罪。

异史氏曰：张公故墓，毛氏佳城，斯已奇矣。余闻时人有"大姨夫作小姨夫，前解元为后解元"之戏，此岂慧黠者所能较计邪？呜呼！彼苍者天久不可问，何至毛公，其应如响？

【今译】

元"的玩笑话，这岂是聪明伶俐的人所能计较算计的？唉！那苍天早就问而难应了，为什么对毛公却做出了如影回声的反应呢？

uwaziri mkuu!" Halafu alimpa yule mfuasi fedha kiasi cha wakia hamsini, akamwambia, "Chukua hizi uzipeleke kwa mwalimu wako, ni fedha za kumpatia riziki. Ningelimpa fedha nyingi zaidi, lakini nachelea kuwa mtu huyo asiye na bahati atashindwa kuzipokea."

Mfuasi yule aliporudi kwao alimweleza mwalimu wake mambo yote. Mwalimu wake hakunena lolote, ila alishusha pumzi tu. Kisha aliwaza kuwa matendo yake yote yalikuwa yakibadilika kichwa chini miguu juu, badala ya kuishi maisha ya starehe alijitakia mwenyewe kilio atamlalamikia nani?

Baadaye yule mwenye hoteli alitiwa kizuizini kutokana na kesi ya mauaji, bwana Mao alimtetea sana, mwishowe akaachiliwa huru.[9]

小猎犬

【原文】

　　山右卫中堂为诸生时，厌冗扰，徙斋僧院。苦室中蜚虫蚊蚤甚多，竟夜不成寝。

　　食后，偃息在床。忽一小武士，首插雉尾，身高两寸

【今译】

　　山西人卫周祚大学士还是秀才的时候，厌倦事务繁杂，便搬进寺院去吃住。可是屋里臭虫、蚊子、跳蚤非常之多，卫周祚往往彻夜难以入睡。

　　一天吃完饭后，卫周祚躺在床上休息。忽然有一个身高两寸左右的小武士，头插雉尾，骑一匹蚂蚱那么大的马，胳膊上套着青色的皮臂衣，上面有一只苍蝇那么大的猎鹰。他从外面进来，在屋里盘旋着，时走时跑。正当卫周祚凝神注视时，忽然又有一个小人进屋，装束与前一人相同，腰间带着小小的弓箭，手牵大蚂蚁那么大的一只猎犬。又过了一会儿，步行的、骑马的小武士，乱纷纷地来了数百人，猎鹰

MBWA MDOGO WA MSASI

Ofisa Wei Zhouzuo (1611-1675) alizaliwa katika Wilaya ya Quwo, Mkoa wa Shanxi. Ujanani alipokuwa xiucai alichukia sana shughuli za hobela hobela zilizokuwa zikimwingilia katika masomo yake. Basi ikambidi akodi chumba kimoja katika hekalu la mtawa ili kukifanya kuwa chumba chake cha kusomea. Humo ndani kulikuwa na kunguni, mbu na viroboto wengi. Wadudu hao walikuwa wakimsumbua sana. Mara nyingi msomi huyo alilazimika kukesha usiku kucha.

Siku moja, baada ya chakula, msomi huyo alipumzika kitandani akiwa amelala chali. Ghafla akatokea askari mmoja mdogo. Kichwa chake kilikuwa kimechomekwa manyoya ya kanga, urefu wake kama sentimita sita hivi. Alipanda farasi mmoja mdogo kama panzi. Mkono wake ulivishwa kitambaa. Juu ya kitambaa alisimama mwewe mdogo kama nzi. Baada ya kuingia ndani ya chumba cha msomi, askari huyo mdogo alipaa kwa kuzungukazunguka mwendo wa kasi. Msomi huyo alipokuwa akimkodolea macho huyo askari mdogo, ghafla mtu mdogo mwingine aliingia chumbani mwake.

503

【原文】

许，骑马大如蜡，臂上青鞲，有鹰如蝇。自外而入，盘旋室中，行且驶。公方凝注，忽又一人入，装亦如前，腰束小弓矢，牵猎犬如巨蚁。又俄顷，步者、骑者，纷纷来以数百辈，鹰亦数百臂，犬亦数百头。有蚊蝇飞起，纵鹰腾击，尽扑杀之。猎犬登床缘壁，搜噬虮蚤，凡罅隙之所伏藏，嗅之无不出者，顷刻之间，决杀殆尽。公伪睡睨之，鹰集犬窜于其身。既而一黄衣人，着平天冠，如王者，登别榻，系驷苇

【今译】

也有数百只，猎犬也有数百条。只要蚊子、苍蝇一飞起来，小武士便放鹰腾空出击，扑杀一光。猎犬登上卧床，爬上墙壁，找臭虫、跳蚤吃，就是躲藏在缝隙中的，只要闻一闻，没有捉不到的，顷刻之间，捉吃殆尽。卫周祚假装睡着，却在斜着眼睛偷看，只见猎鹰飞落在他的身上，猎犬在他身上窜来窜去。接着来了一个身穿黄衣，头戴平天冠，像是国王的人，登上另一张榻，把车系在席子上。随从的骑士都跳下马来，进献蚊子、苍蝇和臭虫、跳蚤，纷纷在国王身边围满，也不知他们在说些什么。没多久，国王登上小车，卫士匆忙骑到马上，万马飞奔，乱如撒豆，烟尘飞腾，霎时

Mavazi ya mtu huyo yalikuwa sawa na ya yule askari mdogo, kiunoni ulikuwa umefutikwa upinde mmoja mdogo. Alikuwa na mbwa wa msasi mdogo kama majimoto. Baada ya kitambo, mamia kadha ya askari wadogo wakiwemo wa miguu na wa farasi, waliingia chumbani. Mwewe waliokuwa wakisimama mikononi mwa askari walifikia kiasi cha mia kadhaa. Mara kundi kubwa la mbu na nzi liliruka, askari wadogo wakawaachia mwewe kuwashambulia. Muda si mrefu alikwisha kuwakamata na kuwaua wote. Mbwa wa msasi nao vile vile walirukia katika kitanda cha msomi na kila kona ya ukuta, wakiwasaka chawa na viroboto. Wadudu waliojificha kwenye nyufa za kitanda na ukutani hapakutokea hata mmoja aliyenusurika. Kwa muda mfupi tu karibu wadudu wote waliangamizwa. Msomi akiwa kitandani alikuwa akijitia kulala usingizi huku akiwatupia jicho mwewe wote waliokuwa wakirukaruka juu ya mwili wake. Baada ya kitambo kidogo, alitokea mtu mmoja mdogo ambaye alivaa joho la rangi ya manjano, kichwani alivaa taji na alionekana kama mfalme. Mtu huyo alirukia katika kitanda kingine, akafunga farasi wake kwenye mkeka. Wapandaji farasi waliofuata nyuma pia walishuka kwenye farasi wao. Kisha baadhi ya wawindaji waliwatoa nzi, wengine waliwatoa chawa na viroboto wakiwa kama hedaya kwa mtu huyo mdogo. Walipomaliza kutoa wadudu wao wakajikusanya pembezoni

505

【原文】

簏间。从骑皆下，献飞献走，纷集盈侧，亦不知作何语。无何，王者登小辇，卫士仓皇，各命鞍马，万蹄攒奔，纷如撒菽，烟飞雾腾，斯须散尽。

公历历在目，骇诧不知所由。蹑履外窥，渺无迹响。返身周视，都无所见，惟壁砖上遗一细犬。公急捉之，且驯。置砚匣中，反复瞻玩，毛极细茸，项上有小环。饲以饭颗，一嗅辄弃去。跃登床榻，寻衣缝，啮杀蚤虱，旋复来伏卧。

【今译】

不见。

卫周祚看得清清楚楚，心中深感惊异，也不知他们来自哪里。他穿上鞋子向外察看，既不见踪迹，又不闻声响。转身环顾四周，也是一无所见，只是壁砖上落下一条小猎犬。他连忙把小猎犬捉住，而小猎犬还挺驯服。卫周祚把小猎犬放在盛砚台的匣子里反复观赏，只见小猎犬身上的茸毛很细，脖子上戴着一个小环。拿饭粒喂它，它闻一闻就丢下走开。它跳上床，在衣缝间搜寻，把蚤子、虱子全都咬死，随即又到匣里趴着。过了一宿，卫周祚猜想小猎犬已经走了，一看，仍然趴在那里。卫周祚一躺下，它就跳上床席，见到

mwa mfalme. Yaliyokuwa yakizungumzwa hayakueleweka kwa msomi. Punde si punde, mfalme alipanda riksho moja dogo, walinzi wakaanza kuhangaikia shughuli, wakaandaa farasi tayari. Kufumba na kufumbua, maelfu ya farasi wakaondoka na kuanza kutoweka.

Msomi alipoona hayo, alishangaa, lakini hakufahamu walikokuwa wakitoka. Alivaa viatu haraka, akatoka nje kuchungulia. Nje kulikuwa shwari kabisa. Hapakuwa na sauti au dalili yoyote ya mtu. Alipogeuka nyuma na kuchungulia mle ndani ya chumba hakupata kumwona yeyote ila mbwa mmoja wa msasi aliyekuwa mwembamba na mdogo anabweka juu ya tofali moja la ukuta. Kwa haraka msomi alikwenda kumkamata. Alimwona mbwa wa msasi huyo alikuwa mtiifu. Alimweka juu ya kisahani cha kuwekea wino, akamchunguza kwa makini, aliona kuwa mwili wake mwembamba uliota manyoya laini, shingo yake ilivishwa kigwe kidogo.

507

alimlisha wali, lakini mbwa huyo aliponusa tu mara akaondoka, akarukia kitandani kutafuta sehemu yenye nyufa, akaanza kula chawa na mayai yaliyojibanza kwenye nyufa za kitanda. Kisha alirudi na kukaa kwenye kisahani cha wino. Baada ya usiku mmoja kupita, msomi alidhani kuwa mbwa wa msasi alikwisha ondoka, lakini alipoangaza macho pale chumbani alimwona amejikunyata kwenye kisahani kama siku iliyopita. Msomi alipolala mbwa yule alirukia kitandani, akamsakia kunguni na chawa; mbu na

【原文】

逾宿，公疑其已往，视之，则盘伏如故。公卧，则登床簠，遇虫辄唼毙，蚊蝇无敢落者。公爱之，甚于拱璧。一日，昼寝，犬潜伏身畔。公醒转侧，压于腰底。公觉有物，固疑是犬，急起视之，已匾而死，如纸翦成者然。然自是壁虫无噍类矣。

【今译】

虫子就咬死，蚊子、苍蝇都不敢落下来。卫周祚喜爱小猎犬，胜过珍贵的大璧玉。一天，卫周祚在午睡，小猎犬无声地趴在他的身边。他醒来一翻身，把小猎犬压在腰下。他觉得身下有东西，想到可能是小猎犬，急忙起身一看，小猎犬已经被压扁死去，扁得就像用纸剪的似的。不过自此以后，屋里再没有虫子了。

nzi. Wale waliokuwa wakiruka juu hawakuthubutu kutua. Msomi alimpenda yule mbwa mdogo kupita kiasi na aliona kuwa thamani yake ilikuwa kubwa kuliko ya johari.

Siku moja mchana, msomi alipojinyoosha kitandani, mbwa yule wa msasi kimya kimya alilala ubavuni mwake. Msomi alipoamka alijigeuza, akamlalia. Ghafla alijisikia kitu fulani kiko chini ya mwili wake. Alitia shaka kuwa labda kitu hicho ni yule mbwa wa msasi, akainuka haraka na kuchungulia, akamwona alikuwa amesha kufa kwa sababu ya kukandamizwa. Mbwa huyo wa msasi alisinyaa kama kipande cha karatasi. Ingawa mbwa wa msasi alikufa lakini tangu hapo chumbani mwake hakukuwepo tena wadudu waharibifu kama vile kunguni na chawa.

509

酒狂

【原文】

缪永定，江西拔贡生。素酗于酒，戚党多畏避之。偶适族叔家。缪为人滑稽善谑，客与语，悦之，遂共酣饮。缪醉，使酒骂座，忤客。客怒，一座大哗。叔以身左右排解。

【今译】

缪永定是江西的拔贡生。他一向酗酒，族人大都不敢接近他。一次他偶然来到堂叔家。因为他为人诙谐善于说笑话，客人跟他交谈，挺喜欢他，便在一起开怀痛饮。他喝醉了，便撒酒疯，骂在座的人，得罪了客人。客人大为恼火，群情愤激，议论纷纷。堂叔用身体左拦右挡地为他排解，他却认为堂叔偏袒客人，又把更大的怒火转嫁到堂叔身上。堂叔无计可施，跑到他家，告知其事。家人前来，把他连扶带拽弄回家。刚把他放到床上，他的四肢已经变凉，一摸，已经断气。

缪永定死后，有个戴黑帽子的人把他绑走。过了一阵子，来到一座官署前，屋顶覆盖着淡青的琉璃瓦，世间没有见过这么壮丽的建筑。来到台阶下，黑帽人似乎要等候去

MLEVI WA KUPINDUKIA

Katika Mkoa wa Jiangxi kulikuwa na msomi mmoja aliyeitwa Miao Yongding. Msomi huyo alikuwa akileta fujo kila baada ya kulewa. Jamaa na marafiki zake walikuwa wanajiepusha naye. Safari moja, msomi huyo alikuwa mgeni katika familia ya baba yake mdogo. Kwa kuwa alikuwa mtu mcheshi na mwenye kupenda kufanya masihara, mwanzoni wageni wote waliokuwepo walimpenda na walifurahi kunywa pombe pamoja naye. Lakini alipokunywa pombe nyingi na kuzidiwa nguvu na pombe, akaanza kufanya fujo na kuwatukana watu ovyo. Wageni wote walikasirishwa na matusi yake, wakawa wanataka kumwonyesha kilichomtoa kanga manyoya. Hivyo ikambidi baba yake mdogo amhifadhi huku akiwaomba radhi wale wageni. Lakini Miao alionelea kuwa baba yake mdogo badala ya kumhifadhi aliwapendelea wageni wake, akamkasirikia. Baba yake mdogo akawa asijue la kufanya ila kutoka nje kuwaambia watu wa familia yake juu ya hali ilivyo. Watu walikuja kumchukua Miao na kumweka kitandani. Miguu na mikono yake ilikuwa ikilegalega; walipopapasa wakatambua kuwa Miao alikwisha kata roho.

511

【原文】

缪谓左袒客，又益迁怒。叔无计，奔告其家。家人来，扶捽以归。才置床上，四肢尽厥。抚之，奄然气尽。

缪死，有皂帽人絷去。移时，至一府署，缥碧为瓦，世间无其壮丽。至墀下，似欲伺见官宰。自思我罪伊何，当是客讼斗殴。回顾皂帽人，怒目如牛，又不敢问。然自度贡生与人角口，或无大罪。忽堂上一吏宣言，使讼狱者翼日早候。于是堂下人纷纷藉藉，如鸟兽散。缪亦随皂帽人出，更无归着，

【今译】

见长官。缪永定心想：我有什么罪，恐怕是客人指控我打架斗殴吧。他回头看看黑帽人，只见他含怒的眼睛瞪得像牛眼睛似的，又不敢问。不过他估计自己作为一名贡生与人发生争吵，也许犯不了大罪。忽然，堂上有一名差役宣布，要打官司的明天早晨再来候审。于是堂下的人乱纷纷地一哄而散。缪永定也跟着黑帽人走出官署，根本没有个去处，便缩头缩脑地站在店铺的屋檐下。黑帽人怒冲冲地说："你这撒酒疯的无赖！天快黑了，人们各自都去找吃饭过夜的地方，你上哪里去？"缪永定浑身发抖，说："我连为什么抓我都不知道，也没有告诉家人，所以没带一点儿盘缠，能到哪里去？"黑帽人说："撒酒疯的家伙！要是给自己买酒喝，你就有钱了！你再顶撞我，老拳打碎你的疯骨头！"缪永定低

Akiwa amekufa, Miao alijihisi kuwa amefungwa kwa kamba na kuburutwa na mtu mmoja aliyevaa kofia nyeusi. Muda si muda alifikishwa katika boma moja. Paa la boma hilo limeezekwa kwa vigae vilivyokuwa vikimetameta. Miao hakuwahi kuona boma la kifahari namna hiyo wakati alipokuwa duniani. Yule mtu aliyevaa kofia nyeusi alipofika mbele ya ngazi, alisimama. Alionekana kama kwamba akisubiri kumpeleka ndani kuonana na hakimu katika mahakama. Miao alijiuliza moyoni, sasa nilifanya dhambi gani au ni kwa sababu ya kugombana na wageni? Kwa maana alifikiri kuwa msomi akigombana na watu haihesabiwi kuwa ni dhambi kubwa. Alipogeuka nyuma alimwona yule mtu aliyevaa kofia nyeusi akimtumbulia macho kwa ujeuri. Hakuthubutu kumwuliza. Alipokuwa katika fikra zile, ghafla alitokea hakimu mmoja kutoka mahakamani, akitangaza, "Watu wanaotaka kushtaki waje kesho asubuhi."

Kusikia tu tangazo hili watu waliosubiri pale mahakamani, walitawanyika ovyo kama ndege walioshtushwa kwa jiwe. Naye Miao alitoka na kufuatana na mtu yule aliyevaa kofia nyeusi. Alipofika mtaani, hakuwa na mahali pa kutegemea, akabaki kujibanza upenuni mwa nyumba moja huku akijikunyata kama mbuzi aliyenyeshewa na mvua. Yule mtu aliyevaa kofia nyeusi alimfokea kwa hasira kubwa, "Wewe mlevi mkubwa, karibu

【原文】

缩首立肆檐下。皂帽人怒曰："颠酒无赖子！日将暮，各去寻眠食，而何往？"缪战栗曰："我且不知何事，并未告家人，故毫无资斧，庸将焉归？"皂帽人曰："颠酒贼！若酤自啖，便有用度！再支吾，老拳碎颠骨子！"缪垂首不敢声。

忽一人自户内出，见缪，诧异曰："尔何来？"缪视之，则其母舅。舅贾氏，死已数载。缪见之，始恍然悟其已死，心益悲惧。向舅涕零曰："阿舅救我！"贾顾皂帽人

【今译】

下头来，不敢作声。

忽然，有一个人走出门来，看见缪永定，诧异地说："你怎么来啦？"缪永定一看，却是自己的舅舅。舅舅姓贾，已经死了数年。缪永定见到舅舅，才恍然明白自己已死，心中愈加悲伤恐惧，便向舅舅流着眼泪说："阿舅救我！"贾某看着黑帽人说："东灵使者不是外人，请屈驾光临寒舍。"缪永定与黑帽人二人便走进屋里。贾某向黑帽人深深作揖，并请他多加关照。不一会儿，端出酒菜，三人围桌而坐，一起喝酒。贾某问："我外甥因什么事，以致劳你大驾，把他抓来？"黑帽人说："大王去见浮罗君，碰见你外甥撒酒疯骂人，便让我把他抓来。"贾某问："见过大王了吗？"黑帽人说："大王在浮罗君那里会审花子案，还没

kutakucha, sasa watu wote wanakwenda kutafuta chakula na malazi, wewe unatarajia kwenda wapi?" "Sifahamu kwa nini nimeletwa hapa. Tena sikuwahi kuagana na watu wa familia yangu. Isitoshe sina hata senti moja, ah, nitakwenda wapi?" Miao alijibu kwa woga. Yule mtu aliyevaa kofia nyeusi alimtukana, "Mkorofi wee, pesa za kununulia pombe hukosi kuwa nazo. Ukiendelea kunung'unika nitavunjilia mbali mifupa yako!" Miao aliinamisha kichwa na hakuthubutu kusema tena.

Ghafla mtu mmoja alijitokeza mlangoni mwa nyumba ile. Alipomwona Miao alimwuliza kwa mshangao, "Mbona upo hapa?" Miao aliinua kichwa akatambua kumbe aliyemwuliza alikuwa ni mjomba wake. Mjomba wake aliitwa Jia ambaye alikufa miaka mingi iliyopita. Miao alipomwona ndipo akafahamu kuwa yeye mwenyewe alikuwa amekufa vile vile. Akazidi kujawa na kihoro na kuogopa. Miao akamlilia mjomba wake, akisema, "Niokoe upesi!" Mjomba wake alimwambia yule mtu aliyevaa kofia nyeusi, "Mtume Dongling, wewe siyo mgeni karibu basi!" Kisha waliingia nyumbani. Humo ndani kwanza Jia alimpa Dongling salamu tena kwa kuinamisha kichwa na kumwomba radhi. Punde si punde, chakula na pombe vililetwa na wote watatu wakaanza kunywa na kula wakiwa wamekaa katika duara.

515

"Mpwa wangu amefanya makosa gani ukamleta hapa?" Jia

【原文】

曰：“东灵非他，屈临寒舍。”二人乃入。贾重揖皂帽人，且嘱青眼。俄顷，出酒食，团坐相饮。贾问：“舍甥何事，遂烦勾致？”皂帽人曰：“大王驾诣浮罗君，遇令甥颠踬，使我捽得来。”贾问：“见王未？”曰：“浮罗君会花子案，驾未归。”又问：“阿甥将得何罪？”答言：“未可知也。然大王颇怒此等辈。”缪在侧，闻二人言，觳觫汗下，杯箸不能举。无何，皂帽人起，谢曰：“叨盛酌，已径醉

【今译】

回来。”贾某又问：“我外甥会定什么罪？”黑帽人回答说：“还不知道。不过大王很痛恨这种人。”缪永定在旁边听了二人的谈话，浑身发抖，汗水直流，连酒杯和筷子都拿不起来。不久，黑帽人起身表示谢意说：“叨扰你备办了这么丰盛的酒菜，我已经喝醉了。我先把令甥托付给你，等大王回来，容我再登门拜访。”说完便起身离去。

贾某对缪永定说：“你没有兄弟，父母把你视为掌上明珠，从来舍不得斥责你。你十六七岁时，三杯酒过后，就醉话连篇，找别人的岔，稍不合意，就光着身子砸门叫骂。那时认为你年纪小。没想到分别十多年，你还是一点儿也不长进，现在可怎么办？”缪永定跪在地上，痛哭流涕，只是说自己悔之莫及。贾某把缪永定拉起来说：“我在这里卖

aliuliza.

"Hapana, mfalme wa kuzimu alipoelekea kwa bwana Fuluo alimkuta mpwa wako akifanya fujo na kuchafua hewa kwa matusi baada ya kulewa chakari, akaniamrisha nimkamate." Dongling alimjibu.

"Baada ya hapo ulionana na mfalme wa kuzimu?" Jia aliendelea kuuliza.

"Sijaonana naye. Yeye bado yuko kwa bwana Fuluo kuchunguza kesi moja, na hajarudi mpaka saa hii."

"Mpwa wangu atahukumiwa adhabu gani?"

"Hata sijui. Mfalme wa kuzimu anamchukia mtu wa aina hiyo!" Dongling alijibu kwa kutilia mkazo.

Miao aliposikiliza majibizano yao alitetemeka kwa hofu huku jasho jembamba likimtoka, hata akashindwa kushika bilauri ya pombe na vijiti vya kulia. Baada ya muda mfupi, mtu aliyevaa kofia nyeusi alisimama na kumshukuru Jia, akisema, "Pombe na chakula ni vizuri, nimesha lewa tayari, sasa huyu kijana ninakukabidhi wewe, mfalme atakaporudi, nitakuja kukutembelea tena na kumchukua." Kisha akamuaga.

Jia alimwambia Miao, "Mpwa wangu, tangu utotoni hukuwa na ndugu yeyote, wazazi wako walikutunza kama walivyotunza mboni ya jicho. Walikuwa hawadiriki kukuasa 1olote. Ulipofikia

517

【原文】

矣。即以令甥相付托。驾归，再容登访。"乃去。

　　贾谓缪曰："甥别无兄弟，父母爱如掌上珠，常不忍一诃。十六七岁时，每三杯后，喃喃寻人疵，小不合，辄挺门裸骂。犹谓稚齿。不意别十馀年，甥了不长进。今且奈何？"缪伏地哭，惟言悔无及。贾曳之曰："舅在此业酤，颇有小声望，必合极力。适饮者乃东灵使者，舅常饮之酒，与舅颇相善。大王日万几，亦未必便能记忆。我委曲与言，浼以私意释甥去，或可允从。"即又转念曰："此事担

【今译】

酒，还有点儿小名气，我一定会尽力的。刚才喝酒的人是东灵大王的使者，我经常请他喝酒，他与我也很要好。大王日理万机，也未必就能记住你。我委曲婉转地跟他说说，央求他顾念私情，把你放走，也许他能答应。"随即又转念一想说："这事风险很大，非有十万两银子不能了结。"缪永定表示感谢，痛快答应由自己承担费用，贾某承诺为外甥说情。这天缪永定便在舅舅家里过夜。第二天，黑帽人很早就来探望。贾某请求与黑帽人私下交谈，谈了好一阵子，前来告诉缪永定说："谈妥啦。他再过一会儿就会再来。我先把所有的钱都给他，作为抵押，剩下的等你回去慢慢凑足了给他。"缪永定高兴地说："一共要多少钱？"贾某说："十万钱。"缪永定说："我哪里弄得来这么多钱？"贾某

umri wa miaka kama kumi na sita hivi tayari ulikuwa shabiki wa ulevi. Ukinywa bilauri mbili tatu huwa unawachokoza watu kwa maneno machafu. Wakati mwingine ulivunja milango ya watu na kutoa matusi machafu. Wakati ule wazazi wako waliona kwamba ulikuwa bado mdogo, hukuyaelewa mambo ya dunia. Kumbe bado hujabadilika hata kidogo tangu pale tulipoagana kwa muda wa zaidi ya miaka kumi. Sasa umejipalia makaa, sijui utafanyaje?" Miao akiwa amelala kifudifudi sakafuni, alilia huku akijilaumu kwa majuto. Mjomba wake alimwinua na kusema,"Usilie, nimefungua mkahawa mmoja katika sehemu hii na ninajulikana kidogo kwa sifa nzuri. Nitajaribu kukusaidia. Mtu yule aliyekuja kunywa pombe sasa hivi ni mjumbe Dongling. Nilikuwa nikimwalika kunywa pombe mara kwa mara, tunawasiliana vizuri. Mfalme wa kuzimu anashughulikia mamia ya kesi kila siku, sidhani kama anaweza kukumbuka kila kesi. Nitaongea na yule mjumbe ili akuachie huru kisirisiri, pengine atakubali." Baada ya kutafakari kwa muda, mjomba wake alisema,"Hili si jambo dogo na haliwezi kufanikiwa pasipo na fedha. Kiasi cha maelfu ya wakia," Miao alimshukuru mjomba wake. Akakubali kutoa idadi hiyo ya fedha. Kisha akabakia katika familia ya mjomba wake.

519

Kesho yake mapema, yule mjumbe alikuja nyumbani kwa Jia. Jia alizungumza naye kwa muda. Halafu alimwambia mpwa

【原文】

负颇重，非十万不能了也。"缪谢，锐然自任，诺之。缪即就舅氏宿。次日，皂帽人早来觇望。贾请间，语移时，来谓缪曰："谐矣。少顷即复来。我先罄所有，用压契，馀待甥归，从容凑致之。"缪喜曰："共得几何？"曰："十万。"曰："甥何处得如许？"贾曰："只金币钱纸百提，足矣。"缪喜曰："此易办耳。"

待将亭午，皂帽人不至。缪欲出市上，少游瞩。贾嘱

【今译】

说："只要一百挂金裱纸钱就够了。"缪永定大喜，说："这好办。"

一直等到快正午了，黑帽人还没来。缪永定想去逛街，稍微游览一番。贾某嘱咐别走远了，他一口答应，走出门来。只见街市里巷，交易贩卖，与人间完全一样。他来到一个地方，插着荆棘的墙垣非常高峻，似乎是一座监狱。监狱对门有一家酒店，乱哄哄地进进出出的人很多。酒店外有一条如带的小溪，溪中翻涌着黑水，深不见底。缪永定正停下脚步看那溪水，就听见酒店里有一人大喊："缪君从哪里来？"缪永定忙看是谁，原来是邻村的翁生，十年前的文字之交。翁生快步走出店来，握着缪永定的手，像生前一样快活。他们随即在酒店里随便喝一些酒，各叙别后的情况。缪

wake,"Tumesha afikiana, baada ya muda atakuja tena. Kwanza nitampa fedha zote nilizonazo ili tuweze kumaliza shughuli ya hati. Na baada ya kurudi kwenu ujaribu kukamilisha kiasi cha fedha zilizobaki na uje kunikabidhi." Kwa jumla ni kiasi gani?" Miao aliuliza kwa furaha.

"Wakia elfu kumi." Mjomba wake alijibu.

"Nitawezaje kupata fedha nyingi kiasi hicho?" Miao aliuliza kwa unyonge.

"Nunua fedha za karatasi kiasi cha mabunda mia moja inatosha."

"Hiyo si kazi," Miao alidakiza.

Hadi kufikia adhuhuri, mjumbe yule alikuwa hajafika bado. Miao alitaka kwenda kunyoosha miguu mitaani. Mjomba wake alimwagiza asiende mbali. Miao alikubali kisha akatoka nje. Pale mtaani kulikuwa na watu wengi wakiwemo wafanyabiashara kama dunia ya binadamu. Alifika katika sehemu moja ambayo ilikuwa na mzunguko wa ukuta mrefu juu ya ukuta kulikuwa na nyasi zenye miiba kama gereza. Mkabala wake, kulikuwa na mkahawa mmoja. Watu wengi walikuwa wakiingia na kutoka. Nyuma ya mkahawa huo kulikuwa na kijito kimoja ambacho kilibubujika maji meusi lakini kina chake hakikukadirika. Alisimama na kukiangalia. Mara alisikia mtu mmoja akimwuliza

【原文】

勿远荡，诺而出。见街里贸贩，一如人间。至一所，棘垣峻绝，似是囹圄。对门一酒肆，纷纷者往来颇夥。肆外一带长溪，黑潦涌动，深不可底。方伫足窥探，闻肆内一人呼曰："缪君何来？"缪急视之，则邻村翁生，故十年前文字交。趋出握手，欢若平生。即就肆内小酌，各道契阔。缪庆幸中，又逢故知，倾怀尽醴，酣醉，顿忘其死，旧态复作，渐絮絮瑕疵翁。翁曰："数载不见，若复尔耶？"缪素厌人道

【今译】

永定正庆幸自己能回人间，又遇见老友，于是开怀痛饮，喝得大醉，顿时忘了自己是死人，老毛病重新发作，逐渐絮絮叨叨地指责翁生。翁生说："几年不见，你酒后还这样？"缪永定一向讨厌别人提自己酒后昏乱的行为，听了翁生说的，更加愤怒，便一拍桌子，顿足破口大骂。翁生瞥了他一眼，一甩袖子，走出酒店。缪永定追赶到溪头，扯下翁生的帽子，翁生生气地说："你真是个胡作非为的人！"便把缪永定推落到溪水中。溪水并不太深，但水中立着繁密的尖刀，刺穿他的肋部和小腿，只要艰难地动上一动，就会痛彻骨髓，痛贯大脑。黑乎乎的溪水掺杂着屎尿，顺着呼吸进入喉咙，更难忍受。岸上的人挤成一堵墙，都在围观哄笑，并没有一人肯拉他上岸。正当危急时刻，贾某忽然赶到，

kutoka mkahawani, "Bwana Miao umetoka wapi?" Alipoinua kichwa alibaini kumbe ni msomi Weng aliyekaa katika kijiji jirani na chao, miaka kumi kabla alikuwa akisoma pamoja naye. Msomi Weng alitoka nje mbio, akazungumza naye kwa furaha kama alivyokuwa hai hapo kabla. Kisha waliingia mkahawani wakaanza kunywa pombe huku wakisimuliana habari nyingi toka walipoachana. Miao alifurahia kufufuka kwake, pamoja na kukutana na rafiki yake wa zamani. Alianza kuchapa pombe kama komba, akalewa chakari hata akasahau kuwa alikuwa mtu aliyekufa. Ugonjwa wake wa zamani ukamwandama. Na alitoa matusi na kumsema msomi Weng. Weng alisema, "Tuliachana kwa miaka kadhaa, lakini bado hujabadili tabia yako hata kidogo." Miao alichukia kufichuliwa kosa lake, akakasirika, akatwanga meza na kuzidi kumtukana Weng. Kwa muda Weng alimtazama kwa jicho la pembeni, kisha akachomoka nje. Miao alimfuatia mpaka kando kando ya kijito, akaivua kofia ya Weng kwa nguvu. Ndipo Weng akapandisha mori, akamtukana Miao kwa hasira, "Punguani wee!" Mara akamsukuma ndani ya kijito. Kijito hicho hakikuwa na kina kirefu, lakini humo ndani vilikuwapo visu vingi vikali, ncha zao zikielekea juu. Kufumba na kufumbua Miao akachomwa barabara mbavu na misuli ya miguu akahisi maumivu makali yaliyopenya ndani na kuchonyota mifupa. Isitoshe, maji

523

【原文】

其酒德，闻翁言，益愤，击桌顿骂。翁睨之，拂袖竟出。缪追至溪头，捋翁帽，翁怒曰："是真妄人！"乃推缪颠堕溪中。溪水殊不甚深，而水中利刃如麻，刺穿胁胫，坚难动摇，痛彻骨脑。黑水半杂溲秽，随吸入喉，更不可过。岸上人观笑如堵，并无一引援者。时方危急，贾忽至，望见大惊，提携以归，曰："子不可为也！死犹弗悟，不足复为人！请仍从东灵受斧锧。"缪大惧，泣言："知罪矣！"贾乃曰："适东灵

【今译】

见此情景大惊，把缪永定拉上岸，带回家，说："你真是不可救药！至死仍不悔悟，不配再当人了！请你仍然到东灵那里去受刀劈斧剁！"缪永定非常恐惧，流着眼泪说："我知罪了！"贾某这才说："刚才东灵使者前来，等你立字据，你却又去喝酒，游荡不归。他时间紧迫，不能再等，我已立字据，交了一千贯钱，让他先走，馀下应交的钱，以十天为限。你回去后，要赶紧筹措，夜里到村外的旷野荒地里，喊着我的名字，把纸钱烧了，你许下的这个愿就可以了结。"缪永定满口答应。于是贾某催他快走，送到郊外，又嘱咐说："你千万不能食言连累我！"便指明道路，让他回家。

　　当时，缪永定已经僵卧了三天，家人认为他已醉死，但鼻孔间隐约还有一丝气息。这一天，缪永定苏醒过来，大

yale meusi yalichanganywa na vinyesi na mkojo yalipomwingia puani na mdomoni yalimchafulia moyo. Kusema kweli uchungu wake haukuweza kuelezeka. Watu waliosimama ng'ambo ya kijito walimcheka na hakutokea hata mmoja aliyejitolea kumsaidia. Kifo kilipomkazia macho, mjomba wake alikuja, alipoona jinsi mpwa wake alivyokuwa alipigwa na mshangao, haraka akamtoa na kumpeleka nyumbani. Akiwa na chuki na hasira alisema, "Ama kweli umekuwa sikio la kufa lisilosikia dawa: Ingawa umesha kufa lakini bado hujafahamu uzito wa kujirudi, hutabahatika kuwa mtu tena. Ni afadhali uende mwenyewe kukatwa katwa kwa shoka na mtume Dongling." Miao aliposikia hayo alihofu sana. Alisema huku akilia,"Nimesha elewa dhambi yangu." Jia alimwambia, Punde hivi Bwana Dongling alikuja na kukusubiri uandike hati na kutia saini. Sikudhani kamwe kama utakwenda kuchapa pombe tena. Kwa kuwa Bwana Dongling amebanwa na shughuli nyingi, hana wakati wa kukusubiri kwa muda mrefu. Nimesha kuandikia hati na kumpa fedha kiasi cha sarafu milioni moja. Sasa amesha ondoka. Fedha zilizobaki lazima umkabidhi baada ya siku kumi. Ukirudi nyumbani uzikamilishe fedha zile haraka iwezekanavyo. Wakati wa usiku uende kuchoma fedha za karatasi katika mbuga huku ukiniita jina langu, ukifanya hivyo kesi hiyo itaweza kumalizika." Miao aliahidi bila ya kipingamizi. Kisha Jia

525

【原文】

至，候汝为券，汝乃饮荡不归。渠忙迫不能待，我已立券，付千缗令去，馀者以旬尽为期。子归，宜急措置，夜于村外旷莽中，呼舅名焚之，此愿可结也。"缪悉应之。乃促之行，送之郊外，又嘱曰："必勿食言累我。"乃示途令归。

时缪已僵卧三日，家人谓其醉死，而鼻气隐隐如悬丝。是日苏，大呕，呕出黑沈数斗，臭不可闻。吐已，汗湿裀褥，身始凉爽。告家人以异。旋觉刺处痛肿，隔夜成疮，犹

【今译】

吐一场，吐出数斗黑汁，臭不可闻。吐完以后，汗湿透了褥子，身体这才觉得凉爽起来。他把死后的奇遇告诉家人，不久觉得被尖刀刺到的地方肿痛，过了一夜变成了疮，幸好没有太溃烂。十天后，缪永定渐渐能拄着拐杖走路。家人都要他去偿还阴间的欠账，缪永定把费用算了一下，没有几两银子不能备办，于是吝啬起来，说："以前那事也许是醉梦中的幻境。纵然不是幻梦，他以私情把我放走，怎敢让阎王知道？"家人劝他还愿，他不肯听，但心里也提心吊胆，不敢再去酗酒。邻里都为他德行有所长进而高兴，逐渐又与他一起喝酒了。过了一年多，缪永定把阴间报应的事渐渐忘却，心态逐渐放肆，故态也逐渐复发。一天，他在一位同族晚辈的家里喝酒，又在主人席上大骂。主人把他赶出屋去，关上

alimhimiza aondoke upesi. Walipofika kiungani Jia alimwagiza tena, "Hakikisha usisahau yale uliyoahidi na usiniingize katika kesi hiyo." Halafu alimwonyesha njia iliyoelekea dunia ya binadamu na kumwambia arudi huko.

Baada ya kurejea duniani, Miao alikwisha lala kitandani kama kinyago kwa muda wa siku tatu. Watu wa familia yake walidhani alikuwa amekufa kwa ulevi lakini akali ya pumzi ilionekana ikimtoka puani. Siku hiyo Miao aligutuka na kuamka. Akapiga miayo akakohoa na kutapika maji mengi machafu yaliyokuwa na rangi nyeusi. Uvundo wake haukuvumilika kabisa! Alipomaliza kutapika maji yale jasho lililomwamgika lililowanisha godoro lake, wakati huo ndipo akajisikia mwili wake ukianza kuburudika kidogo. Aliwasimulia watu wa familia yake mikasa yote ya ajabu iliyompata tangu pale 'alipokufa'. Mara alijihisi sehemu zilizochomwa na visu vile huko kuzimu zilianza kumwuma na kumvimba. Siku iliyofuata vilitoka vidonda ila havikuoza. Siku kumi baadaye alianza kutembea kwa mkongojo. Watu wa familia yake walimhimiza alipe upesi deni alilodaiwa kuzimuni. Miao alifikiri kuwa fedha zile za karatasi zikinunuliwa itambidi agharimie hela nyingi. Hivyo akapuuza. Alisema, "Mambo yale labda ni ndoto tu baada ya mimi kulewa pombe, hata kama mambo yale ni ya kweli, kwa nini aliniachia huru kisirisiri. Uongo gani

527

【原文】

幸不大溃腐。十日渐能杖行。家人共乞偿冥负，缪计所费，非数金不能办，颇生吝惜，曰："曩或醉梦之幻境耳。纵其不然，伊以私释我，何敢复使冥主知？"家人劝之，不听。然心惕惕然，不敢复纵饮。里党咸喜其进德，稍稍与共酌。年馀，冥报渐忘，志渐肆，故状亦渐萌。一日，饮于子姓之家，又骂主人座。主人摈斥出，阖户径去。缪噪逾时，其子方知，将扶而归。入室，面壁长跪，自投无数，曰："便偿尔负！便偿尔负！"言已，仆地。视之，气已绝矣。

【今译】

大门，径自离开。他在门外叫嚷了一个多时辰，儿子才得到消息，把他扶回家去。一进屋，缪永定面对墙壁，直身跪下，磕头无数，说："这就还你的债！这就还你的债！"说罢仆倒在地，已经断了气了。

atathubutu kumwambia mfalme wa kuzimu?" Watu wa familia yake walimbembeleza aache mapuuza yake lakini yeye alijitia uziwi. Ingawa alikuwa hivyo lakini moyoni alikuwa na wasiwasi mkubwa kutwa kucha, akawa hathubutu kunywa pombe tena. Jamaa na marafiki zake walipoona kaongoka, walifurahi. Baadhi ya wakati walimpa akali ya pombe kisirisiri.

Mwaka mmoja baadaye alizisahau adhabu zote alizotendewa kuzimuni, alianza kunywa pombe tena, lile donda lake likamrudia upya. Siku moja alikwenda kunywa pombe pamoja na mtu mmoja. Huko alifanya fujo na kumtukana mwenyeji wake. Mwenyeji akamfukuza kama mbwa koko, akamfungia mlango. Lakini mlevi huyo aliendelea kumtukana huku akiupiga mateke mlango. Muda si muda, mtoto wake wa kiume alipata habari juu ya baba yake, akaja haraka na kumpeleka nyumbani. Huko nyumbani, aliuelekea ukuta na kuusujudia hali akipiga kelele,"Sasa nalipa deni langu! Nalipa deni langu." Kisha akaanguka chini kama kigogo. Watu wa familia yake walipomwangalia wakabaini kuwa amesha tupa teke la mwisho.

529

赵城虎

【原文】

赵城妪，年七十馀，止一子，一日入山，为虎所噬。妪悲痛，几不欲活，号啼而诉于宰。宰笑曰："虎何可以官法制之乎？"妪愈号咷不能制止。宰叱之，亦不畏惧。又怜

【今译】

赵城有位老太太，七十多岁，只有一个儿子，一天，儿子进山被虎吃掉了。老太太非常悲痛，几乎不想活了，便连哭带号地向县官告状。县令笑着说："老虎怎么能用官法制裁呢？"老太太越发号啕大哭，没人能把她止住。县令加以呵斥，她也不怕。县令又可怜她上了年纪，不忍心对她大发脾气，便答应为她捉虎。老太太伏地不起，一定要等捉虎的公文下达才肯离去。县令无可奈何，便问各个差役，谁能前去捉虎。一个名叫李能的差役，喝得大醉，这时走到县令座前说："我能。"便领了公文退下，老太太这才离去。李能酒醒后就后悔了，但还以为县令只是摆摆样子，姑且摆脱老太太的纠缠，所以也没太在意，到期复命，把文书交回。

CHUI MFADHILI

Katika Mji wa Zhao kulikuwa na bikizee mmoja aliyekuwa na umri zaidi ya miaka sabini. Alikuwa na mwana mmoja tu. Siku moja, mwanawe alikwenda mlimani, akaliwa na chui. Bikizee alipatwa na simanzi isiyo na kifani hata akawa anatamani kwenda kule wasikorudi watu. Akiwa analia kwa sauti kubwa alikwenda katika boma la wilaya, akamshtaki chui kwa mkuu wa wilaya. Mkuu wa wilaya alicheka na kusema, "Chui anawezaje kuadhibiwa na sheria?" Bikizee akazidi kubwaga kilio kikubwa. Mkuu wa wilaya alipomkemea, bikizee hakumwogopa hata kidogo. Hata hivyo, mkuu huyo hakuweza kumkatili kwa sababu alikuwa amezeeka. Mwishowe akamwahidi kutoa amri ya kumsaka yule chui. Bikizee kwa majonzi mengi alipiga magoti sakafuni mpaka aone mwenyewe waraka wa kumsaka chui mhalifu ukitolewa.

Mkuu wa wilaya bila ya kuwa na la kufanya akawauliza watumishi wake, "Nani aliyejasiri kiasi cha kuweza kumsaka chui?" Mtumishi mmoja aliyeitwa Li Neng baada ya kulewa chakari alimwambia mkuu wake, "Mimi ninaweza kumsaka chui." Li aliondoka baada ya kupewa waraka wa kumsaka chui na bikizee aliondoka vile vile. Wakati pombe zilipomwishia, Li

531

【原文】

其老，不忍加威怒，遂诺为捉虎。妪伏不去，必待勾牒出，乃肯行。宰无奈之，即问诸役，谁能往者。一隶名李能，醺醉，诣座下，自言："能之。"持牒下，妪始去。隶醒而悔之，犹谓宰之伪局，姑以解妪扰耳，因亦不甚为意，持牒报缴。宰怒曰："固言能之，何容复悔？"隶窘甚，请牒拘猎户，宰从之。隶集诸猎人，日夜伏山谷，冀得一虎，庶可塞责。月馀，受杖数百，冤苦罔控。遂诣东郭岳庙，跪而祝

【今译】

县令怒气冲冲地说："你本来说能捉虎，怎容翻悔？"李能非常为难，请求行文召聚猎户服役，县令依言而行。李能把众猎户召集起来，日夜潜伏在山谷里，希望捉到一只虎，或许便可交差。可是过了一个多月也没捉到，挨了好几百板子，冤苦无处可诉。李能便前往东郊山神庙，跪下祷告，痛哭失声。一会儿，一只虎从外面走进来。李能惊愕万分，怕被吃掉。老虎走进庙来，根本不看别处，蹲在大门里面。李能祷告说："如果是你吃了老太太的儿子，就低下头来让我绑上。"便拿出绳索系住虎颈，虎则俯首帖耳地让他绑。李能把虎牵到县衙，县令问虎说："老太太的儿子是你吃的吗？"虎点点头。县令说："杀人应该处死，是自古就有的

alijuta. Alidhani kwamba labda mkuu wa wilaya alijitia kumsaka chui ili kumridhisha bikizee tu. Kwa hiyo alimrejeshea mkuu waraka ule. Mkuu wa wilaya alifura kwa hasira, akasema, "Wewe mwenyewe ndiwe uliyesema kuwa unaweza kumsaka chui, imekuwaje sasa unajuta?" Li kwa woga mwingi aliomba amri itolewe kwa wawindaji ili wakamsake yule chui. Bila ya kusita mkuu wa wilaya akakubali ombi lake.

Li alikusanya wawindaji wengi, kutwa kucha walijificha mabondeni. Walitamani kumsaka chui angalau mmoja, maana kufaulu jambo hilo kungeweza kumridhisha mkuu wa wilaya. Mwezi mmoja ulipita bila chui kupatikana. Li akachapwa kwa gongo mara nyingi. Hata hivyo, alishindwa kujieleza, kwani mateso hayo alijitakia yeye mwenyewe. Hatimaye alikwenda katika hekalu moja lililokuwa upande wa mashariki ya mji akapiga magoti na kutambika huku akilia kwa uchungu mpaka sauti yake ikakauka. Punde si punde, chui mmoja akaingia ndani ya hekalu. Li alishtuka sana akafikiri kuwa ataliwa na chui huyo. Chui alipofika ndani alichutama kati kati ya mlango bila kutazama huku wala huko. Li alimbembeleza akisema, "Tafadhali ukubali nikufunge kamba iwapo ndiwe uliyemwua mwana wa bikizee." Kisha alitoa kamba, akamfunga shingoni. Chui alipokuwa akifungwa alitulia tuli kwa utiifu mkubwa.

Baadaye Li alimburura chui mpaka katika boma la wilaya.

533

之，哭失声。无何，一虎自外来。隶错愕，恐被咥噬。虎入，殊不他顾，蹲立门中。隶祝曰："如杀某子者尔也，其俯听吾缚。"遂出缧索絷虎颈，虎帖耳受缚。牵达县署，宰问虎曰："某子，尔噬之耶？"虎颔之。宰曰："杀人者死，古之定律。且妪止一子，而尔杀之，彼残年垂尽，何以生活？倘尔能为若子也，我将赦之。"虎又颔之。乃释缚令去。

【今译】

法律。而且老太太只有一个儿子，却被你吃了，她残年将尽，怎么生活？假如你能当她的儿子，我就免你的罪。"虎又点点头。于是松了绑，让它走了。

老太太正怨县令不杀虎给儿子偿命，黎明开门时，门口却有一只死鹿。于是她卖掉鹿肉鹿皮，用来作为维持生活的费用。从此，这便成为惯例，有时虎还衔来钱财，丢到院子里。老太太从此富裕起来，虎对她的奉养超过自己的儿子，所以她心里暗中感激这只虎。虎来时，经常趴在屋檐下，整天不走，人畜相安，互不猜忌。几年后，老太太死了，虎来到堂前吼叫示哀。老太太平时的积蓄用来料理丧葬之事绰绰有馀，族人便一起把她埋葬。坟刚堆好时，虎又骤然跑来，

Mkuu wa wilaya alitokea kumwuliza chui, "Ni wewe uliyemla mwana wa bikizee mmoja?" Chui akaitikia kwa kichwa, mkuu wa wilaya akasema, "Adhabu ya kuua ni mauti, hii ni sheria iliyotungwa toka zamani. Bikizee yule alikuwa na mwana mmoja tu ambaye ulimla wewe, atawezaje kujishughulisha na maisha hali amezeeka? Nitakuachia huru iwapo utaweza kubeba jukumu la mwanawe." Chui aliinamisha kichwa tena. Kisha mkuu wa wilaya alimfungua ile kamba na kumruhusu aondoke.

Bikizee yule aliposikia habari hiyo, alimlalamikia mkuu wa wilaya na kumwuliza kwa nini asimwue yule chui ili ayafidie maisha ya mwanawe. Kesho yake asubuhi bikizee alipofungua mlango wa chumba cha kuwekea kuni, alimkuta paa mmoja aliyekuwa amekufa, akamchuna, akapata nyama na ngozi yake, akaviuza ili ajipatie senti za kusukuma maisha. Tangu siku hiyo mambo kama hayo yalifululiza kutokea. Wakati mwingine chui alileta fedha au vitambaa, kisha akavitupa katika ua wa bikizee. Kutokana na hali hiyo, bikizee alikuwa akitajirika siku hadi siku. Kweli chui huyo alimhudumia bikizee vizuri kiasi ambacho twaweza kusema alimzidi mwanawe aliyekufa. Moyoni bikizee alimshukuru sana chui. Chui alizoea kulala chini ya upenu wa nyumba ya bikizee na wakati mwingine alishinda nyumbani kwake akimlinda. Bikizee na chui waliishi kwa amani, wote wawili waliaminiana bila ya kutiliana mashaka.

【原文】

　　媪方怨宰之不杀虎以偿子也，迟旦启扉，则有死鹿。妪货其肉革，用以资度。自是以为常，时衔金帛掷庭中。妪从此致丰裕，奉养过于其子，心窃德虎。虎来，时卧檐下，竟日不去，人畜相安，各无猜忌。数年，妪死，虎来吼于堂中。妪素所积，绰可营葬，族人共瘗之。坟垒方成，虎骤奔来，宾客尽逃。虎直赴冢前，嗥鸣雷动，移时始去。土人立义虎祠于东郊，至今犹存。

【今译】

吓得宾客一逃而光。虎直接来到坟前，发出如雷的哀号，过了一阵子才离去。本地人在东郊建了一座"义虎祠"，至今还在。

Miaka kadhaa ilipita, bikizee naye akafa, chui akalia kwa uchungu mkubwa. Fedha ambazo bikizee alikuwa amezidunduliza zilitosha kulipia gharama zote za mazishi. Jamaa wote walikuja katika mazishi ya bikizee huyo. Kaburi lake lilipokuwa tayari, chui alijitokeza na wageni wote wakakimbia kwa kumwogopa. Chui alilielekea kaburi la bikizee huku akilia kwa sauti kubwa mfano wa mingurumo ya radi. Baada ya kulia kwa muda mrefu akaondoka.

Hatimaye wenyeji wa sehemu hiyo walijenga "Hekalu la Chui Mfadhili" katika kiunga cha mashariki ya mji. Hekalu hili mpaka leo bado lingalipo.

大中华文库

酒虫

【原文】

长山刘氏，体肥嗜饮。每独酌，辄尽一瓮。负郭田三百亩，辄半种黍，而家豪富，不以饮为累也。一番僧见之，谓其身有异疾。刘答言："无。"僧曰："君饮尝不醉否？"

【今译】

长山县刘某，身体肥胖，嗜酒成性。他每次独自喝酒，总是能喝光一坛子酒。他有靠近城郊的良田三百亩，总是用一半去种黍子，由于家中非常富有，喝酒也并不成为拖累。有一位西域僧人看到刘某，说刘某身上有一种奇特的病。刘某回答说："没有。"僧人说："你是不是喝酒从来不醉？"刘某说："有这回事。"僧人说："这是因为你有酒虫。"刘某大为惊愕，便请僧人给予治疗。僧人说："这好办。"刘某问："需要什么药？"僧人说一概不需要，只是让刘某在中午的烈日下俯卧，绑好手足，在离头半尺左右处放一坛美酒。过了一段时间，刘某感到口干舌燥，极想喝

MDUDU WA KILEO

Hii ni hadithi kuhusu Bwana Liu wa Wilaya ya Changshan, Mkoa wa Shandong, ambaye alikuwa mtu mnene na alipenda kunywa kileo. Kila alipokunywa kileo aliweza kumaliza mtungi mzima peke yake. Alikuwa na kiasi cha hekta 50 za konde yenye rutuba iliyokuweko karibu na mji. Nusu yake alipanda mawele. Yeye alikuwa tajiri, kwa hiyo hakuwa na shida ya kupata kileo.

Siku moja, mtawa aliyekuja kutoka nchi nyingine alimwona na kumwambia kuwa ana ugonjwa wa ajabu.

"Sina ugonjwa wowote," Liu alijibu.

"Bwana, ulipokunywa kileo hukuwahi kulewa, siyo?" Mtawa alimwuliza.

"Sawa! Sikuwahi."

"Sababu ni kuwa una mdudu wa kileo tumboni."

Liu alishangaa na kumwomba amtibu.

【原文】

曰："有之。"曰："此酒虫也。"刘愕然，便求医疗。

曰："易耳。"问："需何药？"俱言不须，但令于日中俯
卧，絷手足，去首半尺许，置良酝一器。移时，燥渴，思饮
为极。酒香入鼻，馋火上炽，而苦不得饮。忽觉咽中暴痒，
哇有物出，直堕酒中。解缚视之，赤肉长三寸许，蠕动如
游鱼，口眼悉备。刘惊谢，酬以金，不受，但乞其虫。问：
"将何用？"曰："此酒之精。瓮中贮水，入虫搅之，即成

【今译】

酒。这时酒香扑面而来，馋火向上越烧越烈，却深受喝不到
口的折磨。忽然，他觉得喉咙奇痒，哇的一声吐出一个东
西，直接掉到酒里。松绑后，刘某一看，原来是一块三寸左
右的红肉，像游鱼一样蠕动着，口眼俱全。刘某吃惊地向僧
人表示感谢，给他钱，他不要，只要这个肉虫。刘某问：
"这虫有什么用？"他说："这是酒的精华。瓮中盛好水，
把酒虫放进去再加以搅动，立即就成了美酒。"刘某让他演
试，果然如此。刘某从此厌酒，视酒如仇，他的身体逐渐变
瘦，家境日益贫困，后来到了吃饭不能自给的地步。

异史氏说：一天喝一石酒，不影响富有；一斗酒也不喝，

"Ni jambo rahisi." Mtawa alikubali.

"Inanihitaji nile dawa gani?"

"Hakuna haja kula dawa yoyote," mtawa alijibu.

Baada ya maongezi hayo, mtawa alimwambia Liu alale kifudifudi

juani na alimfunga mikono na miguu kwa kamba, halafu akaweka bakuli moja lililojaa kileo umbali wa nusu futi hivi na alipo bwana huyo. Baada ya muda, bwana Liu alianza kusikia kiu, kisha akataka kunywa kileo. Harufu nzuri ya kileo ilikuwa inaingia puani mwake. Uchu wake wa kunywa kileo ulikuwa unaongezeka lakini hakuweza kupata kileo hata tone moja. Ghafla alihisi anawashwa kooni. Muda mfupi tu baadaye, alitapika na kitu fulani kikatoka, nacho kiliangukia moja kwa moja katika bakuli lile la kileo. Baada ya bwana Liu kufunguliwa zile kamba alizofungwa, alisogea karibu na bakuli kuangalia tapishi lake, akaona mdudu mwekundu mwenye urefu wa inchi tatu hivi akiogelea katika kileo kama samaki, Mdudu huyo wa ajabu alikuwa na mdomo na macho. Bwana Liu alipata mshtuko na alimshukuru mtawa kwa

541

【原文】

佳酿。"刘使试之，果然。刘自是恶酒如仇，体渐瘦，家亦日贫，后饮食至不能给。

异史氏曰：日尽一石，无损其富；不饮一斗，适以益贫：岂饮啄固有数乎？或言："虫是刘之福，非刘之病，僧愚之以成其术。"然欤，否欤？

【今译】

反而更加贫困。难道饮食本来就有定数吗？有人说："酒虫是刘某的福，不是刘某的病，僧人用方术愚弄了他。"是不是这样呢？

dhati ya moyo wake. Alitaka kumzawadia dhahabu lakini mtawa

hakukubali kuipokea ila aliomba kupewa huyo mdudu tu.

"Unamtaka kumfanyia nini?"

"Huyu ni roho ya kileo. Ukitia maji ndani ya mtungi, halafu

kutumbukiza mdudu huyo ndani na kuyakoroga maji hayo, utaweza

kupata kileo kitamu," mtawa alijibu. Bwana Liu alimwomba

mtawa ajaribu. Mtawa alipojaribu, maji kweli yalibadilika kuwa

kileo bora.

Tangu hapo, bwana Liu alichukia kileo na akaanza kukonda.

Zaidi ya hayo, familia yake ikawa maskini siku baada ya siku,

hata mwishowe hakuweza kujimudu.

543

布客

【原文】

　　长清某，贩布为业，客于泰安。闻有术人工星命之学，诣问休咎。术人推之曰："运数大恶，可速归。"某惧，囊赀北下。途中遇一短衣人，似是隶胥，渐渍与语，遂相知

【今译】

　　长清县的某人以卖布为业，客居于泰安。他听说有个术士精通星命之学，便去问祸福。术士推算一番说："你的运数很糟糕，应快快回家。"卖布的为之恐惧，带着钱财北归。他在途中遇到一个身穿短衣的人，像是差役，渐渐在一起交谈，便互相熟悉亲热起来。卖布的多次买来餐饮，招呼短衣人一起吃喝，短衣人甚为感激。卖布的问短衣人去办什么事，短衣人回答说："准备到长清县去捉人。"卖布的问捉什么人，短衣人拿出公文，让他自己细看，公文上第一个写的就是卖布人自己的姓名。卖布人惊骇地说："为什么抓我？"短衣人说："我不是活人，而是嵩里山东四司的差

MUUZA VITAMBAA

Katika Wilaya ya Changqing kulikuwa na mtu mmoja ambaye alikuwa akiuza vitambaa. Siku moja alikwenda kufanya biashara katika Wilaya ya Taian. Aliposikia kuwa pale alikuwepo mpiga ramli hodari, alikwenda kumwona na kujaribu bahati yake. Mpiga ramli alimwambia, "Bahati yako haitakuwa nzuri, afadhali urudi nyumbani upesi." Muuza vitambaa aliogopa sana, hivyo alifunga vitu vyake akaelekea kwao.

Akiwa njini anarudi, muuza vitambaa huyo alikutana na mtu mmoja aliyevaa mavazi mafupi. Mtu huyo alionekana kama mtumishi wa bomani. Polepole alimkaribia na kuanza kuzungumza naye. Watu hao walikuwa wakizungumza vizuri, wakawa marafiki wa kushibana. Muuza vitambaa alipokuwa akienda kunywa pombe kilabuni alimwalika mtumishi huyo, naye alimshukuru. Muuza vitambaa alimwuliza alikokuwa akielekea, naye akamjibu, "Naenda kuwakamata watu katika Wilaya ya Changqing." Muuza vitambaa alimwuliza atakwenda kuwakamata akina nani, mtumishi

【原文】

悦。屡市餐饮，呼与共啜，短衣人甚德之。某问所干营，答言："将适长清，有所勾致。"问为何人。短衣人出牒，示令自审，第一即己姓名。骇曰："何事见勾？"短衣人曰："我非生人，乃蒿里山东四司隶役。想子寿数尽矣。"某出涕求救，鬼曰："不能。然牒上名多，拘集尚需时日。子速归，处置后事，我最后相招，此即所以报交好耳。"无何，至河际，断绝桥梁，行人艰涉。鬼曰："子行死矣，一文亦将不去。请

【今译】

役。想必是你的寿命到头了。"卖布人流着泪水求救。鬼差说："我没办法。不过公文上名字很多，捉到一起还需要一些时日。你快回家处理后事，我最后招你，这就是我对交情的报答了。"不久，来到河边，河上桥梁已断，行人艰难地趟水过河。鬼差说："你要死啦，一文钱也带不走。请马上建一座桥来方便行人，虽然花费许多钱财，但对你未必没有一点儿好处。"卖布的深以为然。

卖布的回家后告诉妻子准备棺材衣物，又限期招集工匠修建新桥。过了多日，鬼差始终没来，卖布的心里暗生疑虑。一天，鬼差忽然前来说："我已经把建桥的事上报城

akatoa waraka wake na kumpa asome mwenyewe. Katika waraka huo ulionyesha kwamba mtu wa kwanza atakayekamatwa ndiye huyo muuza vitambaa. Muuza vitambaa alishtuka sana, akasema, "Kwa nini nikamatwe?"

"Mimi siyo binadamu, bali ni mtumishi wa ofisa wa kuzimu katika Mlima wa Songli, nadhani siku zako zinahesabika sasa."

Muuza vitambaa alimwomba msaada huku akilia. Mzimu alisema, "Siwezi kukuokoa, lakini katika waraka huo watu wengi wameorodheshwa majina yao, itachukua muda mrefu kuwakamata. Sasa wewe rudi nyumbani upesi ili uwahi kushughulikia mambo kabla ya kuaga dunia. Utakuwa wa mwisho kuitwa. Nikifanya hivyo nadhani nitakuwa nimeshazingatia urafiki wetu au sivyo?"

Muuza vitambaa hakujua la kufanya. Punde si punde wakafika kando ya mto. Huko waliona daraja la mto limekatika, na wapita njia wote walikuwa wakiburura miguu kwenye maji kwa taabu. Mzimu akamwambia, "Unakaribia kufa, hata senti moja hutaweza kuondoka nayo, nakushauri ujenge daraja moja kwa fedha zako ili kuwanufaisha wapita njia. Ukifanya hivyo bila ya shaka utatumia fedha nyingi lakini nafikiri wewe mwenyewe vilevile utafaidika sana." Muuza vitambaa akakubali.

547

【原文】

即建桥，利行人，虽颇烦费，然于子未必无小益。"某然之。

　　归，告妻子作周身具，尅日鸠工建桥。久之，鬼竟不至，心窃疑之。一日，鬼忽来曰："我已以建桥事上报城隍，转达冥司矣，谓此一节可延寿命。今牒名已除，敬以报命。"某喜感谢。后再至泰山，不忘鬼德，敬赍楮锭，呼名酹奠。既出，见短衣人匆遽而来曰："子几祸我！适司君方莅事，幸不闻知，不然，奈何！"送之数武，曰："后勿复来。倘有事北往，自当迂道过访。"遂别而去。

【今译】

隍，城隍已经转达阴司，阴司说这一件事可以延长寿命。如今公文上的名字已经除掉，我特意告诉你一声。"卖布的高兴地表示感谢。后来，卖布的又来到泰山，他念念不忘鬼差的恩德，恭敬地烧化纸钱，喊着鬼差的名字加以祭奠。刚出庙门，只见鬼差匆忙走来说："你几乎害了我！幸亏东四司的长官刚才正在办公，不知此事，要是知道了，可怎么办！"送了卖布的几步，说："以后你别再来。如果我有事到北边去，自然会绕道前去拜访。"便告别离去。

Muuza vitambaa aliporudi nyumbani alimwambia mkewe amtayarishie sanda na siku hiyo hiyo aliwaajiri wafanyakazi na kuzindua mradi wa kujenga daraja. Muda mrefu ulipita, mzimu alikuwa bado hajamwita, muuza vitambaa akajawa na wasiwasi.

Siku moja, mzimu alikuja ghafla, alimwambia, "Nilimweleza malaika wa ulinzi juu ya mradi wa kujenga daraja, naye alimwarifu ofisa wa kuzimu vilevile. Ofisa huyo alisema kuwa kutokana na mradi huo maisha yako yanaweza kurefushwa. Sasa nimekuja kukuambia kwamba amri ya kukukamata imeshafutwa." Muuza vitambaa alimshukuru kwa furaha.

Baadaye, muuza vitambaa alikwenda tena katika Mlima Tai. Hakuwa amesahau wema wa yule mzimu. Alimchomea fedha za karatasi, akamwaga pombe ardhini kwa ajili ya kutambika huku akitaja jina lake. Alipokuwa akitoka mlangoni mwa hekalu alimwona mzimu yule akimjia kwa haraka, akisema, "Nusura unimalize! Kwa bahati nzuri ofisa wa kuzimu amekuwa akifanya kazi ofisini, hakuwa na habari hiyo, akigundua jambo hilo, tutafanyaje?" Mzimu alimsindikiza hatua kadhaa, kisha akamwambia, "Usije hapa tena. Ukiwa na shughuli muhimu uelekee upande wa kaskazini, nami nitakutembelea kwa njia ya mzunguko." Kisha wakaagana.

549

农人

【原文】

　　有农人芸于山下，妇以陶器为饷。食已，置器垄畔。向暮视之，器中馀粥尽空。如是者屡。心疑之，因睨注以觇之。有狐来，探首器中。农人荷锄潜往，力击之。狐惊

【今译】

　　有一个农民在山下除草，妻子用陶罐给他送饭。农民吃完饭，把陶罐放在田垄旁边。到傍晚一看，陶罐中的剩粥全都没了，一连几次都是这样。农民心怀疑虑，从一旁斜着眼睛注意察看。只见有一只狐狸前来，把头伸进陶罐里。农民拿着锄头悄悄上前，用力猛打，狐狸惊慌逃窜，可是陶罐套在头上，很难摆脱。狐狸跌了一跤，碰碎了陶罐，露出头来，看见农民，逃得更快，翻山跑了。

　　几年以后，山南有个大户人家的女儿深受狐狸纠缠作祟的困扰，画符驱邪都不灵验。狐狸对那女儿说："纸上的符咒，能把我怎样！"女儿哄骗狐狸说："你的道术很深，

MKULIMA

Hapo zamani za kale aliondokea mkulima mmoja aliyekuwa akilima shamba chini ya mlima. Chakula chake cha mchana kilichoandaliwa na mkewe kiliwekwa ndani ya mtungi. Baada ya kula, mkulima huyo aliuweka mtungi wake kando kando ya matuta. Magharibi iliposhuka mkulima huyo aliuchukua mtungi na kuuchungulia, akagundua kuwa uji uliobakia haukuwemo tena. Mambo kama haya yalifululiza kutokea kwa muda mrefu. Mkulima huyo alistaajabu, hivyo basi ilimbidi afanye kazi huku akiutupia macho mtungi wake. Muda si muda, akamwona mbweha mmoja akiujia mtungi wake na kuingiza kichwa chake mtungini. Bila ya kukawia, mkulima huyo alitwaa jembe lake, akamnyatia na kumpiga kwa kishindo. Mbweha akatimua vumbi lakini kichwa chake kilikuwa kimekwama mtungini , akawa ameshindwa kujivua ule mtungi. Kwa bahati, mbweha alipokuwa akikimbia alianguka na ule mtungi, nao ukavunjika na kufanya kichwa chake kijitokeze. Alipomwona yule mkulima akimfuatia bila kusita, akazidi kutimua mbio kama mshale, akakwea mlima na kushuka upande wa pili.

Miaka kadha baadaye, huko kusini mwa mlima paliondokea

551

【原文】

窜走，器囊头，苦不得脱。狐颠蹶，触器碎落，出首，见农人，窜益急，越山而去。

后数年，山南有贵家女，苦狐缠祟，敕勒无灵。狐谓女曰："纸上符咒，能奈我何！"女绐之曰："汝道术良深，可幸永好。顾不知生平亦有所畏者否？"狐曰："我罔所怖。但十年前在北山时，尝窃食田畔，被一人戴阔笠，持曲项兵，几为所戮，至今犹悸。"女告父。父思投其所畏，但

552

【今译】

我愿跟你永远相好。但不知你一生也有什么害怕的没有？"狐狸说："我什么都不怕。只是十年前在北山时，我曾到田边偷吃东西，被一个戴大沿斗笠的人拿歪脖子武器差点儿没打死，至今心里还在害怕。"女儿告诉了父亲。父亲想用这个使狐狸害怕的人来治狐狸，但是不知姓名、住址，也没处打听。

恰巧仆人因事来到山村，向人偶然提起此事。旁边有一个人惊讶地说："这与我往年的经历正好相同，莫非我从前追赶的那只狐狸，现在能作怪了？"仆人感到诧异，回去告诉了主人。主人非常高兴，立即吩咐仆人用马把农民接来，恭敬地讲了自己的请求。农民笑着说："以前遇到狐狸实有其事，但未必就是现在这只。况且这只狐狸已能变化作怪，

kigori mmoja, mtoto wa watu. Kigori huyo alirogwa na mbweha mmoja. Japo watu walimwandikia hirizi, hazikufaa kitu. Mbweha alimwambia huyo kigori, "Hirizi zilizochorwa kwenye karatasi zinawezaje kuniogopesha?"

Yule kigori akampaka mafuta kwa mgongo wa chupa akisema, "Kweli umekomaa na usihiri. Ningependa kuunga urafiki nawe daima, lakini sifahamu kama kuna mtu yeyote uliyewahi kumwogopa maishani mwako."

Mbweha akasema, "Siogopi chochote. Ila tu miaka kumi iliyopita nilipokwenda Mlima wa Kaskazini niliwahi kuiba chakula cha mtu mmoja kando kando ya shamba, nusura niuawe na mtu huyo ambaye alikuwa akivaa kofia kubwa kichwani na mkononi akishika silaha ambayo imepinda shingoni. Mtu huyo namwogopa hadi leo."

Halafu yule kigori alimweleza baba yake kisa hiki. Baba yake alitamani sana kumpata mtu huyo aliyeweza kumwogopesha mbweha. Ilivyokuwa mzee huyu hakuwa akilifahamu jina na anwani ya mtu mwenyewe, kwa hivyo akashindwa kumpata. Siku moja mtumishi wake alikwenda katika kijiji kilichokuweko Mni kwa shughuli fulani. Pale aliwahi kumzungumzia jambo hili mtu mmoja. Mtu mwingine aliyekuwepo kando alidakiza kwa mshangao, "Jambo mnalolitaja linafanana sana na jambo lililonifika hapo zamani. Kumbe mbweha yule niliyewahi

MASIMULIZI TEULE YA AJABU KUTOKA
KWENYE UKUMBI WA SOGA
MKULIMA

Mkusanyiko wa Vitabu
Maarufu vya China

553

【原文】

不知姓名、居里，无从问讯。

会仆以故至山村，向人偶道。旁一人惊曰："此与吾曩年事适相符同，将无向所逐狐，今能为怪耶？"仆异之，归告主人。主人喜，即命仆马招农人来，敬白所求。农人笑曰："曩所遇诚有之，顾未必即为此物。且既能怪变，岂复畏一农人？"贵家固强之，使披戴如尔日状，入室以锄卓地，咤曰："我日觅汝不可得，汝乃逃匿在此耶！今相值，决杀不宥！"言已，即闻狐鸣于室。农人益作威怒，狐即哀言乞命。农人叱曰："速去！释汝！"女见狐奉头鼠窜而去，自是遂安。

【今译】

怎会还怕一个农民？"大户人家再三勉强农民去驱邪，让他穿戴成往日的样子，农民走进屋里，以锄头拄地，呵斥说："我天天找你找不到，你原来逃避在这里！今天让我碰上，一定打死，决不饶恕！"说罢便听见狐狸在屋里哀叫。农民越发作出盛怒的样子，狐狸当即哀求饶命。农民呵斥说："快走！这次放了你！"女儿看见狐狸抱头鼠窜而去，从此平安无事。

kumfukuza amekuwa bado akifanya fujo mpaka leo?" Mtumishi aliona ajabu, akarudi nyumbani na kumsimulia bwana wake.

Bwana wake alifurahi sana, mara alimwamrisha mtumishi wake aende huko kumchukua yule mkulima kwa farasi. Bwana huyo alimtafadhalisha mkulima ili amwadhibu yule mbweha. Mkulima alisema kwa tabasamu, "Kweli niliwahi kukutana na mbweha mmoja, lakini sidhani kwamba mbweha mliyemtaja ndiye niliyewahi kukutana naye. Tena kama mbweha huyo amekuwa jasiri wa kufanya fujo, angewezaje kuogopeshwa na mkulima?" Familia hiyo yenye nafasi iling'ang'ania kumwomba mkulima ili amwadhibu mbweha yule. Mkulima akawa hana la kufanya ila kuvalia mavazi yake na kofia kama siku ile alipokuwa shambani. Akaingia chumbani kwa kigori yule, akiwa ameegemea jembe lake, akafoka, "Nimekuwa nikikusaka kila siku, lakini sikukupata. Kumbe umejificha katika chumba cha kigori huyu! Leo tumekutana hapa tena, ama zako ama zangu nitakumaliza. Hakuna cha msalie mtume!"

Mkulima alipokwisha toa kauli yake, akasikia mbweha akilia kwa woga. Mkulima alizidisha ukali wake, mbweha akamnasihi tena na tena kuwa amsamehe. Mkulima alimkemea, "Nenda zako! Sasa nakuachia huru!" Yule kigori akiwa chumbani alimwona mbweha akitorokea nje. Tangu hapo, chumbani kwake kulikuwa salama usalimini.

孝子

【原文】

　　青州东香山之前，有周顺亭者，事母至孝。母股生巨疽，痛不可忍，昼夜嘶呻。周抚肌进药，至忘寝食。数月不瘥，周忧煎无以为计。梦父告曰："母疾赖汝孝。然此创非

【今译】

　　青州城的东面香山的前面有个叫周顺亭的，侍奉母亲极为孝顺。母亲的腿上生了一个大毒疮，疼痛难忍，日夜皱着眉头呻吟不止。周顺亭给母亲按摩上药，以致废寝忘食。然而母亲的病持续了好几个月仍不痊愈，周顺亭忧心如煎，无计可施。一天，周顺亭梦见父亲告诉自己说："你妈的病幸而有你服侍。不过这疮只有外敷人肉膏才能治好，着急难过都没用。"周顺亭醒来，认为此梦异乎寻常。他马上起床，用快刀去割肋上的肉，肉从肋上脱落下来，觉得也不太疼。他急忙用布把腰部缠好，也不怎么往外流血。于是周顺亭把肉煮成膏状，敷在母亲的毒疮上，疼痛顿时终止。母亲高兴地问："这是什么药，这么灵验有效？"周顺亭编个说法搪

MWANA MTIIFU

Karibu na Mlima wa Xiangshan, mashariki ya Mji wa Qingzhou mkoani Shandong, palikuwa na kijana mmoja akiitwa Zhou Shunting. Kijana huyo alimpenda na kumtii mama yake mno.

Mwaka mmoja, jipu moja kubwa lilijitokeza kwenye paja la mama yake. Mama yake aliumwa, kutwa kucha. Zhou alimhudumia mama yake kwa uangalifu, hata wakati mwingine alikuwa anasahau kula na kulala. Miezi kadhaa ilipita, mama yake alikuwa hajapona. Zhou alihuzunika kwa kutokupata njia ya kumponyesha.

557

Siku moja usiku, aliota ndoto ambayo marehemu baba yake alimwambia, "Kupona kwa mama yako kunategemea utiifu wako. Ugonjwa wake hauwezi kupona bila kupaka malhamu itengenezwayo kwa nyama ya binadamu. Sasa unajisumbua

【原文】

人膏涂之不能愈，徒劳焦侧也。"醒而异之。乃起，以利刃割胁肉，肉脱落，觉不甚苦。急以布缠腰际，血亦不注。于是烹肉持膏，敷母患处，痛截然顿止。母喜，问："何药而灵效如此？"周诡对之。母创寻愈。周每掩护割处，即妻子亦不知也。既痊，有巨痕如掌。妻诘之，始得其情。

异史氏曰：刲股为伤生之事，君子不贵。然愚夫妇何知伤生之为不孝哉？亦行其心之所不自已者而已。有斯人而知孝子之真，犹在天壤。司风教者，重务良多，无暇彰表，则阐幽明微，赖兹刍荛。

【今译】

塞过去。不久，母亲的毒疮好了。周顺亭经常遮掩着割肉的部位，就是妻子也不知其事。周顺亭的伤口愈合后，留下一个巴掌似的大伤疤。经妻子追问，才知实情。

异史氏说：割股疗亲是伤生的事，君子不加推崇。但是无知的男女怎知伤生也是不孝呢？他们也只是在做内心中无法不做的事情而已。有这种人，才知道孝子的真面目还存在于天地之间。掌管风俗教化的人，重要的事务很多，没工夫加以表彰，所以阐明隐微的道理，尚有赖于民间普通人去做。

bure." Alipozinduka usingizini alishangaa. Alishuka kitandani na alikata kipande cha nyama ubavuni mwake. Nyama ilidondokea mkononi mwake lakini hakusikia maumivu makali. Alifunga jeraha kwa kitambaa chapuchapu na damu haikutiririka kwa wingi. Basi alikichemsha kile kipande cha nyama mpaka kikawa malhamu, halafu akaibandika malhamu hiyo juu ya kidonda cha jipu la mama yake na mara maumivu ya mama yake yakatokomea. Mama yake alifurahi na kumwuliza, "Ni dawa gani yenye uwezo mkubwa namna hii? " Zhou hakumwambia ukweli. Kidonda cha mama yake kikapona baada ya siku si nyingi. Mara kwa mara Zhou alifunika kwa mkono wake mahali alipokata nyama. Baada ya kupona, akabakiwa na kovu moja kubwa lililokuwa kama kiganja cha mkono. Hata mke wake hakujua jambo hili hapo awali mpaka Zhou alipomwambia.

义犬

【原文】

潞安某甲，父陷狱将死。搜括囊蓄，得百金，将诣郡关说。跨骡出，则所养黑犬从之。呵逐使退，既走，则又从之，鞭逐不返，从行数十里。某下骑，趋路侧私焉，既乃

【今译】

潞安府的某人，父亲陷身牢狱，将被处死。他把积蓄一百两银子都拿出来，准备到府里去疏通关节。这人跨上骡子走出门，他所养的黑狗也跟在身后。他把黑狗呵斥回去，刚一上路，黑狗又在身边跟随，用鞭子也没把它赶回去，随行了数十里。他跳下骡子，到路旁小解，之后用石子打黑狗，黑狗这才跑开。他上路后，黑狗忽然又跑来，去咬骡子的尾巴和蹄子。他生气地用鞭子抽打黑狗，黑狗叫个不停，忽然跳到骡子前面，愤怒地去咬骡子的头，似乎要拦住他的去路。这人认为这不是吉兆，更加生气，便调转方向，骑着骡子往回赶黑狗，见黑狗已经跑远，才回身骑着骡子飞跑起来。抵达潞安府时，天色已经向晚，等他去摸腰间的钱袋

MBWA MWAMINIFU

Baba wa mtu fulani huko Jun ya Lu'an, Mkoa wa Shanxi, alitiwa ndani ya jela na kukaribia kufa. Huyo mtu aliuza mali yake yote, akapata wakia mia za dhahabu. Alitaka kwenda mji mkuu wa Jun hiyo kutoa mlungula kusudi kumwokoa baba yake. Alipoondoka kwao kwa kupanda nyumbu, mbwa mweusi aliyemfuga alinyemelea nyuma yake. Mtu huyo alimrudisha kwa kumkemea lakini baada ya dakika chache akatokea tena na kuendelea kumfuata nyatunyatu. Safari hii, hata alimfukuza kwa kutumia mjeledi, mbwa huyu hakuondoka, akamwandama bwana wake kiasi cha kilomita 20 hivi. Njiani mtu huyo aliteremka kwenda kando ya barabara kujisaidia; kisha aliokota baadhi ya kokoto na kumfukuza mbwa kwa kokoto hizo, mara hii ilimbidi mbwa atoroke; lakini mtu huyo alipoendelea na safari yake, bila ya kutarajia mbwa huyo alikuja tena, akauma mkia au mguu wa nyumbu. Mtu huyo alihamaki na kumchapa kwa mjeledi. Mbwa alibwekea bila kusita. Juu ya hayo, mbwa alirukia ghafla mbele ya nyumbu akiwa anajaribu kuuma kichwa chake, alionekana kana kwamba anamzuia nyumbu asiondoke hapo. Mtu huyo alidhani tendo hilo la mbwa ni dalili ya kumtilia nuhusi safari yake,

561

【原文】

以石投犬，犬始奔去。某既行，则犬欻然复来，啮骡尾足。某怒鞭之，犬鸣吠不已，忽跃在前，愤龁骡首，似欲阻其去路。某以为不祥，益怒，回骑驰逐之，视犬已远，乃返辔疾驰。抵郡已暮，及扪腰囊，金亡其半。涔涔汗下，魂魄都失。辗转终夜，顿念犬吠有因。候关出城，细审来途。又自计南北冲衢，行人如蚁，遗金宁有存理？逡巡至下骑所，见犬毙草间，毛汗湿如洗。提耳起视，则封金俨然。感其义，买棺葬之，人以为义犬冢云。

【今译】

时，发现银子已经丢了一半。他汗水哗哗直淌，吓得魂飞魄散。他整个一夜辗转反侧，骤然想到狗叫事出有因。等城门一开，便出了城，在来路上仔细地寻找。他又想，这是一条南北向的交通要道，行人如蚁，哪有丢了钱还能找到的道理？他迟疑不决地来到自己跳下骡子的地方，只见黑狗死在草间，毛上都是汗，像被水洗过一般。他提着耳朵把黑狗拉起来一看，成包的银子俨然就在身下。某人为黑狗的情义所感动，买来棺材，加以安葬，人们称之为义犬冢。

akakasirika zaidi, basi aligeukia nyuma na kuanza kumfukuza mbwa akipanda juu ya mgongo wa nyumbu. Alipoona kwamba mbwa amesha kimbia mbali, akageukia mbele tena na kuanza kupiga shoti. Alipofika mji mkuu wa Jun ilikwisha kuwa wakati wa magharibi. Wakati huo alipoangalia kibindoni kwake aligundua nusu ya dhahabu yake imepotea, mara kijasho chembamba kikamtoka, hata roho yake nusura imtoke. Usiku kucha alikuwa anagaragara kitandani, ghafla akajiwa na wazo moja akilini mwake, ambalo kubweka kwa yule mbwa huenda kulikuwa na sababu fulani. Alisubiri mpaka lango la mji lilipofunguliwa siku ya pili asubuhi, alirejea kwa kufuata njia aliyokujia huku akitafuta kwa uangalifu dhahabu zake. Japokuwa hivyo, yeye pia aliwahi kuwaza kimoyomoyo, "Barabara hii ni ndefu kutoka kusini hadi kaskazini, watu wapitao barabara hii ni wengi kama sisimizi, itawezekanaje nipate tena dhahabu niliyoipoteza? " Alipofika pahala pale ambapo alipata kuteremka na kujisaidia, aliona mbwa wake amekufa, akiwa amelala kwenye nyasi na manyoya yake yamelowa kwa jasho. Mtu huyo alipomwinua kwa kushika masikio ya mbwa aligundua furushi lake la dhahabu hapohapo mbwa wake alipolalia.

Uaminifu wa mbwa huyo ulimsisimua bwana wake, naye akamnunulia mbwa wake sanda na kumzika. Tangu mazishi mpaka leo, wakazi wa huko siku zote wanaliita kaburi hilo 'Kaburi la Mbwa Mwaminifu'.

Mkusanyiko wa Vitabu Maarufu vya China

563

绿衣女

【原文】

　　于生名璟，字小宋，益都人，读书醴泉寺。夜方披诵，忽一女子在窗外赞曰："于相公勤读哉！"因念深山何处得女子？方疑思间，女已推扉笑入曰："勤读哉！"于惊起视

【今译】

　　书生于璟字小宋，益都人，住在醴泉寺里读书。一天夜里，正在翻书诵读，忽然一位女子在窗外称赞说："于相公读书真勤奋！"于璟于是心想，深山里哪里来的女人？正疑虑时，女子已经推门笑着走进屋来，说："读书真勤奋！"于璟吃惊地站起身来一看，那女子穿着绿衣长裙，柔美动人，无可比拟。于璟知道这女子不是人类，再三问她住在哪里，女子说："你看我该不是吃人的怪物啊，为什么一再追问？"于璟心中喜欢这个女子，便与她睡在一起。女子解开绸制的短衣，腰肢细得几乎不满一把。五更刚过，女子翩翩

KIMANZI ALIYEVAA BLAUZI YA KIJANI

Hii ni hadithi kuhusu msomaji Yu Jing, ambaye jina lake lingine liliitwa Yu Xiaosong. Alikuwa mzaliwa wa Wilaya ya Yidu, Mkoa wa Shandong. Usiku mmoja, alipokuwa akisoma katika Hekalu Liquan ghafla alisikia mwanamke mmoja anamsifu nje ya dirisha: "Mvulana Yu, unasoma kwa jitihada kubwa!" Yu alistaajabu na kujiuliza inawezekanaje kuwa na mwanamke katika sehemu hii ya milimani? Yu alipokuwa akiwaza, huyo mwanamke alifungua mlango na kuingia ndani huku akicheka, kisha akasema, "Unasoma kwa bidii sana!" Yu alinyanyuka kwa mshangao, akamuona kimanzi aliyevaa blauzi ya kijani na sketi ndefu. Msichana huyu ni mrembo asiyekuwa na kifani. Yu alifahamu kuwa huyu kimanzi si binadamu, kwa hiyo alimwuliza mahali anapokaa. Kimanzi alisema, "Mvulana, niangalie, mimi siwezi kumla mtu, kuna haja gani kunihoji kwa makini?" Yu alianza kumpenda moyoni, basi wakaelekea mahali pa kulala. Baada ya

565

【原文】

之，绿衣长裙，婉妙无比。于知非人，固诘里居，女曰：

"君视妾当非能咋噬者，何劳穷问？"于心好之，遂与寝

处。罗襦既解，腰细殆不盈掬。更筹方尽，翩然遂去。由此

无夕不至。

一夕共酌，谈吐间妙解音律。于曰："卿声娇细，倘度

一曲，必能消魂。"女笑曰："不敢度曲，恐消君魂耳。"

于固请之，曰："妾非吝惜，恐他人所闻。君必欲之，请便

【今译】

离去。从此她没有一夜不来。

一天晚上，女子和于璟一起喝酒，在谈话时显示出她

精通音律。于璟说："你声音娇柔纤细，如能唱一支歌，定

能使人销魂。"女子笑着说："我不敢唱歌，是怕销了你的

魂。"于璟一再让女子唱歌，女子说："不是我吝惜什么，

是怕别人听见。你一定要我唱，我这就献丑来唱，但是只能

小声唱，表达出意味来就行了。"便用纤足轻轻点着床腿，

唱道：

树上乌臼鸟，赚奴中夜散。

kuvua mavazi, yule kimanzi alionekana ana kiuno chembamba kama nyigu na kulipokaribia kupambazuka aliondoka zake. Tangu siku hiyo hakukosa kuja hata usiku mmoja.

Siku moja, walipokuwa wakinywa tembo usiku, katika maongezi yao kimanzi alionyesha kama anafahamu muziki kwa undani.

"Sauti yako ni nyembamba na tamu, ukiimba wimbo bila shaka utanifurahisha," mvulana Yu alisema.

"Sithubutu kukuimbia. Nahofu moyo wako utajaa furaha kupindukia," kimanzi alisema hali tabasamu ikitokea katika uso wake wenye haiba.

Yu alimchachia amwimbie.

"Siyo kwa kuwa mimi ni mwenye choyo, bali naogopa wengine wasisikie. Ikiwa wewe unatamani niimbe, basi nitakujaribia; lakini nitaimba kwa sauti ndogo."

Baada ya kusema maneno hayo alianza kuimba wimbo huku akigonga tendegu la kitanda kwa mguu wake mdogo.

"Ndege wa mtini,

Mimi nakuaga usiku wa manane;

567

【原文】

献丑，但只微声示意可耳。"遂以莲钩轻点足床，歌云：

树上乌臼鸟，赚奴中夜散。

不怨绣鞋湿，只恐郎无伴。

声细如蝇，裁可辨认。而静听之，宛转滑烈，动耳摇心。歌已，启门窥曰："防窗外有人。"绕屋周视，乃入。生曰："卿何疑惧之深？"笑曰："谚云：'偷生鬼子常畏人。'妾之谓矣。"既而就寝，惕然不喜，曰："生平

【今译】

不怨绣鞋湿，只恐郎无伴。

声音纤细如蝇，刚刚能听出唱的是什么。但静心去听，歌声抑扬动听，圆润清亮，悦人耳，动人心。唱完歌，女子开门出去察看说："要提防窗外有人。"围着屋子走了一圈，都看了一遍，才肯进屋。于璟说："你为什么疑虑恐惧这么严重？"女子笑着说："谚语说：'偷生鬼子常畏人。'说的就是我。"接着，两人上床睡觉，女子提心吊胆，心中不乐，说："我们一生的缘分，恐怕到此为止了吧？"于璟急忙问何出此言，女子说："我突感心跳，大概

Silalamiki kwamba viatu vyangu vitalowa kwa umande,

Ninayohofu ni kuwa utabaki peke yako, mpenzi wangu ."

Sauti yake ilikuwa ndogo kama sauti ya nzi ambayo ikipungua kidogo tu haitasikika; lakini ukisikiliza kwa makini utajua wimbo huu ni mtamu; nao unatumbuiza masikioni na kufurahisha moyoni. Baada ya kuimba alifungua mlango na kuangazaangaza macho yake nje, akasema, "Tuchukue tahadhari, huenda kutakuwa na mtu nje, atatusikia." Baada ya kwenda nje na kuizunguka nyumba mara moja akaingia ndani tena.

"Kwa nini unaogopa namna hiyo?" Yu alimwuliza.

"Kama methali isemavyo, 'Jini aishiye duniani kisirisiri huogopa binadamu.' Methali hii inayemsema ndiye mimi." Baada ya kusema maneno hayo, waliparamia kitandani lakini kimanzi akaonekana hana furaha.

"Mapenzi yetu yatakwisha leo?" Kimanzi alijisemea peke yake.

Yu aliona ajabu, akamwuliza sababu.

"Nahisi moyo wangu unadunda haraka, maisha yangu yatakwisha." Kimanzi alijibu.

569

【原文】

之分，殆止此乎？"于急问之，女曰："妾心动，妾禄尽矣。"于慰之曰："心动眼瞤，盖是常也，何遽此云？"女稍怿，复相绸缪。

更漏既歇，披衣下榻，方将启关，徘徊复返，曰："不知何故，惕惕心怯。乞送我出门。"于果起，送诸门外。女曰："君伫望我，我逾垣去，君方归。"于曰："诺。"视女转过房廊，寂不复见。方欲归寝，闻女号救甚

【今译】

福分已尽。"于璟安慰她说："心跳眼跳都是常事，怎么突然说这个？"女子稍微高兴一些，又互相缠绵恩爱起来。

五更过后，女子披衣下床，刚要开门，又迟疑不决地走回来说："不知为什么，就是心中害怕。请送我出门。"于璟果然起床，送到门外。女子说："你站在这里看着我，等我翻墙走了，你再回去。"于璟说："好吧。"于璟望着女子转过房廊，杳然不见。正要回屋睡觉，就听见女子急切的呼救声。于璟跑到那里，环顾四周，没有踪迹，声音发自屋檐间。他抬头仔细一看，有一只弹丸大小的蜘蛛，捉住一只

"Unajitia kiwewe cha bure. Moyo unadunda au macho yanacheza, yote hayo ni mambo ya kawaida. Mbona unasema hivyo?" Yu alimfariji.

Kimanzi alitulia kidogo basi wakazama tena katika mapenzi.

Kulipokaribia mapambazuko, kimanzi aliteremka kitandani akiwa amejitanda nguo yake. Kabla ya kufungua mlango alirudi tena, akasema, "Sijui sababu gani, ninahamanika. Nakuomba unisindikize." Yu alisimama na kumsindikiza hadi nje ya mlango.

"Wewe usimame hapa kuniaangalia mpaka nipinde kona ndipo urudi ndani," kimanzi alisema.

"Vyema." Yu alijibu.

Alimtazama kimanzi mpaka alipopita varanda na kuyoyoma. Yu alipotaka kurudi ndani kulala bila ya kutarajia alisikia kimanzi akipiga mayowe halahala, Yu akamkimbilia mbiombio. Baada ya kufika, aliangazaangaza macho yake bali hakumuona kimanzi, ila alisikia sauti iliyotoka upenuni. Aliinua kichwa chake kuchunguza kwa uangalifu akamwona buibui mmoja mkubwa akimkamata kiumbe fulani ambacho kinalia kwa uchungu. Yu alivunja utando wa buibui na kukiteremsha kile kiumbe. Aliziondoa nyuzi

571

【原文】

急。于奔往，四顾无迹，声在檐间。举首细视，则一蛛大如弹，抟捉一物，哀鸣声嘶。于破网挑下，去其缚缠，则一绿蜂，奄然将毙矣。捉归室中，置案头。停苏移时，始能行步。徐登砚池，自以身投墨汁，出伏几上，走作"谢"字。频展双翼，已乃穿窗而去。自此遂绝。

【今译】

昆虫抟弄，正是昆虫发出声嘶力竭的哀鸣。他划破蛛网，挑下昆虫，去掉缠缚在身的蛛丝，却是一只绿蜂，气息奄奄，快死了。于璟把绿蜂拿回到屋里，放在案头。静息多时，绿蜂才能爬行。绿蜂缓缓爬上砚台，把自己的身体投到墨汁里，出来后卧在案子上走着，足迹现出一个"谢"字。然后它频频震动双翅，从窗户飞走了。从此，绿衣女再没出现过。

za utando zilizokifunga, aliona kanama kiumbe kile ni nyuki mwenye rangi ya kijani ambaye anakaribia kufa. Alimchukua na kuingia naye chumbani, akamweka juu ya meza. Baada ya muda si mrefu, nyuki huyo alianza kutembea. Alipanda polepole juu ya jiwe la wino na kusharabu kiasi cha wino, baada ya nukta kadhaa alitoka nje, alilala kifudifudi juu ya meza, kisha alianza kutambaa, akaandika neno moja 'ahsante' kwa wino uliosharabiwa mwilini mwake, halafu alifunua mbawa zake na kuzipigapiga mara kadhaa, akarukia nje kwa kupita dirishani. Hatimaye alighibu kabisa.

骂鸭

【原文】

邑西白家庄居民某，盗邻鸭烹之。至夜，觉肤痒。天明视之，茸生鸭毛，触之则痛。大惧，无术可医。夜梦一人告之曰："汝病乃天罚。须得失者骂，毛乃可落。"而邻翁素

【今译】

城西白家庄的居民某人，偷邻居的鸭子煮吃了。到夜里，觉得皮肤发痒，天亮一看，长出毛茸茸的一身鸭毛，一碰就疼。他大为恐惧，可又无法医治。夜里，梦见有一个人告诉他："你的病是天罚。必须挨失主的骂，鸭毛才能脱落。"然而邻居老汉一向气度宽宏，平时丢了东西，从来不露声色。某人假意告诉老汉说："鸭子是某甲偷的。他最怕挨骂，你骂他一顿，也可以警告他以后别再来偷。"老汉笑了一笑，说："谁有闲气去骂一个坏人。"结果始终不骂。某人更加尴尬，只好如实告知邻家老汉，老汉于是骂他一

KUADHIRIKA KWA MWIZI WA BATA

Katika Kijiji cha Baijia, magharibi ya mji, paliondokea mtu mmoja ambaye aliiba bata wa jirani yake. Baadaye alimchinja, akampika na kumla. Wakati wa usiku alijihisi ngozi yake ikimwasha. Kulipokucha mwili wake wote ulikuwa umeota manyoya ya bata. Ikawa hata akiguswa na kitu kidogo tu yeye husikia maumivu. Alikaa bila ya kupata matibabu yaliyofaa na akawa anahofu.

575

Usiku mmoja aliota ndoto na katika ndoto hiyo mtu mmoja alimwambia,"Ugonjwa wako ni adhabu aliyokupa Mwenyezi Mungu. Manyoya hayo hayawezi kunyonyolewa mpaka ukatukanwe na mtu uliyemuibia bata!" Lakini yule mzee aliyeibiwa bata, alikuwa mtu mwungwana, kwani kila alipoibiwa vitu vyake huwa hanuni wala hasemi lolote. Mwizi wa bata alifika kwa mzee yule na akamdanganya kwa kumwambia,"Bata wako

【原文】

雅量，生平失物，未尝征于声色。某诡告翁曰："鸭乃某甲所盗。彼深畏骂焉，骂之亦可警将来。"翁笑曰："谁有闲气骂恶人。"卒不骂。某益窘，因实告邻翁，翁乃骂，其病良已。

异史氏曰：甚矣，攘者之可惧也：一攘而鸭毛生！甚矣，骂者之宜戒也：一骂而盗罪减！然为善有术，彼邻翁者，是以骂行其慈者也。

【今译】

顿，他的病便好了。

异史氏说：偷东西的后果太可怕了。一偷鸭子就生出鸭毛来！骂人的后果也太应该注意了，一骂小偷就减轻了偷盗的罪过！然而行善也有不同的方法，那位邻家老汉是用骂人来体现了自己的慈悲的。

aliibiwa na mtu mmoja, naye anaogopa kutukanwa. Kutukana

kwako kunaweza kumwonya asije akaiba tena hapo baadaye."

Mzee huyo alisema huku akitabasamu, "Sina wakati wa kumtukana

mtu mwovu!" Mwizi wa bata akazidi kutahayari, akawa hana budi

kumwambia mzee ukweli wa mambo. Mpaka hapo ndipo mzee

alipoanza kumtukana mwizi wa bata na ugonjwa wake ukapona.

马介甫

【原文】

杨万石，大名诸生也，生平有"季常之惧"。妻尹氏，奇悍，少迕之，辄以鞭挞从事。杨父年六十馀而鳏，尹以齿奴隶数。杨与弟万钟常窃饵翁，不敢令妇知。然衣败絮，恐

【今译】

杨万石是大名府的秀才，一向怕老婆。妻子尹氏出奇的凶悍，稍微违逆了她，就要加以鞭打。杨父六十多岁失去老伴，尹氏就把他视同奴仆之辈。杨万石与弟弟杨万钟经常偷拿食物给老人吃，不敢让尹氏知晓。可是老人穿着破棉袄，怕让人笑话，不让他见客人。杨万石四十岁还没有儿子，纳王氏为妾，整天不敢与王氏说一句话。哥俩到郡城等候考试时，遇见一个少年，仪容服饰漂亮高雅，与他交谈，非常喜欢他。询问他姓名，自道："姓马，名介甫。"从此交往日渐亲密，焚香立盟，结拜为兄弟。

别后约半年光景，马介甫忽然带着僮仆过访杨氏兄弟。正赶上杨父在门外，边晒太阳，边捉虱子。马介甫觉得他好

MA JIEFU

Katika Wilaya ya Daming, Mkoa wa Hebei, alikuwa akiishi msomi mmoja aitwaye Yang Wanshi. Msomi huyo alikuwa akimwogopa sana mke wake ambaye jina lake la ukoo ni Yin. Yin alikuwa mwanamke mjeuri na mkali kama pilipili. Wanshi akionyesha dalili yoyote ya kutomtii basi hucharazwa mjeledi na mkewe.

Baba yake Wanshi alikuwa na umri wa zaidi ya miaka sitini. Mama yake alikufa siku nyingi zilizopita. Yin aliona baba mkwe ameshazeeka, akamnyima chakula na mavazi, akamnyanyasa kama mtumwa. Wanshi na didi yake Yang Wanzhong walikuwa wakimwibia baba yao chakula ili mwanamke Yin asije akajua. Mzee wao alikuwa akivaa matambara. Kwa kuwa watoto wake wawili waliogopa kuchekwa na watu, wakawa wanamnyima baba

579

【原文】

贻诮矣，不令见客。万石四十无子，纳妾王，且夕不敢通一语。兄弟候试郡中，见一少年容服都雅，与语悦之。询其姓字，自云："介甫，姓马。"由此交日密，焚香为昆季之盟。

既别，约半载，马忽携僮仆过杨。值杨翁在门外，曝阳扪虱。疑为佣仆，通姓氏使达主人。翁披絮去。或告马："此即其翁也。"马方惊讶，杨兄弟岸帻出迎。登堂一揖，

【今译】

像是仆人，说了姓名，要他报知主人。杨父披上破棉袄进去了。有人告诉马介甫："这就是杨家兄弟的父亲。"马介甫正在惊讶，杨氏兄弟装束简易地出来相迎。来到厅堂，施礼之后，马介甫就请求拜见杨父，杨万石以父亲偶有小恙推辞。三人促膝而坐，谈笑风生，不觉天色将晚。杨万石多次说已备了晚餐，却一直不见端上来。兄弟俩你出我进地催促，才有个瘦弱的仆人拿来一壶酒。酒很快喝光了，坐着等了半天，杨万石频频起身催叫，满脸冒着热汗。一会儿那个瘦弱的仆人端饭出来，糙米饭又半生不熟，很不好吃。吃罢，杨万石匆匆忙忙就走了。杨万钟抱着被子来陪客睡觉。马介甫责备他说："先前我以为你们哥俩崇尚道义，就

yao nafasi ya kuonana na wageni.

Wanshi alipofikia umri wa miaka arobaini hivi alikuwa bado hajabarikiwa kupata mtoto; akanunua suria mmoja ambaye aliitwa Wang. Kwa sababu ya kumwogopa Yin, Wanshi na suria wake walikuwa hawathubutu kuongea mbele yake toka asubuhi mpaka usiku.

Siku moja, ndugu hawa wawili walikwenda katika mji mkuu wa Jun. wakisubiri kufanya mtihani. Huko walikutana na kijana mmoja ambaye sura yake ilivutia na alivalia mufti. Lau kama utabahatika kuzungumza naye utajisikia raha! Ndugu wale walimwuliza, "Jina lako nani?"

"Jina langu ni Ma Jiefu. " Alijibu kijana.

Tangu hapo urafiki wao ulianza kukua siku hadi siku, baadaye wakachoma ubani na kuwa ndugu wa kuchanjiana.

Nusu mwaka ulipita tangu walipoagana pale mjini. Ghafla Ma akiwa pamoja na mtoto mmoja alikuja nyumbani kwa Wanshi. Ma alimkuta mzee Wanshi amechutama mlangoni akiota

【原文】

便请朝父，万石辞以偶恙。促坐笑语，不觉向夕。万石屡言具食，而终不见至。兄弟迭互出入，始有瘦奴持壶酒来。俄顷引尽，坐伺良久，万石频起催呼，额颊间热汗蒸腾。俄瘦奴以馔具出，脱粟失饪，殊不甘旨。食已，万石草草便去。万钟襆被来伴客寝。马责之曰："曩以伯仲高义，遂同盟好。今老父实不温饱，行道者羞之！"万钟泫然曰："在心之情，卒难申致。家门不吉，蹇遭悍嫂，尊长细弱，横被摧

【今译】

结为兄弟。现在老父亲实在连温饱都得不到，过路的人对这件事都感到羞耻！"杨万钟伤心落泪说："内心的真情，仓促间实在难以说出口。家门不幸，遇上个凶悍的嫂子，一门老小，横遭摧残。你若不是至诚的兄弟，这种家丑不敢外扬。"马介甫惊骇叹息片刻，说："我本打算一早就走，现在听说了这样的奇闻，不能不亲自见一见她。请借我一间闲房，顺便自己做饭吃。"杨万钟听从他的吩咐，立即打扫房间为马介甫安顿。深夜偷偷送来蔬菜米粮，唯恐尹氏得知。马介甫理会他的苦衷，极力推辞这些东西。他还请来杨父一同吃住，亲自到城里店铺买来衣料，为老人更换衣裤。杨家一门父子兄弟都被感动得落泪。杨万钟有个儿子喜儿，刚七

jua na kusaka chawa kwenye matambara yake. Ma alidhani kuwa mzee yule alikuwa mtumishi wa familia ya Wanshi. Kisha akajitambulisha kwa mzee na kumwomba aende ndani kutoa habari kwa mwenyeji. Kusikia vile mzee akachukua koti lake bovu, akaenda zake. Watu walimwambia Ma,"Mzee huyo ndiye baba yao." Ma aliposikia hayo alistaajabu sana.

Punde kidogo ndugu wawili walitoka nje kumkaribisha wakiwa wamevaa mavazi yasiyonadhifika. Baada ya kusalimiana waliingia chumbani. Ma akataka kuonana na baba mtu. Wanshi alimdanganya akisema kuwa mzee wake anaugua, kwa hivyo hakuweza kuonana naye. Waliongea kwa muda mrefu hata giza lilipoingia hawakuwa na habari yoyote. Mara kwa mara Wanshi alisema kuwa chakula na pombe vimekwisha andaliwa lakini hawakuletewa. Ndugu wawili walitoka kwa zamu kuhimiza chakula. Mwishowe mtumishi mmoja aliyekondeana kama ng'onda alileta akali ya pombe na asusa. Watu hao wakavimaliza vyakula vyote mara moja. Halafu walikaa kwa muda mrefu wakisubiri

583

【原文】

残。非沥血之好，此丑不敢扬也。"马骇叹移时，曰："我初欲早旦而行，今得此异闻，不可不一目见之。请假闲舍，就便自炊。"万钟从其教，即除室为马安顿。夜深，窃馈蔬稻，惟恐妇知。马会其意，力却之。且请杨翁与同食寝，自诣城肆，市布帛，为易袍袴。父子兄弟皆感泣。万钟有子喜儿，方七岁，夜从翁眠，马抚之曰："此儿福寿，过于其父，但少年孤苦耳。"

【今译】

岁，晚上跟爷爷睡，马介甫抚摸着孩子说："这孩子的福寿，超过他父亲，只是少年孤苦。"

尹氏听说杨父安居温饱，大为恼怒，就骂说马介甫强行干预别人家私事。起初恶骂之声还不出闺房，渐渐地到马介甫居室近前骂，故意让马介甫听到。杨氏兄弟窘得出了一身的汗，急得转来转去，不能制止，而马介甫好像没听见一样。杨万石的妾王氏，怀孕五个月尹氏才知晓此事，就剥去王氏衣服，重重拷打。打完，就叫杨万石跪下，给他戴上女人的头巾，操起鞭子赶他出去。正好马介甫在外面，杨万石羞惭无法向前，尹氏又加追逼，才出了门。尹氏也跟出来，叉手跳脚地骂，看热闹的人都挤满了。马介甫手指尹氏呵斥

kuletewa vingine, lakini hawakuona vyakula vikiletwa. Wanshi alitoka nje mara kadha wa kadha kuhimiza. Jasho lilimtoka kama mtu aliyemwagiwa maji. Baadaye yule mtumishi mwembamba alileta wali na mboga lakini havikukolea hata kidogo. Baada ya chakula Wanshi aliondoka kwa haraka kama mtu aliyechelea kuachwa na gari. Wanzhong alileta mifarishi, akakaa pamoja na mgeni. Ma alimkejeli akisema, "Hapo awali nyinyi ndugu wawili mlikuwa waaminifu ndio maana tukaamua kuwa ndugu wa kuchanjiana. Lakini nyinyi mnamdhulumu mzee wenu, mnamnyima chakula na mavazi, wapita njia wote wanakulaumuni."

"Mambo ya hapa nyumbani ni vigumu kuyasema. Kwa bahati mbaya, familia yetu imeingiliwa na mwanamke mwovu, si mzee si watumishi, wote wamekuwa wakidhulumiwa na yeye. Kama wewe si rafiki yangu wa siku nyingi nisingethubutu kukueleza mambo haya ya aibu." Wanzhong alisema kwa masikitiko. "Nilitarajia kuondoka kesho asubuhi na mapema, sasa nimesikia habari za ajabu, naona kuwa si vizuri kukosa fursa ya

【原文】

妇闻老翁安饱，大怒，辄骂，谓马强预人家事。初恶声尚在闺闼，渐近马居，以示瑟歌之意。杨兄弟汗体徘徊，不能制止，而马若弗闻也者。妾王，体妊五月，妇始知之，褫衣惨掠。已，乃唤万石跪受巾帼，操鞭逐出。值马在外，惭懅不前，又追逼之，始出。妇亦随出，叉手顿足，观者填溢。马指妇叱曰："去，去！"妇即反奔，若被鬼逐，袴履俱脱，足缠萦绕于道上，徒跣而归，面色灰死。少定，婢进

【今译】

说："去！去！"尹氏立即转身奔跑，像被鬼追赶一般，裤子和鞋子都跑掉了，裹脚布缠缠绕绕地丢弃在路上，光着脚跑回家，面如死灰。稍微定了会儿神，丫鬟奉上鞋袜，她穿好之后号啕大哭，家里没一个敢问她的。马介甫把杨万石拽过来为他解头巾，杨万石直挺挺地站着，屏住呼吸，好像唯恐头巾脱落，马介甫强行解下头巾。杨万石坐立不安，好像害怕尹氏以私自摘去头巾加罪自己。探知尹氏哭闹已停，才敢进屋，畏畏缩缩不敢近前。尹氏一言不发，忽然起身，入卧房自己睡下。杨万石的心情才舒展开来，与弟弟暗自称奇。家里人都觉得奇怪，凑到一起偶有议论。尹氏隐约听到了，越发羞愧恼怒，把奴婢统统鞭打一顿。尹氏又叫王氏，

kuonana na mwanamke huyo. Naomba unipatie chumba kimoja, tena nitajipikia chakula mwenyewe." Ma alisema.

Wanzhong alitimiza agizo lake, akampatia chumba kimoja na akamtayarishia vizuri. Mnamo usiku wa manane alijiiba kumletea mchele, unga na mboga ili Yin asije akafahamu. Ma alielewa nia yake akamkataza. Halafu Ma alimchukua mzee Wanshi mpaka chumbani kwake, akala na kukaa naye pamoja.

Kesho yake Ma alikwenda mjini kumnunulia mzee vitambaa na akambadilishia mavazi. Mzee na watoto wake wawili waliguswa sana na fadhila za Ma. Wanzhong alikuwa na mtoto mmoja wa kiume aitwaye Xi'er. Alikuwa na umri wa miaka saba. Kila siku alikuwa akilala pamoja na babu yake. Ma akiwa anapapasa kichwa cha mtoto huyo, alisema, "Nyota ya mtoto huyo bila ya shaka itazidi nyota ya baba yake, ila utoto wake unasumbuliwa na maisha magumu."

Yin aliposikia kuwa mzee Wanshi anaishi maisha mazuri, alikasirika sana. Akamtukana Ma ati ameingilia kati mambo ya

587

袜履，着已，嗷啕大哭，家人无敢问者。马曳万石为解巾帼，万石耸身定息，如恐脱落，马强脱之。而坐立不宁，犹惧以私脱加罪。探妇哭已，乃敢入，赵趄而前。妇殊不发一语，遽起，入房自寝。万石意始舒，与弟窃奇焉。家人皆以为异，相聚偶语。妇微有闻，益羞怒，遍挞奴婢。呼妾，妾创剧不能起。妇以为伪，就榻搒之，崩注堕胎。万石于无人处，对马哀啼。马慰解之，呼僮具牢馔，更筹再唱，不放万

【今译】

王氏创伤严重不能起身。尹氏以为她装模作样，就在床上打她，直打得大出血流产。杨万石背着人在马介甫面前哀哭。马介甫加以宽慰劝解，叫僮仆备好酒食，到了二更天，还不放杨万石回家。

尹氏在闺房恨丈夫不回来，正怒火中烧，听到撬门声，忙喊丫鬟，而房门已经洞开。有个巨人走进来，身影遮蔽了整个居室，面目狰狞，像鬼一样。一会儿，又有几个人进来，各自拿着锋利的尖刀。尹氏吓坏了，想喊叫，巨人用刀刺着她的颈项说："喊就杀了你！"尹氏急忙用钱财来赎命。巨人说："我是地狱的使者，不要钱，只取悍妇的心！"尹氏越发恐惧，连连磕头，额头都磕出了血。巨人用

familia yao. Mwanzoni alimtukana akiwa ndani ya chumba chake, halafu alitoka nje kumtukana katika mahali alipokaa Ma ili Ma aweze kusikia vyema. Ndugu wawili waliingiwa na wasiwasi mwingi, walijishtukia wakizungukazunguka ndani ya chumba na kutokwa na jasho kama waliomwagiwa maji. Hawakuweza kumzuia yule mwanamke fidhuli. Aidha Ma alijitia hamnazo kama hakuyasikia matusi yale.

Wang, Suria wa Wanshi, akapata mimba. Mimba ilipotimia miezi mitano, mwanamke Yin alipata habari. Alimvua nguo zake, akampiga vibaya! Baada ya kumpiga Wang, Yin alimwamuru Wanshi apige magoti mbele yake, akamzongoresha kilemba kichwani, akamfukuzia nje kwa mjeledi. Wanshi Alipomwona Ma amesimama huko nje, aliadhirika sana hata akatamani ardhi ipasuke ili ajitupe ndani. Mkewe alipomfuata akakimbilia nje ya mlango wa uani. Hata hivyo, mkewe hakuacha kumfuata. Huku akiwa ameshika kiuno chake kwa mikono miwili alitukana kiwendawazimu. Watu waliokuja kushuhudia mkasa huu walikuwa

589

【原文】

石归。

　　妇在闺房，恨夫不归，方大恚忿。闻撬扉声，急呼婢，则室门已辟。有巨人入，影蔽一室，狰狞如鬼。俄又有数人入，各执利刃。妇骇绝欲号，巨人以刀刺颈，曰："号便杀却！"妇急以金帛赎命。巨人曰："我冥曹使者，不要钱，但取悍妇心耳！"妇益惧，自投败颡。巨人乃以利刃画妇心而数之曰："如某事，谓可杀否？"即一画。凡一切凶

大中华文库

【今译】

锋利的尖刀划着尹氏的心口并数落她说："比如某一件事，你说该不该杀？"就划一刀。凡是尹氏干的凶悍之事，差不多数落完了，刀划皮肤，不下数十画。最后巨人才说："王氏妾怀的孩子，也是你们杨家的后代，怎么忍心打得她堕胎？这件事决不能饶你！"就让几个人反绑尹氏的手，剖开悍妇的心肠看看。尹氏磕头乞求饶命，一个劲儿地声言知道悔过了。一会儿传来中门开关的声音，巨人说："杨万石回来了。既然她已悔过，姑且留她性命。"就乱纷纷地消失了。不一会儿，杨万石进来，只见尹氏赤裸身体被捆绑着，胸口上的刀痕纵横交错不可胜数。解开绳索询问尹氏，得知事情经过，大吃一惊，暗自怀疑是马介甫干的。第二天，杨

wengi hata wakaziba barabara ya mtaani. Mara Ma alimwonyesha kidole Yin na kumfokea, "Nenda zako! Nenda zako!"

Ghafla Yin aligeuka nyuma, akakimbilia nyumbani kama mtu aliyefukuzwa na shetani. Soksi na viatu vyake vilimvuka bila ya kujitambua, kitambaa alichofunga miguuni kikadondoka njiani, akiwa miguu peku akarejea nyumbani. Uso wake ulisawajika vibaya kwa hofu. Alipotulia kidogo vijakazi walimletea viatu na soksi. Alipokwisha vaa viatu na soksi alianza kuangua kilio. Hakutokea hata mtu mmoja aliyethubutu kumbembeleza.

Baada ya mwanamke huyo kukimbilia nyumbani, Ma alimshika Wanshi, akataka kumfungua kilemba kilichozongoreshwa kichwani mwake lakini Wanshi alisimama kidete kama sanamu ili kilemba kisije kikadondoka chini. Ma akakiondoa kwa nguvu. Lakini Wanshi bado alifadhaika, akihofia kuteswa na mkewe kwa sababu ya kuondoa kilemba bila ya ruhusa. Alipopata habari kwamba mkewe amenyamaza kulia, akajipiga kifua na kuelekea nyumbani, lakini bado alikuwa na wasiwasi mkubwa moyoni. Alitamani

【原文】

悍之事，责数殆尽，刀画肤革，不啻数十。末乃曰："妾生子，亦尔宗绪，何忍打堕？此事必不可宥！"乃令数人反接其手，剖视悍妇心肠。妇叩头乞命，但言知悔。俄闻中门启闭，曰："杨万石来矣。既已悔过，姑留馀生。"纷然尽散。无何，万石入，见妇赤身绷系，心头刀痕，纵横不可数。解而问之，得其故，大骇，窃疑马。明日，向马述之，马亦骇。由是妇威渐敛，经数月不敢出一恶语。马大喜，告

【今译】

万石向马介甫说及此事，马介甫也吃一惊。从此尹氏的威风渐渐收敛，一连几个月不敢说一句恶言恶语。马介甫十分高兴，告诉杨万石说："实话告诉你，你不要泄露出去：前些天是我略施小术吓一吓她。既然你们夫妻已经和好，我暂时也该告辞了。"就走了。

尹氏每到晚上挽留杨万石做伴，欢笑着奉承迎合杨万石。杨万石平生从来不懂这种闺房之乐，忽然遇到，觉得坐也不是，立也不是。一天夜晚尹氏想起巨人的模样，吓得瑟瑟发抖。杨万石想讨好尹氏，略微透露口风说，那事是假的。尹氏一下子坐起来，刨根问底。杨万石自知失言，又无法反悔，就如实告诉了尹氏。尹氏勃然大怒，破口大骂，杨

kuingia ndani lakini hakuthubutu kusogea mbele. Mkewe alipomwona kasimama mlangoni hakunena lolote ila aliinuka na kuingia ndani ya chumba cha kulala, akajitupa kitandani, akalala. Wanshi alipoona haya moyo wake ukatulia. Yeye na ndugu yake walishindwa kuelewa mambo yalivyokuwa. Watu wengine wa familia yao pia waliona ajabu sana. Kila walipojikusanya pamoja, jambo hili lilitawala mazungumzo yao. Yule mwanamke hasidi aliposikia watu wakimsema akaingiwa na aibu na hasira nyingi, na kuwacharaza viboko watumishi vizuri. Kisha alimwita Wang. Kwa kuwa safari iliyopita Wang alijeruhiwa vibaya sana akashindwa kuamka kitandani. Yin akasema anajifanya tu, akampiga pale pale kitandani mpaka mimba yake ikaharibika. Kwa tukio hili Wanshi alilia kwa uchungu sana mbele ya Ma. Ma alimbembeleza, kisha alimwagiza mtoto aliyekuja naye atayarishe pombe na asusa, akanywa pamoja naye. Walikunywa mpaka usiku wa manane, Ma alikuwa bado hajamruhusu Wanshi kuondoka.

Yin akiwa chumbani alifura kwa chuki na hasira nyingi kwa

【原文】

万石曰："实告君，幸勿宣泄：前以小术惧之。既得好合，请暂别也。"遂去。

妇每日暮，挽留万石作侣，欢笑而承迎之。万石生平不解此乐，遽遭之，觉坐立皆无所可。妇一夜忆巨人状，瑟缩摇战。万石思媚妇意，微露其假。妇遽起，苦致穷诘。万石自觉失言，而不可悔，遂实告之。妇勃然大骂，万石惧，长跽床下，妇不顾。哀至漏三下，妇曰："欲得我恕，须以刀

【今译】

万石吓得直挺挺地跪在床下赔礼，尹氏也不理。一直哀求到三更天，尹氏说："想要我饶了你，必须用刀在你心口也划那么多下，才能解恨。"就起身去拿菜刀。杨万石吓坏了奔逃而出，尹氏紧追不舍，闹得鸡飞狗叫，一家人都起来了。杨万钟不知嫂子为何要杀哥哥，只好用身体忽左忽右地护着哥哥。尹氏正在叫骂，忽然看见杨父走了过来，看见他一身新衣裤，更加暴跳如雷，就上前用刀在杨父身上乱划，把衣裤割成一条一条的，又打耳光，扯胡须。杨万钟见此大怒，用石头去砸尹氏，正击中头部，尹氏摔倒在地，昏死过去。杨万钟说："我死，而父亲、哥哥能有活路，还有什么遗憾呢！"就投了井，救上来时已经断了气。过一会儿，尹氏苏

sababu ya mumewe kutorudi nyumbani. Ghafla alisikia sauti za mlango ukigongwa. Harakaharaka akawaambia vijakazi, lakini wakati huo mlango ulikuwa tayari umeshafunguliwa. Akaliona pandikizi la baba likiingia ndani. Lilikuwa refu sura yake ilitisha. Kufumba na kufumbua watu wengi waliingia chumbani wakiwa wameshika mapanga mikononi. Yin alipoona hayo aliogopa sana, akataka kupiga mayowe. Lile pandikizi likamwelekezea upanga shingoni mwake likisema, "Ukithubutu kupiga mayowe nitakuchinja papo hapo." Yin akatoa dhahabu na fedha kwa ajili ya kunusuru maisha yake. Pandikizi likasema, "Sisi ni watume kutoka kuzimu hatutaki fedha bali tunataka kuchukua moyo wako!" Yin akaogopa zaidi, akawapigia magoti. Lakini pandikizi hakumjali, bali lilimchanjachanja chembe cha moyo huku likitaja madhambi yake moja baada ya nyingine na kumwuliza anastahili kuchinjwa au hapana. Chembe chake cha moyo kilichanjwa makumi ya michanjo. Pandikizi lilizidi kumfokea, "Mtoto atakayezaliwa na suria Wang vile vile ni kizazi chako, umewezaje kumcharaza

595

【原文】

画汝心头如干数，此恨始消。"乃起捉厨刀。万石大惧而奔，妇逐之，犬吠鸡腾，家人尽起。万钟不知何故，但以身左右翼兄。妇方诟詈，忽见翁来，睹袍服，倍益烈怒，即就翁身条条割裂，批颊而摘翁髭。万钟见之怒，以石击妇，中颅，颠蹶而毙。万钟曰："我死而父兄得生，何憾！"遂投井中，救之已死。移时妇苏，闻万钟死，怒亦遂解。既殡，弟妇恋儿，矢不嫁。妇唾骂不与食，醮去之。遗孤儿，朝夕受鞭楚，俟家人食

【今译】

醒过来，听说杨万钟已死，怒气也就消了。杨万钟下葬后，杨万钟的妻子顾念儿子喜儿，誓不改嫁。尹氏唾骂她，不给她饭吃，只好改嫁走了。剩下一个孤儿天天挨鞭子抽打，等全家人吃完饭才给口冷饭吃。过了半年，孩子瘦弱得只剩一口气了。

一天，马介甫忽然来了，杨万石嘱咐家人不要告诉尹氏。马介甫见杨父和从前一样衣衫褴褛大惊，又听说杨万钟死了，悲哀得直跺脚。喜儿听说马介甫来了，就来亲近，上前叫马叔叔。马介甫都不认识他了，仔细端详之后才认出来，吃惊地说："孩子怎么憔悴成这样！"杨万石的父亲这才吞吞吐吐把事情说了一遍。马介甫生气地对杨万石说：

mpaka mimba yake ikaharibika? Kuhusu jambo hili hatuwezi kukusamehe!" Kisha aliamrisha kumfunga mikono kwa nyuma na kuutoa moyo wake nje ili aweze kujionea mwenyewe jinsi moyo wake ulivyokuwa mbaya. Yin alifadhaika sana akawasujudia na kuomba msamaha, akaahidi kuwa atajirudi. Mara sauti za kufungua mlango zikasikika. Pandikizi likasema, "Sasa mume wake amerudi, yeye ameshaahidi kuwa atajirudi basi tumwachie hai." Kisha wakaondoka.

Haukupita muda mrefu, Wanshi aliingia chumbani. Alimkuta mkewe amefungwa na kulazwa sakafuni huku akiwa uchi wa nyama. Chembe chake cha moyo kilikuwa na michanjo mingi kama utandu wa buibui. Wanshi alimfungua kamba, kisha akamwuliza kilichomsibu. Baada ya kusikia kisa chenyewe alishangazwa sana, akashuku kuwa kisa kilizushwa na Ma. Kesho yake alimweleza Ma masahibu yaliyompata mkewe. Ma aliposikia habari hiyo alishangaa vilevile.

Tangu hapo unyama wa Yin ulianza kupungua polepole.

597

【原文】

讫，始啖以冷块。积半岁，儿尪羸，仅存气息。

一日，马忽至，万石嘱家人勿以告妇。马见翁褴缕如故，大骇，又闻万钟殒谢，顿足悲哀。儿闻马至，便来依恋，前呼马叔。马不能识，审顾始辨，惊曰："儿何憔悴至此！"翁乃嗫嚅具道情事。马忿然谓万石曰："我曩道兄非人，果不谬。两人止此一线，杀之，将奈何？"万石不言，惟伏首帖耳而泣。

坐语数刻，妇已知之，不敢自出逐客，但呼万石入，

【今译】

"我先前就说老兄你不是人，果然没说错。你们兄弟只这一脉单传，害死他，你怎么办？"杨万石无言以对，只有俯首帖耳地哭泣。

坐着说了一会儿话，尹氏已经知道马介甫来了，不敢自己出来逐客，只叫杨万石进去，搧他耳光，逼他和马介甫绝交。杨万石含泪出来，脸上的巴掌印还真真切切。马介甫愤怒地对他说："老兄不能在老婆面前立起威风，难道还不能把她休了吗？她殴打你父亲，害死你弟弟，你都能安然忍受，还算是个人吗？"杨万石听后起身伸了伸胳膊，好像有所触动。马介甫又激他说："如果她不走，理当用威力强迫她，就是杀了她，也不用害怕。我有两三个朋友，都官居

Kwa muda wa miezi kadhaa alikuwa hathubutu kumtukana mtu. Ma alipoona Yin amebadilika, alifurahi sana moyoni. Alimwambia Wanshi, "Sasa nakuambia ukweli wa mambo, lakini kwa vyovyote vile usifichue siri hiyo. Siku chache zilizopita nilitumia usihiri kidogo ili kumtisha, mkeo akafyata mkia. Sasa mmeshapendana, nami naweza kuondoka."

Yin kila siku alimwomba Wanshi akae pamoja naye, tena walizungumza vizuri. Yin alikuwa akijitahidi kujipendekeza mbele ya mumewe. Naye Wanshi kwa muda mrefu sana hakuwahi kuonja utamu wa unyumba, ghafla alipata ujoto wa mapenzi ya mkewe, akajisikia amekuwa mtu mwingine kabisa. Nyakati za usiku, Yin kila alipokumbuka lile pandikizi lililotaka kutoa roho yake, aliogopa na kutetemeka. Wanshi kwa ajili ya kujipendekeza mbele ya mkewe alimtobolea siri ile: mambo yaliyompata yalikuwa uwongo mtupu. Yin aliposikia hivi, mara akaamka kitandani, akamwuliza jambo lile lilivyokuwa. Wakati huo Wanshi alikwishahisi amejikwaa ulimi, lakini hakuthubutu kuendelea

599

【原文】

批使绝马。含涕而出，批痕俨然。马怒之曰："兄不能威，独不能断'出'耶？殴父杀弟，安然忍受，何以为人？"万石欠伸，似有动容。马又激之曰："如渠不去，理须威劫，便杀却勿惧。仆有二三知交，都居要地，必合极力，保无亏也。"万石诺，负气疾行，奔而入。适与妇遇，叱问："何为？"万石遑遽失色，以手据地，曰："马生教余出妇。"妇益恚，顾寻刀杖，万石惧而却走。马唾之曰："兄真不可

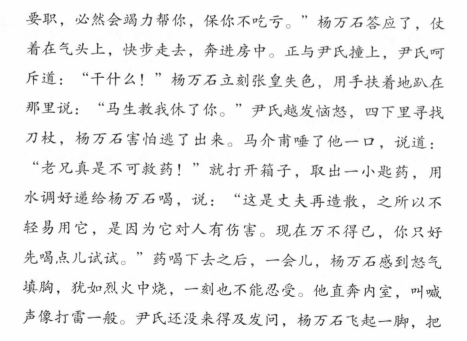

【今译】

要职，必然会竭力帮你，保你不吃亏。"杨万石答应了，仗着在气头上，快步走去，奔进房中。正与尹氏撞上，尹氏呵斥道："干什么！"杨万石立刻张皇失色，用手扶着地趴在那里说："马生教我休了你。"尹氏越发恼怒，四下里寻找刀杖，杨万石害怕逃了出来。马介甫唾了他一口，说道："老兄真是不可救药！"就打开箱子，取出一小匙药，用水调好递给杨万石喝，说："这是丈夫再造散，之所以不轻易用它，是因为它对人有伤害。现在万不得已，你只好先喝点儿试试。"药喝下去之后，一会儿，杨万石感到怒气填胸，犹如烈火中烧，一刻也不能忍受。他直奔内室，叫喊声像打雷一般。尹氏还没来得及发问，杨万石飞起一脚，把

kuficha siri ile, akamwambia jinsi siri ile ilivyokuwa. Mara Yin akaja juu kama moto wa kifuu, akamtukana hakumbakisha. Wanshi aliogopa mno, akapiga magoti mpaka usiku wa manane na kumwomba msamaha. Yin huku akisaga meno alisema kwa ujeuri, "Ukitaka kusamehewa, lazima nikuchanjechanje chembe cha moyo wako kama nilivyochanjwa. Kwa kufanywa hivyo tu, nitaweza kuondoa chuki zangu." Kisha akaenda kuchukua kisu.

Wanshi aliona hatari, ikimkodolea macho akatimua mbio. Yin akamfuatia nyuma. Kuku walipapatika, mbwa wakabweka kwa mfadhaiko kutokana na vishindo vya mwanamke huyo mwovu. Watu wa familia yao waligutuka. Wanzhong hakufahamu kwa nini mwanamke huyo anataka kumwua kaka yake, akamlinda kaka yake kwa mwili wake.

Yin alipochafua hewa kwa matusi, ghafla alimwona mzee Yang akiwajia huku amevalia kwa unadhifu sana. Yin akavimba kwa hasira, akamwendea mzee na kukata kata kanzu yake. Kwa muda wa dakika mbili tatu, kanzu ya mzee ikawa vipande vipande.

【原文】

教也已！"遂开箧，出刀圭药，合水授万石饮，曰："此丈夫再造散，所以不轻用者，以能病人故耳。今不得已，暂试之。"饮下，少顷，万石觉忿气填胸，如烈焰中烧，刻不容忍。直抵闺闼，叫喊雷动。妇未及诘，万石以足腾起，妇颠去数尺有咫。即复握石成拳，擂击无算。妇体几无完肤，嘲哳犹骂。万石于腰中出佩刀，妇骂曰："出刀子，敢杀我耶！"万石不语，割股上肉，大如掌，掷地上。方欲再割，

【今译】

她踢到数尺之外，随即又握紧石头般的拳头，雨点般地揍了尹氏一顿。尹氏几乎被打得体无完肤，仍然叽哩哇啦地骂不绝口。杨万石从腰中拿出佩刀，尹氏骂道："拿刀子，敢杀我吗！"杨万石不理她，上去就从她大腿上割下一块巴掌大的肉，扔在地上。正想再割，尹氏哀叫求饶，杨万石不听，又割。家里人见杨万石这么凶狂，就一起上前，拼死把杨万石拽出来。马介甫上前把杨万石拉过去，拽着他的手臂慰劳他。杨万石馀怒未息，屡次要跑进去找尹氏算账，马介甫制止了他。过一会儿，药力渐渐消退，杨万石又变成了失魂落魄的样子。马介甫嘱咐杨万石说："老兄不要气馁。振作丈夫的威风，在此一举。人们怕某种事物，不是一朝一夕的缘

Isitoshe, alimpiga mzee kibao na kumvuta ndevu zake kwa nguvu.

Wanzhong alipoona mwanamke huyo mbaya akimpiga baba yake namna ile akaghadhibika. Akaokota jiwe moja, akamrushia, nalo likamtwanga kichwani barabara. Hapohapo Yin akaanguka chini, akazirai. Wanzhong alifikiri kuwa mwanamke yule amekufa. Alisema, "Madhali baba na kaka wanaweza kuendelea kuishi hata kama mimi nikifa sitasikitika chochote!" Kisha akajitosa kisimani. Alipoopolewa kisimani alikuwa ameshakufa.

Punde si punde mwanamke Yin akapata fahamu. Aliposikia Wanzhong ameshakufa, hasira yake ikatoweka. Baada ya kumzika marehemu, mke wa Wanzhong hakutaka kuolewa tena, kwa sababu alikuwa na mtoto. Yin kila siku alimpiga, kumtukana na kumnyima chakula, mwishowe akalazimika kuolewa tena. Xi'er, mtoto yatima aliyeachwa na marehemu alikuwa akipigwa na kutukanwa na mwanamke huyo vile vile. Alikuwa akipewa chakula kidogo tu kila baada ya watu wa familia hiyo kumaliza kula. Haukupita nusu mwaka mtoto huyo akawa amekonda kama

【原文】

妇哀鸣乞恕，万石不听，又割之。家人见万石凶狂，相集，死力掖出。马迎去，捉臂相用慰劳。万石馀怒未息，屡欲奔寻，马止之。少间，药力渐消，嗒焉若丧。马嘱曰："兄勿馁。乾纲之振，在此一举。夫人之所以惧者，非朝夕之故，其所由来者渐矣。譬昨死而今生，须从此涤故更新。再一馁，则不可为矣。"遣万石入探之。妇股栗心慑，倩婢扶起，将以膝行。止之，乃已。出语马生，父子交贺。

【今译】

故，而是日积月累渐渐形成的。这一次就好像你昨天死了今天新生，应该从此涤除旧习，更新面貌。再要气馁，就一点儿办法都没有了。"他打发杨万石进屋探看动静。尹氏腿直发抖，心里害怕，让丫鬟搀扶起来，想要跪着爬过来。杨万石阻止，这才作罢。出来告诉了马介甫，父子二人互相庆祝。

马介甫要走，杨氏父子一同挽留。马介甫说："我正好是去东海，所以才顺路相访，回来时还可以再见面。"过了一个多月，尹氏伤好起床了，恭恭敬敬地侍奉丈夫。日子一长，觉得丈夫不过黔驴之技，渐渐地开始不敬重他，渐渐地开始嘲讽他，渐渐地开始骂他，不久故态复萌。杨父无法忍受，连夜逃走，到河南做了道士，杨万石也不敢去寻找。

sindano na kukaribia kufa.

Siku moja, Ma alikuja ghafla. Wanshi alimwagiza mtumishi kuwa ima fa ima asimdokezee Yin habari hiyo. Ma alipomwona mzee Yang akiwa amevaa matambara kama zamani Alishangaa sana. Pia akasikia kuwa Wanzhong amekufa, akaingiwa na majonzi mazito. Xi'er naye aliposikia Ma amekuja akamkimbilia kwa furaha na kujibwaga kifuani mwake. Mwanzoni Ma alishindwa kumtambua mtoto huyo. Alipomkazia macho kwa muda mrefu akang'amua kumbe ni Xi'er. Alisema kwa mshangao, "Kwa nini mtoto huyo amekonda hivi?" Mzee Yang akidodosadodosa alimwelezea jinsi mambo yalivyokuwa. Ma akiwa na hasira tele, akamwambia Wanshi, "Zamani niliwahi kusema kuwa wewe huna ujanadume. Naona maneno ya Wanzhong hayakuanguka chini hata kidogo. Nyinyi ndugu wawili mmebahatika kuwa na mtoto mmoja tu, mtoto huyo akifa kwa mateso mtafanyaje?" Wanshi akawa hana la kujibu ila aliinamisha kichwa huku akitokwa na machozi.

【原文】

马欲去，父子共挽之。马曰："我适有东海之行，故便道相过，还时可复会耳。"月馀，妇起，宾事良人。久觉黔驴无技，渐狎，渐嘲，渐骂，居无何，旧态全作矣。翁不能堪，宵遁，至河南，隶道士籍。万石亦不敢寻。

年馀，马至，知其状，怫然责数已，立呼儿至，置驴子上，驱策径去。由此乡人皆不齿万石。学使案临，以劣行黜名。又四五年，遭回禄，居室财物，悉为煨烬，延烧邻舍。

【今译】

过了一年多，马介甫回来，知道了杨家的情况，勃然大怒，斥责数落完了杨万石，立刻把喜儿叫来，将他放在驴背上，赶着驴走了。从此，乡里人都瞧不起杨万石。学政巡察大名府学，以品行恶劣为由，取消了杨万石的生员资格。又过了四五年，杨家遭了一场大火，房屋财产全部化为灰烬，大火把邻近的房舍也烧着了。村里人拽着杨万石到郡府告状，处罚的罚金十分繁细苛刻，于是家产渐渐光了，以至于没了住处。附近村子的人互相告诫，不要把房子给杨万石住，尹氏的兄弟们对尹氏的所作所为十分气愤，也拒绝接纳他们。杨万石既已走投无路，就把妾王氏抵押给有钱人家得了点儿钱，带着尹氏渡河南行。到了河南，盘缠用光。尹氏

Muda mfupi baadaye, nduli Yin alifahamu kuwa Ma amekuja. Yeye mwenyewe hakuthubutu kumfukuza mgeni, basi akamwita Wanshi aende chumbani kwake, akampiga vibao, akamshurutisha aache kuwasiliana na Ma. Wanshi alitoka nje huku machozi yakimdondoka; alama za vibao bado ziliweza kuonekana waziwazi usoni. Kwa ajili ya kumkasirisha, Ma alisema, "Kama huwezi kumtawala kwa nini usimtaliki? Alimpiga baba yako, alimwua ndugu yako lakini wewe bado unavumilia unyama wake kana kwamba mambo hayo hayakutokea. Unawezaje kuhesabiwa kuwa mwanamume?" Wanshi alihangaika sana na alionekana kana kwamba amesisimka. Kisha Ma aliendelea kumchochea, "Ikiwa mkeo hataki kuondoka, ingefaa umfukuze kwa nguvu. Huna haja ya kumwogopa hata kama ukimwua. Mimi nina marafiki kadhaa, wote wanashikilia vyeo vya juu, kwa vyovyote vile watakusaidia na hutakula hasara."

Wanshi akakubaliana naye, akakimbilia mbio chumbani huku hasira zikimtawala. Alipoingia ndani alikutana na mkewe. Yin alimwuliza kwa sauti kubwa, "Unataka kufanya nini?"

【原文】

村人执以告郡，罚锾烦苛，于是家产渐尽，至无居庐。近村相戒无以舍舍万石，尹氏兄弟怒妇所为，亦绝拒之。万石既穷，质妾于贵家，偕妻南渡。至河南界，资斧已绝。妇不肯从，聒夫再嫁。适有屠而鳏者，以钱三百货去。

万石一身丐食于远村近郭间，至一朱门，阍人诃拒不听前。少间，一官人出，万石伏地啜泣。官人熟视久之，略诘姓名，惊曰："是伯父也！何一贫至此？"万石细审，

608

【今译】

不肯再跟杨万石，吵闹着要改嫁。正好有个屠户没了妻子，就用三百钱把她买了去。

杨万石只身一人在远近村庄城郭之间要饭，来到一个富贵人家，把门的呵斥他，不让他上前。一会儿，有个官人走出来，杨万石伏在地上抽泣。官人端详他好久，一问姓名，惊叫道："是伯父啊！怎么贫穷到这地步啦？"杨万石仔细一看，才看出是喜儿，禁不住大哭起来。他跟着喜儿进了门，只见堂上金碧辉映。一会儿，杨万石的父扶着小童子出来，父子相对悲伤哽噎。杨万石这才诉说了自己的遭遇。当初马介甫带着喜儿来到这里，没几天，就出去找来杨万石的父亲，让他们祖孙住在一块儿。又请老师教喜儿读书，喜

Wanshi hakumjibu ila alipiga magoti mbele yake huku mikono yake ikikamata sakafuni. Akasema kwa kigugumizi, "Ndugu Ma alinichochea nikutaliki." Mkewe aliposikia vile alizidi kuja juu, akatafuta kisu na fimbo kila mahali. Wanshi alipoona mkewe akitafuta silaha, akaogopa, akatorokea nje.

Ma alisema kwa kejeli, "Ah, ugonjwa wako wa unyonge hautibiki kweli!" Kisha alifungua kijisanduku chake akatoa dawa kidogo, akaleta maji na kumpa Wanshi akisema, "Hii ni dawa ya kumfanya mwanamume awe jasiri. Haitumiki ovyo maana mtu akila dawa hii anaweza kumdhuru mtu mwingine. Kwa wakati huu huna la kufanya ni afadhali uitumie." Wanshi akala dawa hiyo. Muda si muda, alijihisi hasira zikimjaa kifuani mfano wa moto unaowaka. Akashindwa kujizuia chumbani, alinguruma kwa sauti kubwa kama radi. Alipomwona mkewe, hakumpa nafasi ya kufumbua mdomo, akamrushia teke moja, naye akarushwa kwa umbali kiasi cha mita kadhaa, bila kuchelewa akachukua jiwe moja, akampiga kwa mfululizo. Mkewe aliadhibiwa vizuri.

609

【原文】

知为喜儿，不觉大哭。从之入，见堂中金碧焕映。俄顷，父扶童子出，相对悲哽。万石始述所遭。初，马携喜儿至此，数日，即出寻杨翁来，使祖孙同居。又延师教读，十五岁入邑庠，次年领乡荐，始为完婚。乃别欲去，祖孙泣留之，马曰："我非人，实狐仙耳。道侣相候已久。"遂去。孝廉言之，不觉恻楚。因念昔与庶伯母同受酷虐，倍益感伤，遂以舆马赍金赎王氏归。年馀，生一子，因以为嫡。

【今译】

儿十五岁考中了秀才，第二年中了举人，才给他办了婚事。马介甫就要告别离去，祖孙二人流泪挽留。马介甫说："我不是人，实际是狐仙。道友们已经等我很久了。"说完就走了。喜儿说着这些往事，不禁悲痛伤心，又想到从前与庶伯母王氏同受残酷虐待的事情，更加哀伤，就派车马送去金钱把王氏赎了回来。过了一年多，王氏生了个儿子，杨万石就把她扶了正。

尹氏跟着屠户过了半年，还像从前一样蛮横无理。屠户大怒，用屠刀把她的大腿穿了个洞，穿上猪毛绳子，把她吊在房梁上，然后扛着肉就走了。尹氏拼命嚎叫，声音都嘶哑了，邻居才得以知道，给她解开捆绑，又抽去猪毛绳，每抽一下，尹氏的痛叫声就震动四邻。从此她一见屠户来，就

Takriban alichubuka kila sehemu, lakini alikuwa bado akimtukana tu. Wanshi akiwa na ghadhabu nyingi akachomoa jambia lake toka alani. Mkewe aliendelea kumtukana na kumwuliza, "Umetoa jambia, je unathubutu kuniua?" Wanshi hakumjali, akamkata kipande cha nyama chenye ukubwa wa kiganja cha mkono toka kwenye paja lake. Akakitupa sakafuni. Alipotaka kumkata tena, mkewe akalia, akaomba msamaha, lakini Wanshi alijitia uziwi. Watu wa familia yake walipoona Wanshi amekuwa mkali kama kifaru aliyejeruhiwa walijaribu kumtoa nje. Ma alikuja kumchukua, akiwa amemshika mkono alimtuliza. Wakati huu hasira za Wanshi hazikuwa zimepungua, akatapatapa na kutaka kuendelea kumwonyesha cha mtema kuni. Ma alitumia juhudi kubwa, mwishowe akafaulu kumzuia. Baada ya kitambo, nguvu za dawa zilimwishia, Wanshi akaonekana mwenye masikitiko makubwa. Ma akamwambia, "Usikate tamaa, ukitaka kuhifadhi heshima ya mume, lazima ufanye hivyo. Tabia za watu kuwaogopa wake haziwezi kubadilika kwa siku moja tu. Tokea sasa inakubidi

【原文】

尹从屠半载，狂悖犹昔。夫怒，以屠刀孔其股，穿以毛
绠，悬梁上，荷肉竟出。号极声嘶，邻人始知。解缚抽绠，
一抽则呼痛之声，震动四邻。以是见屠来，则骨毛皆竖。后
胫创虽愈，而断芒遗肉内，终不良于行，犹夙夜服役，无敢
少懈。屠既横暴，每醉归，则挞詈不情。至此，始悟昔之施
于人者，亦犹是也。一日，杨夫人及伯母烧香普陀寺，近村
农妇，并来参谒。尹在中怅立不前。王氏故问："此伊谁？"

【今译】

毛骨竦然。后来腿上的创伤虽然痊愈了，可是绳子的毛刺还
留在肉里，一直行走不便，就这样还起早贪黑地劳作，一点
儿不敢懈怠。屠户对尹氏开了横暴无礼的头，每次喝醉酒回
家，就又打又骂，毫不留情。直到这时，尹氏才开始省悟过
去自己施加于他人的残暴也是这样的。一天，杨夫人和伯母
王氏去普陀寺烧香，附近村庄的农妇都来拜见，尹氏在人群
中失意地站着不敢上前。王氏故意问："这女人是谁？"家
仆上前禀报："是张屠户的妻子。"便呵斥她上前给太夫人
磕头。王氏笑着说："这女人跟了屠户，该当不缺肉吃，为
何瘦成这样？"尹氏又羞愧又气恨，回家想要上吊自尽，绳子
不结实，没死成。屠户越发讨厌她。过了一年多，屠户死了。

uachane na tabia za zamani, ujitutumue. Ukikosa ujasiri tena, basi hutakuwa na la kufanya." Kisha alimwambia Wanshi aingie chumbani kuchungulia. Mkewe alipomwona, alitetemeka na kujidai kuwa amekubali adhabu. Aliwaita vijakazi kumwinua, akapiga magoti mbele ya mumewe. Wanshi alimzuia. Halafu Wanshi alitoka nje na kumwambia Ma hali iliyokuwa huko ndani. Na wote walifurahi. Ma alitaka kuondoka lakini Wanshi na baba yake walijaribu kumbakiza. Ma alisema, "Safari hii ninakwenda Bahari ya Mashariki kwa shughuli maalumu, nimekuja hapa kukutembeleeni. Nitakaporudi tutaweza kuonana tena." Kisha akawaaga.

Mwezi mmoja ulipita. Majeraha ya Yin yalipona. Mwanzoni alimtendea mumewe kama mgeni wa heshima, lakini kadiri siku zilivyoendelea alianza kutomwogopa. Polepole alianza kumpuuza na kumcheka mumewe. Pamoja na hayo, alianza kumtukana na kufanya fujo. Haukupita muda mrefu alirudia kama hapo zamani. Mzee Yang hakuweza kuyavumilia mateso ya mkamwana wake.

613

614

【原文】

家人进白："张屠之妻。"便诃使前，与太夫人稽首。王笑曰："此妇从屠，当不乏肉食，何羸瘠乃尔？"尹愧恨，归欲自经，缧弱不得死。屠益恶之。岁馀，屠死。途遇万石，遥望之，以膝行，泪下如縻。万石碍仆，未通一言。归告侄，欲谋珠还，侄固不肯。妇为里人所唾弃，久无所归，依群乞以食，万石犹时就尹废寺中。侄以为玷，阴教群乞窘辱之，乃绝。此事余不知其究竟，后数行，乃毕公权撰成之。

【今译】

尹氏在道上遇见杨万石，远远地望着他，双膝跪地爬过来，泪水涟涟。杨万石碍着仆人的面，没跟她说一句话，回家告诉了侄子，想要把尹氏领回来，侄子坚决反对。尹氏被乡里人所唾弃，一直无以为家，就依靠乞丐们混饭吃，杨万石还时常到破庙中去看她。喜儿认为这样做有辱门风，暗地里叫乞丐们难堪羞辱杨万石，这才使杨万石断绝了和尹氏的往来。这件事以后的结局如何我不知道，后面的几行是毕公权撰写的。

异史氏说：怕老婆，是天下男子的通病。然而没想到天地之间竟有杨万石这样的人，莫不是他变成了异类？我曾经写过《妙音经》的续言，谨附录于此，以博众位一笑：

我以为天道演化产生万物，主要依赖地来完成；男儿志

Usiku mmoja aliondoka na kukimbilia katika Mkoa wa Henan. Baada ya kufika huko akawa kuhani wa dini ya Kitao. Lakini Wanshi hakuthubutu kwenda kumtafuta baba yake.

Mwaka uliofuata, Ma alikuja tena. Alipopata habari hizi, akamtukana Wanshi kwa hasira nyingi. Kisha alimwita Xi'er na kumpandisha kwenye punda, wakaondoka. Tangu hapo watu wote wa sehemu hiyo walimwonea Wanshi kijicho. Wasimamizi wa mtihani walipokuja kumtahini, waliona tabia zake zimepotoka sana, wakafuta heshima yake ya usomi.

615

Miaka mitano baadaye, nyumbani kwa Wanshi kulitokea ajali ya moto, nyumba na mali zake zote ziliteketea, zikawa majivu. Moto huo pia ulimaliza nyumba za majirani zake. Watu wa kijiji chao walimshtaki katika mahakama ya wilaya, akatozwa faini ya fedha nyingi. Familia yake ikafilisika na kukosa hata mahali pa kuishi. Watu wa vijiji vilivyokuwa karibu na kijiji chao walipatana kuwa mtu huyo asipangishwe nyumba. Ndugu wote wa familia ya Yin pia walimchukia kwa vitendo vyake

【原文】

异史氏曰：惧内，天下之通病也。然不意天壤之间，乃有杨郎，宁非变异？余尝作《妙音经》之续言，谨附录以博一噱：

窃以天道化生万物，重赖坤成；男儿志在四方，尤须内助。同甘独苦，劳尔十月呻吟；就湿移干，苦矣三年嚬笑。此顾宗祧而动念，君子所以有伉俪之求；瞻井臼而怀思，古人所以有鱼水之爱也。

第阴教之旗帜日立，遂乾纲之体统无存。始而不逊之

【今译】

在四方，尤其需要有贤良的妻子。夫妇同甘而妻子独苦，劳你十月怀胎呻吟痛苦；孩子尿床，你睡湿处，他睡干处，辛苦啊三年中的一颦一笑。这是考虑到传宗接代，所以君子有伉俪之求；体念妻子的家室之劳，所以古人说两情相得如鱼水。

只是妻子的威权在家中渐渐确立，就使丈夫的体统荡然无存。开始时出言不逊，大耍威风，丈夫还稍微反驳；接着丈夫敬重妻子如同上宾，妻子却来而不往。只因儿女情深，才使英雄气短。床上坐着母夜叉，任凭金刚一样的男儿也低眉顺眼；悍妇气焰嚣张，任你刚铁硬汉也只得低首顺从。秋夜砧板上的木杵不用它月下捣衣，却捶起了男人的脊梁；麻姑的纤指不去抓痒按摩，却偏去抓男人的脸面。当丈夫的，

vya kinyama na wakamkatalia hata kurudi nyumbani. Wanshi alifukarika kabisa, akauza suria wake kwa familia moja tajiri. Akamchukua Yin mpaka ng'ambo ya Mto Manjano. Walipofika katika Mkoa wa Henan fedha walizochukua zilikuwa zimekwisha. Mkewe akakataa kuishi naye, akafanya matata kwa ajili ya kutaka kuolewa na mtu mwingine. Kwa bahati, wakati huo alitokea mchinja nguruwe aliyefiwa na mke, mchinjaji huyo akamnunua Yin kwa fedha kiasi cha wakia mia tatu.

Wanshi alibaki peke yake akiombaomba chakula katika vijiji vilivyokuwa karibu na kijiji alichokaa. Safari moja, alifika

617

mbele ya mlango wa familia tajiri. Bawabu alimkemea na hakumruhusu kuusogelea mlango. Punde si punde, ofisa mmoja alitoka nje na kumwona Wanshi akilia kwa kwikwi. Huyu ofisa alimchungulia kwa muda mrefu, akamwuliza jina lake, kisha akasema kwa mshangao, "Kumbe wewe ndiye ami yangu! Kwa nini umefukarika namna hiyo?" Wanshi alipomwangalia kwa makini, akatambua kuwa hakuwa mwingine ila ni Xi'er. Akaanza

【原文】

声，或大施而小报；继则如宾之敬，竟有往而无来。只缘儿女深情，遂使英雄短气。床上夜叉坐，任金刚亦须低眉；釜底毒烟生，即铁汉无能强项。秋砧之杵可掬，不捣月夜之衣；麻姑之爪能搔，轻试莲花之面。小受大走，直将代孟母投梭；妇唱夫随，翻欲起周婆制礼。婆娑跳掷，停观满道行人；嘲哳鸣嘶，扑落一群娇鸟。恶乎哉！呼天吁地，忽尔披发向银床。丑矣夫！转目摇头，猥欲投缳延玉颈。

【今译】

小的责打就忍受，大的责打就逃走，简直要代替孟母断织教子；妇唱夫随，想打着周婆制礼的旗号把持家政。张牙舞爪跳着脚，惹得满道行人驻足观看；吵吵闹闹，吓得年轻女子惊恐万分。太可恶啦！呼天抢地，忽然之间披头散发要去投井。太丑陋啦！装疯卖傻，伸长脖子要上吊。

每当这时，站在地上的丈夫早已吓破了胆，被天外的怒骂声惊掉了魂。即使勇猛如同北宫黝也未必不逃走，勇武如同孟施舍怎能不害怕？将军豪气如雷电，一进庭院，顿时锐气全消；官大人面若冰霜，等到进了卧房，就有赔小心之处。难道女人的脂粉之气，真能无依仗之势而自有威风？为何竟使堂堂男子七尺之躯不寒而栗？情有可原的是，妻子

kulia kwa uchungu. Halafu akamfuata Xi'er na kuingia nyumbani

pamoja. Humo ndani mlimetameta na ilikuwa nyumba ya kifahari

ajabu. Dakika chache baadaye mzee Yang akisaidiwa na mtoto

mmoja, alitoka nje kuonana na mwanawe. Naam, kwa saa hayo

majonzi waliyokuwa nayo yalikuwa hayasemeki. Halafu Wanshi

alimweleza mikasa yote iliyomfika katika siku za nyuma.

Hapo ndipo mahali Ma alipomfikisha mtoto Xi'er awali.

Baada ya siku chache, alikwenda kumchukua mzee Yang ili

kumwezesha kukaa pamoja na mjukuu wake. Kisha alimwajiri

mwalimu mmoja kumfundisha Xi'er kusoma na kuandika. Xi'er

alipofikia umri wa miaka kumi na mitano aliingia katika shule

ya wilaya. Mwaka uliofuata alifaulu mtihani wa mkoa, akawa

juren. Halafu alioa mke. Tokea hapo, maisha yake yalikuwa

matamu mfano wa asali. Ma alipotaka kuondoka, mzee Yang na

mjukuu wake walijaribu kumzuia, lakini Ma alisema, "Mimi si

mtu wa kawaida, mimi ni malaika, wenzangu, akina makuhani,

wameshaningojea kwa muda mrefu." Kisha Xi'er akakumbuka

MASIMULIZI TEULE YA AJABU KUTOKA
KWENYE UKUMBI WA SOGA
MA JIEFU

Mkusanyiko wa Vitabu
Maarufu vya China

619

【原文】

当是时也，地下已多碎胆，天外更有惊魂。北宫黝未必不逃，孟施舍焉能无惧？将军气同雷电，一入中庭，顿归无何有之乡；大人面若冰霜，比到寝门，遂有不可问之处。岂果脂粉之气，不势而威？胡乃肮脏之身，不寒而栗？犹可解者，魔女翘鬟来月下，何妨俯伏皈依？最冤枉者，鸠盘蓬首到人间，也要香花供养。闻怒狮之吼，则双孔撩天；听牝鸡之鸣，则五体投地。登徒子淫而忘丑，《回波词》怜而成嘲。设为

【今译】

高耸发髻，美若天仙，不妨对她温顺依恋。最冤枉的是，妻子既老且丑，蓬头散发，却也像供佛一样用香与花来供养。为夫的一听到悍妇怒吼，就仰面承颜；一听到母鸡司晨，就五体投地。登徒子好色而不计老婆美丑，《回波词》成了对惧内者的嘲笑。假若是做了汾阳王郭子仪的女婿，能够立刻得到富贵尊荣，向老婆讨好还算有原故；假若入赘一平平富家，免不了被人役使，还要对人家一拜再拜，又图什么？穷汉子自觉无颜管束妻子，听凭她斫树摧花，滥施淫威，只得求妻子包容；如同财神一样的富贵人可谓有权有势，可如果逆鳞触犯了悍妇，也难请孔方兄帮忙。难道束缚游子之心的，仅仅是此鸟道？消磨英雄之气，就只靠这条鸿沟？

jinsi mama mdogo Wang alivyoteswa kinyama na yule nduli Yin, akajawa na kihoro, akamtuma mtumishi kumrudisha mama yake mdogo kwa fedha. Mwaka mmoja baadaye, Wang alimzalia Wanshi mtoto mmoja wa kiume. Wang akawa mke rasmi.

Siku si nyingi toka Yin kuolewa na mchinja nguruwe, ugonjwa wake wa zamani ukamtawala tena. Alikuwa mkali kama zamani. Mchinja nguruwe alikasirika sana. Akamtoboa paja lake kwa kisu, akaingiza kamba iliyosokotwa kwa manyoya ya nguruwe, akamtundika kwenye boriti ya nyumba; halafu akabeba matenga yake, akaenda zake. Yin alilia kwa sauti kubwa mpaka sauti ikamkauka. Jirani yake alikisikia kilio, akaingia ndani na kumfungua kamba. Akamwondolea kamba iliyoingizwa ndani ya paja lake. Jirani yake alipoondoa kamba ile, Yin aliumia vibaya, akapiga yowe kama mwendawazimu, akawashtua majirani wote.

Baada ya hapo, mwanamke huyo kila akimwona mumewe, alikuwa akitetemeka hata malaika yake yakamsimama wima

【原文】

汾阳之婿，立致尊荣，媚卿卿良有故；若赘外黄之家，不免奴役，拜仆仆将何求？彼穷鬼自觉无颜，任其斫树摧花，止求包荒于姑妇；如钱神可云有势，乃亦婴鳞犯制，不能借助于方兄。岂缚游子之心，惟兹鸟道？抑消霸王之气，恃此鸿沟？

然死同穴，生同衾，何尝教吟《白首》？而朝行云，暮行雨，辄欲独占巫山。恨煞“池水清”，空按红牙玉板；怜尔妾命薄，独支永夜寒更。蝉壳鹭滩，喜骊龙之方睡；犊

【今译】

但是死则同穴，生则同衾，丈夫何曾让妻子有《白头》之叹？可是朝也行云，暮也行雨，妻子就是要独自占有巫山。妻子恨透了恋妓忘家的丈夫，徒然地拍击着红牙玉板；可怜薄命女子，独守空房直到深夜更寒。丈夫则像金蝉脱壳般解脱，似白鹭踏滩般无声，趁着骊龙般的悍妇酣睡之时，赶快去与姬妾幽会；可一旦被发觉，驾着牛车，挥动麈尾，尤恨老牛跑得太慢。妻子疑心丈夫与别的女人同榻共眠，撕打开去才知是阿舅；用绳子拴在床前的丈夫，醒来之时已化作白羊。需要妻子的殷勤温情，只是在片刻之间；而饱受妻子的刻毒，却无尽无休。如果丈夫追欢买笑，那是自己造下罪孽，《太甲》必然说难以逃避；可是已经俯首帖耳，却遭

wima. Baadaye, ingawa donda lake lilipona lakini baadhi ya nyuzi za ile kamba ya manyoya ya nguruwe zilikatikia ndani. Mguu wake ulipinda na haukuweza kunyooka, hata kutembea aliona taabu. Japo alikuwa hivyo, alilazimika kumhudumia mumewe tangu asubuhi mpaka usiku. Hakuthubutu kutega kazi hata kidogo. Mchinja nguruwe alikuwa na hasira ya mkizi kila alewapo. Akirudi nyumbani humpiga na kumtukana mkewe bila ya kumhurumia. Mpaka wakati huo, mwanamke huyo mbaya alibaini kuwa dhuluma alizowatendea wengine hazikutofautiana na zile alizotendewa.

Siku moja, mkewe Xi'er na Wang walikwenda kutambika katika hekalu. Wanawake wote waliokaa karibu nao walikuja kuwashuhudia. Yin alisimama kwa unyonge katika umati wa wanawake, lakini hakuthubutu kusogea mbele. Bibi Wang alipomwona alimwuliza mama mmoja kwa makusudi, "Mwanamke huyo ni nani?"

"Huyo ni mke wa mchinja nguruwe."

大中华文库

【原文】

车麈尾，恨驽马之不奔。榻上共卧之人，挞去方知为舅；床前久系之客，牵来已化为羊。需之殷者仅俄顷，毒之流者无尽藏。买笑缠头，而成自作之孽，太甲必曰难违；俯首帖耳，而受无妄之刑，李阳亦谓不可。酸风凛冽，吹残绮阁之春；醋海汪洋，淹断蓝桥之月。又或盛会忽逢，良朋即坐，斗酒藏而不设，且由房出逐客之书；故人疏而不来，遂自我广绝交之论。甚而雁影分飞，涕空沾于荆树；鸾胶再觅，变

【今译】

受无故的惩罚，李阳也说不应该。酸风凛冽，吹残了绣阁春情；醋海汪洋，断送了一段美妙姻缘。有时忽逢盛会，良朋就坐，妻子却把酒藏起来不肯端出，并且在闺房发出逐客之令；故交疏远而不敢上门，就等于自己和友人绝交。更有甚者，闹得兄弟分家，空流无奈之泪；妻死续娶，后妇便会干出以芦花代替棉絮虐待前妻子女之事。所以阳城终身不娶，只是与兄弟们饮酒；商子好牧猪吹竽，年逾七旬并无妻室。古人如此行事，是因为有难言之苦啊。

唉！本应终身厮守的贤妻，竟成了附骨的毒疮；娶妻纳彩礼，买来的却是切肤之痛。须眉硬如刀戟的男子是这样，胆大如斗的男人还有吗？固然不敢杀死老婆埋在马棚下，谁

Kisha alimwita mbele yake amsujudie. Wang alisema kwa tabasamu ya dharau, "Mwanamke huyo aliolewa na mchinja nguruwe, bila ya shaka hana shida ya nyama, kwanini amekondeana kama mbwa koko?" Maneno hayo yalimkata ini Yin. Baada ya kurudi nyumbani, aliamua kujinyonga, lakini kwa bahati kamba ilikatika, akashindwa kujinyonga. Mchinja nguruwe alipopata habari hiyo, alimchukia zaidi. Mwaka mmoja baadaye, mchinja nguruwe alikufa.

Siku moja, mjane Yin alikutana na Wanshi njiani. Mjane huyo alimwendea kwa magoti huku machozi yakimtiririka kama mvua. Wanshi hakusema lolote kwa sababu alifuatana na mtumishi. Aliporudi nyumbani alimshauri Xi'er amrudishe Yin nyumbani. Xi'er alimkatalia katakata. Watu wengi wa kijijini walimdharau sana yule mjane wala hapakuwa na mtu aliyetokea kumhurumia. Ilimbidi afuatane na ombaomba kwenda kuomba chakula kila siku. Wanshi mara kwa mara alijiiba kwenda kufanya mapenzi naye katika hekalu bovu. Xi'er alimgundua mwenendo wake, akaona

625

【原文】

遂起于芦花。故饮酒阳城，一堂中惟有兄弟；吹竽商子，七旬馀并无室家。古人为此，有隐痛矣。

呜呼！百年鸳偶，竟成附骨之疽；五两鹿皮，或买剥床之痛。髯如戟者如是，胆似斗者何人？固不敢于马栈下断绝祸胎，又谁能向蚕室中斩除孽本？娘子军肆其横暴，苦疗妒之无方；胭脂虎啖尽生灵，幸渡迷之有楫。天香夜爇，全澄汤镬之波；花雨晨飞，尽灭剑轮之火。极乐之境，彩翼双栖；长舌之端，青莲并蒂。拔苦恼于优婆之国，立道场于爱河之滨。咦！愿此几章贝叶文，洒为一滴杨枝水！

【今译】

又能自向蚕室毅然自宫？娘子军大肆横行暴虐，苦于没有治疗妒嫉的药方；胭脂虎吃尽生灵，幸亏迷津尚有渡船。深夜烧香念佛，可以免受汤镬之刑；清晨礼拜诵经，可以免受刀山剑树之苦。只有在极乐境地，夫妻可彩翼双栖；昔日的长舌之妇，才能妻妾和美如同并蒂莲花。在佛国中去掉苦恼，在爱河边立起讲法诵经的道场。唉，但愿这几页经文，变作一滴化恶为善的杨枝水。

kuwa jambo hili lilikuwa aibu kubwa kwao. Kichinichini alimtuma

mtu kwenda kuwashawishi wale ombaomba kumwaibisha. Tangu

hapo uhusiano uliokuwa kati ya Wanshi na mjane Yin ukakoma.

小谢

【原文】

　　渭南姜部郎第，多鬼魅，常惑人，因徙去。留苍头门之而死，数易皆死，遂废之。里有陶生望三者，夙倜傥，好狎妓，酒阑辄去之。友人故使妓奔就之，亦笑内不拒，而实终

【今译】

　　陕西渭南县姜部郎的住宅鬼魅很多，经常迷惑人，因此就搬家离去。他只留下仆人看门，仆人却死了，又换了几个人看门，也都死了，于是就把宅院废弃了。乡里有个书生名叫陶望三，素来倜傥风流，喜欢招妓陪酒，酒筵将结束就叫妓女离开。友人故意让妓女去他那里，他也笑着接纳不拒绝，而实际整夜与妓女无染。他曾经寄宿在姜部郎家，有个丫鬟夜里去找他，陶生坚决拒绝，不肯乱搞，姜部郎由此很器重他。

　　陶生家境极为贫穷，妻子又死了，几间茅屋，湿热的暑天热得人受不了，就向姜部郎求借废宅。姜部郎因为废宅多凶事，回绝了他。陶生就作了一篇《续无鬼论》献给姜部

XIAOXIE

Mji alioishi mhudumu wa mfalme bwana Jiang, ulikuweko katika Wilaya ya Weinan, Mkoa wa Shaanxi. Mji huo ulikuwa ukitokewa na mashetani wanaoroga watu mara kwa mara. Kwa hiyo Jiang alihama kwenye mji huo. Mtumishi mmoja tu alibaki pale kwa ajili ya kuulinda. Haukupita muda mrefu mtumishi huyo alikufa. Baadaye watu kadhaa walikuja na wao vilevile walikufa mmoja baada ya mwingine, hatimaye mji huo ukaachwa wazi bila ya matumizi yoyote.

Katika kijiji alichokuwa akikaa bwana Jiang kulikuwa na msomi mmoja aliyeitwa Tao Wangsan. Msomi huyo siku zote alikuwa na silika ya kinyoofu na alikuwa akipenda kunywa pombe pamoja na malaya; lakini kila alipokuwa akianza kulewa alikuwa anawaondoa. Rafiki wa bwana Jiang kwa makusudi aliwaambia malaya kwenda kwake, naye aliwakaribisha kwa furaha lakini alikuwa akijitakasa usiku kucha.

Safari moja, Tao alikaa katika mji wa bwana Jiang. Wakati wa

629

【原文】

夜无所沾染。尝宿部郎家，有婢夜奔，生坚拒不乱，部郎以是契重之。

家綦贫，又有"鼓盆之戚"，茆屋数椽，溽暑不堪其热，因请部郎假废第。部郎以其凶，故却之。生因作《续无鬼论》献部郎，且曰："鬼何能为！"部郎以其请之坚，诺之。

生往除厅事。薄暮，置书其中，返取他物，则书已亡。怪之，仰卧榻上，静息以伺其变。食顷，闻步履声，睨

【今译】

郎，并且说："鬼能把我怎么样？"姜部郎因他坚决要借，就答应了。

陶生去打扫厅房。傍晚，他把书放在房中，回家去取东西，回来书已不见。他感到奇怪，就仰卧在床榻上，平心静气地等待着事情的变化。约过了一顿饭的工夫，听到了脚步声，斜眼一看，有两个女孩从房中走出，把丢失的书送还到桌案上。一个约二十岁，一个十七八岁，都很美丽，犹犹豫豫地来到床边，相视而笑。陶生静静躺着一动不动。年长的那个女孩翘起一只脚踹陶生的肚子，年少的那个捂着嘴偷偷地笑。陶生顿觉心神摇荡，好像难以自持，赶紧严肃地正了正念头，到底没有理睬她们。年长的女孩又到近前用左

usiku malaya mmoja alikuja kumshawishi, akamkatalia kimachomacho na hakufanya mapenzi naye. Kwa jambo hili, bwana Jiang alimheshimu. Familia ya Tao ilikuwa maskini. Mke wake alikufa zamani. Vibanda vyake vya nyasi vilikuwa na joto lisilovumilika katika majira ya kiangazi. Tao akamwomba bwana Jiang ampe ruhusa kukaa katika mji wake ulioachwa wazi. Bwana Jiang aliona kuwa mji ule haukuwa salama, kwa hiyo hakukubali. Halafu Tao aliandika makala moja ambayo kichwa chake kilikuwa 'Juu ya kutokuweko mashetani', akampa bwana Jiang akisema, "Shetani anawezaje kuniogopesha!" Bwana Jiang alipoona alikuwa jasiri namna hii akakubali ombi lake.

Tao alipokwisha safisha nyumba, alianza kuhamisha vitu vyake. Jioni aliweka vitabu vyake chumbani, akaenda kubeba vitu vingine. Aliporudi alikuta vitabu vimetoweka. Moyoni aliona ajabu. Akalala chali kitandani akiwa ametulia tuli kiasi ambacho hata hakuthubutu kupumua kwa nguvu, akisubiri kitakachotokea. Baada ya muda wa nusu saa hivi, sauti za vishindo za watu zilisikika nje. Alipoangalia

631

kijicho upembe aliwaona wasichana wawili walizuka katika nyumba na kurudisha vitabu vile vilivyotoweka kwenye meza. Kati ya

【原文】

之，见二女自房中出，所亡书，送还案上。一约二十，一可十七八，并皆姝丽，逡巡立榻下，相视而笑。生寂不动。长者翘一足踹生腹，少者掩口匿笑。生觉心摇摇若不自持，即急肃然端念，卒不顾。女近以左手捋髭，右手轻批颐颊，作小响，少者益笑。生骤起，叱曰："鬼物敢尔！"二女骇奔而散。生恐夜为所苦，欲移归，又耻其言不掩，乃挑灯读。暗中鬼影憧憧，略不顾瞻。夜将半，烛而寝。始交睫，觉人

【今译】

手捋陶生的髭须，用右手轻轻地拍打他的面颊，发出轻微的声响，年少的笑得益发厉害。陶生猛然起身，骂道："鬼东西！怎敢无礼！"两个女孩吓得奔逃而散。陶生深恐夜里被两个女孩折磨，想搬回家去，又为自己随便说话有失检点而感到羞耻，就挑灯夜读。黑暗中鬼影晃来晃去，陶生连看也不看。将近半夜了，他点着蜡烛睡下。刚一合眼，就感觉有人用很细的东西刺进自己的鼻孔，痒得厉害，不禁打了个大喷嚏，只听黑暗处隐隐传来笑声。陶生不说话，假装睡着了等着她们。一会儿，见那个年少的女孩用纸条捻成细绳，像鹤和鹭鸶那样屈身轻步，悄悄来到跟前。陶生突然跳起来呵斥她，她轻飘飘地逃窜而去。陶生睡下后，女孩又

wasichana hao wawili, mmoja alikuwa na umri wa miaka kiasi cha ishirini na mwingine kiasi cha kumi na saba hivi. Wote walikuwa warembo vya kutosha. Wakiwa wanasitasita walikuja karibu na kitanda chake. Kisha walitupiana macho wakitabasamu. Tao akiwa kitandani alijitia kutokuwa na habari yoyote. Msichana mkubwa aliinua mguu mmoja na kumkanyaga tumbo lake; Msichana mdogo alicheka kichinichini hali akifumba mdomo wake.Tao aliona akili yake ikivurugika vibaya kwa mshawasha wao. Hima hima akauma meno na kuacha matamanio yake, na mwisho akawa hajali. Yule msichana mkubwa alikuja tena ubavuni mwake. Alichezeachezea ndevu zake kwa mkono wa kushoto na kwa mkono wa kulia alipigapiga mashavu yake. Sauti za kiada zikasikika, yule msichana mdogo alizidiwa nguvu kwa kicheko. Ghafla Tao alinyanyuka kitandani, akawafokea," Ninyi mashetani, mkithubutu kuleta fujo tena mtakiona!" Wasichana wawili walikimbia kwa hofu. Tao alihofia kuwa watakuja kufanya fujo tena wakati wa usiku, akajawa na fikra juu ya kuhamia kwake. Alipokumbuka kwamba amekwisha toa kauli za kujinasibu mbele ya watu, akajua akihama atachekwa tu na watu. Kisha alipandisha utambi, akaanza kusoma. Katika sehemu zenye kiza mashetani walikuwa wakipishana, Tao

633

【原文】

以细物穿鼻，奇痒，大嚏，但闻暗处隐隐作笑声。生不语，假寐以俟之。俄见少女以纸条拈细股，鹤行鹭伏而至。生暴起诃之，飘窜而去。既寝，又穿其耳。终夜不堪其扰。鸡既鸣，乃寂无声，生始酣眠，终日无所睹闻。日既下，恍惚出现。生遂夜炊，将以达旦。长者渐曲肱几上，观生读，既而掩生卷。生怒捉之，即已飘散。少间，又抚之。生以手按卷读。少者潜于脑后，交两手掩生目，瞥然去，远立以哂。生

【今译】

来捅他耳朵。陶生整夜被她们搅扰得受不了。雄鸡报晓，才沉寂下来，陶生这才睡熟了，整个白天也一无所见。太阳偏西之后，两个女孩又恍恍惚惚地出现了。陶生就连夜做饭，想熬个通宵。年长的女孩渐渐地走过来，弯着胳臂伏在几案上，看着陶生读书，接着用手掩住陶生的书。陶生大怒去捉她，她马上飘然散去，一会儿，又过来捂住书。陶生用手按着书读。年少的女孩就悄悄跑到他身后，两手交叉蒙住他的眼睛，又迅速走开，远远地站在一旁微笑。陶生指着她们骂道："小鬼头！让我捉住，就把你们都杀了！"女孩走到近前又不惧怕。于是陶生戏弄她们说："各种房中术，我都不懂，纠缠我没用。"两个女孩微微一笑，转身奔向灶间，劈

hakuwatazama kamwe. Usiku wa manane alilala usingizi huku kandili ikiwaka. Alipokuwa ndio kwanza afumbe macho alihisi mtu mmoja akimchokonoa pua yake kwa kitu chepesi akaanza kunyengereshwa. Akapiga chafya kwa nguvu; aidha sauti za kicheko zilisikika faraghani. Tao hakunena lolote. Alijifanya kulala usingizi akisubiri msichana yule aje tena. Punde si punde yule msichana mdogo alisokota kipande cha karatasi na alimnyemelea kama paka akamatavyo panya. Ghafla Tao alikuja juu na kumkemea kwa sauti kubwa, naye msichana mdogo akakimbia mbio kama mtu aliyetiwa ufunguo. Tao alipolala tena alikuja kunyengeresha sikio lake kwa msokoto ule wa karatasi. Kwa saa nyingi Tao hakupata amani. Mpaka majogoo walipowika ndio nyumba ya Tao ikaanza kuwa shwari. Tao akatopewa na usingizi mzito.

Mchana Tao hakuona wala hakusikia kitu chochote. Jua lilipozama mashetani walizuka tena. Tao alikata shauri ya kupika chakula usiku na akatarajia kukesha mpaka mapambazuko. Alipoanza kusoma msichana yule mkubwa alimjia taratibu akamwinamia mezani huku akimwangalia Tao wakati akisoma. Ghafla alifunga kitabu cha Tao. Tao alikuwa na hamaki kubwa.

【原文】

指骂曰:"小鬼头!捉得便都杀却!"女子即又不惧。因戏之曰:"房中纵送,我都不解,缠我无益。"二女微笑,转身向灶,析薪溲米,为生执爨。生顾而奖曰:"两卿此为,不胜憨跳耶?"俄顷,粥熟,争以匕、箸、陶碗置几上。生曰:"感卿服役,何以报德?"女笑云:"饭中溲合砒、鸩矣。"生曰:"与卿夙无嫌怨,何至以此相加。"啜已,复盛,争为奔走。生乐之,习以为常。

【今译】

柴淘米,为陶生烧火做饭。陶生看着她们夸奖道:"你们干这个,不比瞎闹腾好吗?"一会儿,粥煮熟了,她俩争着把饭匙、筷子、饭碗摆放在几案上。陶生说:"你们为我劳累,令人感动,我怎么报答你们的好处呢?"女孩笑着说:"饭中掺进砒霜和毒酒了。"陶生说:"我和你们素来没有怨仇,何至于加害到这一步。"喝完粥,又盛上,两个女孩争相为他跑腿。陶生很高兴她们能这样,习以为常。

渐渐地混得越来越熟了,陶生和她们坐在一起说着心里话,问两个女孩的姓名。年长的女孩说:"我叫秋容,姓乔;她是阮家的小谢。"陶生又追问他们的来历。小谢笑着说:"傻郎君,还不敢露一露身子,谁要你问我们门第

Akaamka kumkamata lakini yule msichana alikuwa amesha peperushwa. Kitambo kidogo baadaye alikuja tena kufunga kitabu cha Tao. Kisha Tao alisoma kitabu huku akikingángánia kwa mikono yake. Wakati huo msichana mdogo alimnyemelea nyuma yake, alimfumba macho kwa mikono. Tao alitaka kumkamata vilevile, lakini kufumba na kufumbua alitorokea mbali hali akimwangalia kwa tabasamu. Tao akiwa anamnyooshea kidole alitukana, "Mashetani nyie, nikiwakamata nitawaua ninyi nyote." Wasichana hao wawili hawakuogopa hata kidogo. Hivyo Tao Aliwadanganya akisema, "Kamwe mimi sielewi mambo ya unyumba, hata kama mnaniganda namna gani hamtaweza kufua dafu." Wasichana hao wawili walitabasamu tu, kisha wakageuka na kuelekea jikoni, wakakata kuni, wakaosha mchele, wakampikia chakula. Tao alitazama na kuwasifu, "Ni vema kufanya hivyo kuliko kuleta utundu." Haukupita muda mrefu uji uliiva, wasichana wawili walipigania kuandaa vijiko, mabakuli, n.k..

Tao alisema, "Asante kwa msaada wenu, nitalipaje wema wenu?"

Mmoja wao alisema kwa kicheko, "Tumetia sumu kwenye chakula chako!"

637

【原文】

日渐稔，接坐倾语，审其姓名。长者云："妾秋容，乔氏；彼阮家小谢也。"又研问所由来。小谢笑曰："痴郎！尚不敢一呈身，谁要汝问门第，作嫁娶耶？"生正容曰："相对丽质，宁独无情？但阴冥之气，中人必死。不乐与居者，行可耳；乐与居者，安可耳。如不见爱，何必玷两佳人？如果见爱，何必死一狂生？"二女相顾动容，自此不甚虐弄之，然时而探手于怀，捋袴于地，亦置不为怪。

【今译】

出身，想娶我们不成？"陶生一本正经地说："面对两位佳丽，难道我不动情吗？只是人中了阴曹地府的阴气必死。你们不乐意与我在一块儿住，可以走开；乐意与我住在一块儿，安心住好了。如果你们不爱我，我何必玷污两个佳人？如果你们爱我，又何必让一个狂生去死呢？"两个女孩互相看了一眼，深受感动，自此以后不再过分戏谑捉弄陶生，然而时常把手伸到陶生怀里，把他的裤子褪到地上，陶生也不放在心上，不以为怪。

一天，陶生书没抄完就出去了，回来看到小谢伏在案头，执笔代抄。见到陶生，她扔下笔斜着眼笑。近前看那字，虽然写得极不像样，但横竖成行。陶生称赞说："你是

Tao alisema," Hatujawahi kuwa na chuki hata siku moja, ya nini mnanitilia sumu?" Baada ya Tao kumaliza kula chakula cha bakuli la kwanza, wakaenda kumpakulia tena, wakawa wanamhudumia kwa juhudi. Tao aliwapenda na polepole alizoeana nao. Kadiri wakati ulivyozidi kuendelea ndivyo walivyopiga soga kwa furaha zaidi. Tao aliwauliza majina yao, msichana mkubwa alijibu,"Ninaitwa Qiao Qiurong na mdogo wangu anaitwa Ruan Xiaoxie." Kisha Tao aliwauliza walikotoka. Xiaoxie alisema kwa tabasamu, " Mjinga we! Hata kutukaribia huthubutu, nani kakuambia udadisi nasaba zetu? Unataka kutuoa?" Tao alisema kwa ukavu," Kukaa pamoja na wasichana warembo kama nyinyi ningewezaje kutosisimka? Lakini nikikaa pamoja na mashetani bila shaka nitakufa. Kama hampendi kukaa pamoja nami mnaweza kuondoka; na mkipenda mnaweza kubakia hapa. Tena naona kama hamnipendi, ya nini niwatie aibu? Na kama mnanipenda, ya nini nife kwa madhara yenu?" Wasichana wawili waliposikia hivyo walitazamana na walionekana kama kwamba wameguswa. Tangu hapo wasichana hao wawili walikoma kumchezea.

Siku moja, kabla Tao hajamaliza kunakili kitabu alitoka nje. Aliporejea alimwona Xiaoxie ameinamia mezani akimsaidia kunakili

639

大中华文库

【原文】

　　一日，录书未卒业而出，返则小谢伏案头，操管代录。见生，掷笔睨笑。近视之，虽劣不成书，而行列疏整。生赞曰："卿雅人也！苟乐此，仆教卿为之。"乃拥诸怀，把腕而教之画。秋容自外入，色乍变，意似妒。小谢笑曰："童时尝从父学书，久不作，遂如梦寐。"秋容不语。生喻其意，伪为不觉者，遂抱而授以笔，曰："我视卿能此否？"作数字而起，曰："秋娘大好笔力！"秋容乃喜。生于是折两纸为范，

【今译】

　个雅人呀！如果乐意抄写，我教你来写。"就把小谢抱在怀里，把着手腕教她笔画。秋容从外面进来，见此马上变了脸色，好像很嫉妒。小谢笑着说："儿时曾跟父亲学写字，很久不写了，就像做梦一样。"秋容没说话。陶生明白她的心思，假装什么也不知道，就抱起她，递给她一支笔说："让我看看你会不会写字？"秋容写了几个字站起来，陶生说："秋娘真是好笔力！"秋容这才高兴起来。陶生于是将两张纸折成格写上范字，让两个女孩一起临摹。陶生在另一盏灯下读书，暗自高兴她们各自有事可做，不会再来搅扰。两个女孩临摹完毕，敬立几案前，听候陶生评判。秋容素来不识字，写的文字稚劣不可辨认，评判完毕，自觉不如小谢，感

kitabu. Xiaoxie alipomuona Tao, mara aliweka kalamu mezani. Akamwangalia kwa kijicho upembe na kumchekelea. Tao aliposogea mbele aliona kuwa japo maandishi yake hayakuwa mazuri lakini mistari ilipangwa kwa unadhifu. Tao alimsifu akisema,"Wewe ni mtu mtaratibu. Ukipenda kuandika ninaweza kukufundisha." Kisha alimpakata na kumfundisha mkono kwa mkono namna ya kuandika. Wakati hayo yakiendelea Qiurong aliingia ndani. Alipoona hali hiyo uso wake ulibadilika. Akajawa na wivu. Xiaoxie alisema huku akitabasamu, "Utotoni niliwahi kujifunza kuandika kutoka kwa baba yangu na niliacha kuandika kwa muda mrefu, ndio maana nimesahau yote." Qiurong hakunena lolote. Tao alielewa maana yake lakini alijifanya kutofahamu akampakata na kumpa kalamu moja. Tao alimwuliza kuwa anafahamu kuandika au hapana? Qiurong hakumjibu. Alipomaliza kuandika maneno kadhaa, Tao alisimama, akasema," Maandishi ya Qiurong ni mazuri." Ndipo Qiurong akaanza kufurahi. Kisha Tao alikata karatasi mbili na aliwaandikia maneno kadhaa ili waweze kuigiza. Yeye mwenyewe alikwenda kusoma katika sehemu nyingine iliyokuwa na kandili. Saa hiyo kila mmoja alikuwa na hamsini zake. Hawakusumbuana tena. Wasichana wawili walipomaliza kuandika walisimama mbele ya meza wakimwomba

641

【原文】

俾共临摹。生另一灯读，窃喜其各有所事，不相侵扰。做毕，祗立几前，听生月旦。秋容素不解读，涂鸦不可辨认，花判已，自顾不如小谢，有惭色。生奖慰之，颜始霁。

二女由此师事生，坐为抓背，卧为按股，不惟不敢侮，争媚之。逾月，小谢书居然端好，生偶赞之，秋容大惭，粉黛淫淫，泪痕如线。生百端慰解之，乃已。因教之读，颖悟非常，指示一过，无再问者。与生竞读，常至终夜。小谢又引其

【今译】

到惭愧。陶生对她夸奖劝慰一番，她脸色才变得开朗起来。

两个女孩从此拜陶生为师，坐着时给他搔背，躺下时为他捶腿，不但不敢侮慢，还争相讨他欢心。过了一个月，小谢的字居然能写得端正好看，陶生偶尔赞扬她，秋容听了大为惭愧，脸上的粉黛和着眼泪而下，泪痕如线。陶生百般宽慰劝解，这才好了。陶生就教她们读书，她们聪明异常，指点一遍，不会再问第二遍。她们和陶生比赛读书，时常读一个通宵。小谢又将她弟弟三郎引见来，拜在陶生门下。三郎年纪十五六岁，容貌秀美，以一钩金如意作为拜师之礼。陶生令他与秋容共同学习一种经书，满堂响起咿咿呀呀的读书声，陶生竟然在这里开办了一所鬼学。姜部郎听说很高

Tao asahihishe maandishi yao. Awali Qiurong hakuwahi kusoma wala kuandika. Maandishi yake yakawa hayawezi kusomeka. Baada ya kusahihishwa alijihisi amezidiwa na Xiaoxie, akatahayari. Tao alimsifu na kumfariji, uso wake ukarudia katika hali ya kawaida. Tokea hapo wasichana hao wawili walimwona Tao kama mwalimu wao, wakawa wanamsaidia kumkuna mgongo alipokuwa amekaa na wanamsaidia kupigapiga miguu alipokuwa akilala kitandani. Hawakuthubutu kumfanyia uzembe isipokuwa walipigania kumfurahisha. Mwezi mmoja ulipita, Xiaoxie aliweza kuandika vizuri na kwa unadhifu. Safari moja Tao alipomsifu Xiaoxie, Qiurong aliposikia mara uso wake uliwaka kwa soni, hata jasho lilimtoka usoni na machozi kumbubujika machoni kama chemchemi. Baada ya kubembelezwa na Tao, aliacha kuhuzunika. Tangu wakati huo, Tao aliwafundisha kusoma na kuandika, nao walikuwa wepesi kama mchwa. Walikuwa wakifahamishwa mara moja tu, basi hawakuwa na haja ya kuuliza tena. Walikuwa wakishindana na Tao katika kusoma. Mara kwa mara walikuwa wakikesha usiku. Xiaoxie alimwita mdogo wake wa kiume Sanlang hadi kwake ili awe mwanafunzi wa Tao pia. Sanlang alikuwa na umri kama miaka kumi na sita hivi, alikuwa kijana

643

【原文】

弟三郎来，拜生门下。年十五六，姿容秀美，以金如意一钩为贽。生令与秋容执一经，满堂咿唔，生于此设鬼帐焉。部郎闻之喜，以时给其薪水。积数月，秋容与三郎皆能诗，时相酬唱。小谢阴嘱勿教秋容，生诺之；秋容阴嘱勿教小谢，生亦诺之。一日，生将赴试，二女涕泪持别。三郎曰："此行可以托疾免。不然，恐履不吉。"生以告疾为辱，遂行。

先是，生好以诗词讥切时事，获罪于邑贵介，日思中

【今译】

兴，按时给陶生送来柴米。过了几个月，秋容与三郎都能作诗了，时常互相酬唱。小谢背地里嘱咐陶生不要教秋容，陶生答应了；秋容背地里嘱咐陶生不要教小谢，陶生也答应了。一天，陶生要去赶考，两个女孩流泪送他上路。三郎说："这次应考可以推托生病不去。不然的话，恐怕遇到凶险。"陶生认为托病不去是耻辱，就上路了。

此前，陶生好写诗词讥讽时政，得罪了当地显贵，整天想着中伤陶生。他暗地里贿赂学政，诬蔑陶生品行不端，就把陶生关进了监狱。陶生的盘缠用光了，就向囚犯们讨吃的，料想自己已经没有生还的可能。忽然有个人飘飘忽忽自外而入，原来是秋容。秋容带来酒食给陶生吃，两人相对

mzuri. Alipoonana na Tao alimpa Tao pambo moja la dhahabu likiwa kama zawadi ya kuanzisha uhusiano wao wa mwalimu na mwanafunzi. Tao aliwaambia Sanlang na Qiurong wasome kitabu cha aina moja. Nyumba ilikuwa ikiwaka moto kwa sauti za kusoma, Tao amefungua shule ya mashetani katika mji huo; bwana Jiang aliposikia habari hiyo alifurahi, Aliamua kumpa mshahara kwa mujibu wa masaa. Miezi kadhaa baadaye, Qiurong na Sanlang wote waliweza kutunga mashairi. Mara kwa mara walisoma mashairi yao kwa mapokezano. Xiaoxie alimwagiza Tao kisirsiri asimfundishe Qiurong, Tao akakubali; Qiurong vilevile alimwagiza Tao aache kumfundisha Xiaoxie. Tao alikubali pia. Kwa hivyo walikuwa bado wanaweza kukaa pamoja kwa amani.

Siku moja, Tao alitarajia kwenda kutahiniwa katika mkoa. Qiurong na Xiaoxie walititirirka machozi walipomuaga. Sanlang Alimwambia Tao,"Safari hii bora ujisingizie ugonjwa, ili usiende kutahiniwa; ama sivyo yawezekana ukapatwa na balaa.Tao aliona kujisingizia ugonjwa kutashusha hadhi yake, hakukubali kufanya hivyo, akaondoka. Awali Tao alikuwa akipenda kukejeli siasa za wakati ule kwa mashairi, akawaudhi maofisa wa wilaya. Maofisa hao walikuwa wakitarajia kumpiga vijembe. Mara hiyo

645

【原文】

伤之。阴赂学使，诬以行简，淹禁狱中。资斧绝，乞食于囚人，自分已无生理。忽一人飘忽而入，则秋容也。以馔具馈生，相向悲咽，曰："三郎虑君不吉，今果不谬。三郎与妾同来，赴院申理矣。"数语而出，人不之睹。越日，部院出，三郎遮道声屈，收之。秋容入狱报生，返身往侦之，三日不返。生愁饿无聊，度一日如年岁。忽小谢至，怆悢欲绝，言："秋容归，经由城隍祠，被西廊黑判强摄去，逼充

【今译】

悲伤呜咽，秋容说："三郎忧虑你出行不吉利，如今果然不错。三郎和我一块儿前来，去巡抚衙门为你申冤去了。"秋容说了几句就出去了，人们谁也看不见她。过了一天，巡抚出行，三郎拦路喊冤，就被带走了。秋容入狱报告了陶生，返身前去探听消息，三天没有回来。陶生忧愁饥饿，百无聊赖，度日如年。忽然小谢来了，悲伤怨恨得要死，说："秋容回家，经过城隍庙，被庙里西廊上的黑判官抢了去，逼她为妾。秋容不肯屈服，现在也被关了起来。我跑了百里多路，奔波得太疲乏了，走到城北，被老荆棘刺伤了脚心，痛彻骨髓，恐怕不能再来了。"于是抬起脚让陶生看，只见鲜血染红了鞋袜。小谢拿出三两银子给陶生，就一瘸一拐地走

walimhonga msimamizi wa mtihani kwa siri na kumsingizia kuwa alikuwa na tabia ya kihuni, hivyo akafungwa gerezani kwa muda mrefu. Fedha zake za matumizi zilipokwisha ilimbidi aombe chakula kwa wafungwa wengine. Alipofikiri kuwa hatakuwa na tumaini la kuishi tena. Ghafla mtu mmoja aliingia ndani ya chumba cha wafungwa. Naye alikuwa ni Qiurong. Alimletea chakula chungu nzima. Kabla hawajaanza kuzungumza walilizana pamoja. Qiurong akasema, "Sanlang alibashiri kuwa utapatwa na balaa, sasa kweli balaa limekuangukia. Sanlang amekuja pamoja nami lakini amekwenda kukutetea mahakamani." Baada ya muda Qiurong alikwenda zake. Alipokuwa gerezani wafungwa wengine hawakuweza kumwona. Kesho yake, mkuu wa mkoa aliposafiri kikazi Sanlang alimzuia njiani na kueleza dhuluma yake, akachukuliwa. Bila ya kuchelewa Qiurong alikwenda gerezani kumwambia Tao habari hiyo. Halafu alikwenda tena kudadisi habari zaidi, lakini kwa muda wa siku tatu hakuonekana. Tao aliona maisha ya huko gerezani yalikuwa yakimchosha. Siku zilikwenda taratibu kama mwendo wa konokono. Siku moja ilikuwa kama mwaka kwa dhiki ya njaa na kutokuwa na raha. Ghafla Xiaoxie alikuja. Alipomwona Tao majonzi yalimpenya

647

【原文】

御牒。秋容不屈，今亦幽囚。妾驰百里，奔波颇殆，至北郭，被老棘刺吾足心，痛彻骨髓，恐不能再至矣。"因示之足，血殷凌波焉。出金三两，跛踦而没。部院勘三郎，素非瓜葛，无端代控，将杖之，扑地遂灭，异之。览其状，情词悲侧。提生面鞫，问："三郎何人？"生伪为不知。部院悟其冤，释之。

既归，竟夕无一人。更阑，小谢始至，惨然曰："三

【今译】

了。巡抚审问三郎，见他向来与陶生非亲非故，无缘无故代人告状，要打他的板子，三郎扑倒在地就消失了。巡抚感到奇怪。看他的状词，富有感情的言词悲伤感人。巡抚就提出陶生当面审问，问："三郎是你什么人？"陶生假装不知。巡抚由此领悟到陶生是冤枉的，就把他放了。

陶生回到家里，整个晚上不见一人。直到深夜，小谢才到，她神色凄惨地说："三郎在巡抚衙门被管衙门的神给押到阴曹地府，阎王爷因为三郎仗义，令他托生富贵人家。秋容被关了很久，我写了状子想投给城隍老爷，又被压下，不能上达，该怎么办呢？"陶生愤恨地说："老黑鬼怎敢如此！明天推倒他的塑像，践踏成泥土，列举罪状责问城隍

moyoni kama mishale, akawa hajitambui. Alisema,"Qiurong aliporudi alipitia hekalu la malaika wa ulinzi akachukuliwa kwa nguvu na hakimu mweusi wa ujia wa magharibi ya hekalu. Hakimu huyo alimshurutisha awe suria wake lakini Qiurong alimkatalia kata kata. Sasa amefungwa gerezani. Baada ya kusafiri zaidi ya kilomita hamsini, nikaja hapa na nimechoka. Nilipofika kaskazini ya mji nikachomwa na mwiba mnene mguuni , maumivu makali yalipenya mpaka katika mfupa. Pengine sitaweza kuja hapa tena." Alipomaliza kusema hayo alimwonyesha mguu wake.Viatu na soksi zake zililowa kwa damu. Kisha alichukua dhahabu kiasi cha wakia tatu toka mfukoni, akampa Tao, halafu akaondoka huku akichechemea. Baada ya kurudi bomani mkuu wa mkoa alimhoji Sanlang. Kwa hiyo akajua kwamba hakuwa na uhusiano wowote na kesi ya Tao, lakini yeye mwenyewe alijitolea kupeleka karatasi ya mashtaka badala ya Tao. Mkuu wa mkoa alidhani Sanlang amekereka kwa hukumu yake, na hivyo aliamuru watumishi wampige kwa fimbo lakini alipotupwa sakafuni tu, mara alitoweka. Mkuu wa mkoa alishangaa. Aliposoma karatasi ya mashtaka aliyoandika Sanlang aliona karatasi hiyo ya mashtaka iliandikwa kwa ustadi, akaamua kumhoji Tao mara moja. Alimwuliza,"Una

649

【原文】

郎在部院，被魑神押赴冥司，冥王以三郎义，令托生富贵家。秋容久锢，妾以状投城隍，又被按阁，不得入，且复奈何？"生忿曰："黑老魅何敢如此！明日仆其像，践踏为泥，数城隍而责之；案下吏暴横如此，渠在醉梦中耶！"悲愤相对，不觉四漏将残。秋容飘然忽至，两人惊喜，急问。秋容泣下曰："今为郎万苦矣！判日以刀杖相逼，今夕忽放妾归，曰：'我无他，原以爱故，既不愿，固亦不曾污玷。

【今译】

老爷；他的下属如此横暴，他难道在醉梦中不成！"两人悲愤相对，不知不觉四更将尽。秋容飘飘然忽然来到，两人惊喜，急忙询问。秋容流着泪说："这回我为你受尽了苦！判官每日里用刀杖逼迫我，今晚忽然放我回家，说：'我没有他心，原本是因为爱你，既然你不愿意，本来也没有玷污你。麻烦你转告陶秋曹陶官人，不要谴责我。'"陶生听了心中略喜，想与她们同寝，说："今天我愿意为你们而死。"两个女孩悲伤地说："先前受到你的开导，才懂得一些道理，怎么忍心因为爱你而杀死你呢？"执意不允，然而低头贴脸，情同夫妻。两个女孩由于遭受磨难的缘故，嫉妒之心全没了。

uhusiano gani na Sanlang?" Tao alijitia kutomfahamu. Mkuu wa

mkoa aliona kuwa Tao alisingiziwa makosa, basi akamwachilia huru.

Tao aliporudi nyumbani wakati wa jioni hakumwona hata mtu

mmoja. Xiaoxie alirudi usiku wa manane. Alimwambia Tao kwa

uchungu,"Sanlang alipokuwa katika boma la mkoa alifikishwa na

malaika katika kuzimu. Kwa sababu alipenda kutetea haki, mfalme

wa kuzimu alimruhusu roho yake kuingia katika familia moja tajiri.

Qiurong alikuwa amefungwa kwa muda mrefu. Nilitaka kupeleka

mashtaka kwa malaika wa ulinzi, lakini nilizuiliwa mlangoni,

nikashindwa kuingia humo ndani. Sasa tufanyeje?" Tao alisema

kwa hasira,"Shetani mweusi akithubutu kufanya matata ovyo,

kesho nitaangusha sanamu yake, na nitaikanyagakanyaga

mpaka iwe unga, halafu nitakwenda kumwuliza malaika wa

ulinzi:"Wafuasi wako walifanya ujeuri kupita kiasi, wewe bado

unaota ndoto?" Wawili hao walikasirika na walikaa wakikabiliana

mpaka alfajiri. Wakati huo ghafla Qiurong alipeperushwa ndani

ya chumba. Wote walishitushwa naye. Wakamuuliza haraka

jinsi alivyorudi. Qiurong alisema huku akichuruzika machozi,"

Niliteseka vya kutosha kwa ajili yako. Kila siku yule hakimu

mweusi alikuwa akinishurutisha nifanye mapenzi naye hali akiwa

【原文】

烦告陶秋曹，勿见谴责。'"生闻少欢，欲与同寝，曰：
"今日愿为卿死。"二女戚然曰："向受开导，颇知义理，
何忍以爱君者杀君乎？"执不可，然偎颈倾头，情均伉俪。
二女以遭难故，妒念全消。

会一道士途遇生，顾谓"身有鬼气"。生以其言异，具
告之。道士曰："此鬼大好，不拟负他。"因书二符付生，
曰："归授两鬼，任其福命：如闻门外有哭女者，吞符急

【今译】

正巧有个道士途中与陶生相遇，看着他说："你身有
鬼气。"陶生觉得他的话极不寻常，就全对道士说了。道士
说："这两个鬼非常好，你不要辜负了她们。"于是道士画
了两道符交给陶生，说："回去交给两个鬼，听凭她们各自
的福分和命运：如果听到外面有哭女儿的，让她们吞下符赶
快跑出去，先跑到的就可以复生。"陶生拜谢后收下符，回
去把道士的话嘱咐了两个女孩。过了一个多月，果然听到有
人哭女儿。两个女孩争相奔出，小谢太着急了，忘了吞符。
见到灵车过来，秋容直奔而出，进了棺材就隐没不见。小谢
进不去，痛哭着回来了。陶生出门一看，是大户人家郝氏
给女儿出殡。众人看见一个女子进入棺材，正在惊疑，一会

na kigongo na kisu mikononi. Leo usiku naona ghafla ameniachia nirudi nyumbani, eti aliniambia hana nia nyingine ila ananipenda, japo sikubali, vilevile si tatizo, maana kabla ya hapo hakuwahi kunitia aibu. Hivyo aliniomba nije kukwambia usimlaumu." Baada ya kusikia maelezo yake Tao alianza kuchangamka, akataka kulala pamoja nao, akasema,"Leo ningependa kufa kwa ajili yenu." Wasichana hao wawili walisema kwa kihoro,"Umetufumbua macho, tumeyaelewa mambo haya, tungewezaje kukuua kwa ajili ya kukupenda?" Wasichana hao wakafanya ukaidi; lakini mapenzi yao yalikuwa yakizidi kunawiri siku hadi siku na walikuwa kama mume na mke. Kutokana na mikasa iliyowapata, wivu baina ya wasichana hao wawili ulitokomea.

653

Siku moja, kuhani mmoja alikutana na Tao njiani, akamwambia, "Mwili wako mzima umezungukwa na harufu ya shetani." Tao aliona mtu huyo hakuwa mtu wa kawaida, akamwelezea siri yake yote. Kuhani alisema,"Roho za mashetani hao wawili ni bora. Kwako walifanya mambo yote mema yapasayo." Kisha kuhani alimchorea hirizi mbili na kumkabidhi huku akisema,"Baada ya kurudi, wakabidhi mashetani wawili hirizi hizo zinazoweza kutega baraka na bahati zao. Wakati wakisikia watu fulani wanamlilia

【原文】

出，先到者可活。"生拜受，归嘱二女。后月馀，果闻有哭女者。二女争奔而去，小谢忙急，忘吞其符。见有丧舆过，秋容直出，入棺而没。小谢不得入，痛哭而返。生出视，则富室郝氏殡其女。共见一女子入棺而去，方共惊疑，俄闻棺中有声，息肩发验，女已顿苏。因暂寄生斋外，罗守之。忽开目问陶生，郝氏研诘之，答云："我非汝女也。"遂以情告。郝未深信，欲舁归。女不从，径入生斋，僵卧不起，郝

654

【今译】

儿，听见棺材中传出声音，放下棺材，打开验看，女儿已经复活了。于是把她暂时寄放在陶生的房子外面，家人围着看守她。忽然女孩睁开眼睛打听陶生，郝氏追问她，女孩回答说："我不是你女儿。"并以实情相告。郝氏不太相信，想把她抬回家。女儿不肯，还直奔入陶生房中，躺在床上不起来，郝氏这才认了女婿走了。陶生到近前去看这女孩，面庞虽然不同，但光彩艳丽不在秋容之下，喜欢满意超过了自己的愿望。两人情意深厚地叙述往事。忽然听见呜呜的鬼哭声，原来是小谢在角落里哭泣。陶生非常可怜她，就拿着蜡烛走过去，宽慰她哀伤的情怀。但小谢哭得衣襟袖子都湿了，痛苦不可排解，天快亮时才离去。天亮了，郝氏派丫鬟

binti yao nje ya mlango wao, wameze hirizi hizi na kukimbilia nje kwa haraka, yule atakayetangulia kufika pale ataweza kufufuka. " Tao alikwenda kuwaambia habari hiyo. Mwezi mmoja baadaye, wasichana hao wawili kweli walisikia watu wakimlilia binti yao, bila ya kukawia walichapua miguu hadi nje ya mlango. Kwa vile Xiaoxie alikuwa na pupa akasahau kumeza hirizi yake. Gari la kubebea maiti lilipopita mlangoni mwao Qiurong alijichomeka nje kama swala, akaingia ndani ya jeneza, akatoweka. Xiaoxie alishindwa kuingia ndani. Akarudi na machozi. Tao alipotoka nje kuangalia aliona kumbe ni tajiri Hao akienda kumzika binti yake.

Watu wengi waliona msichana mmoja ameingia ndani ya jeneza na walikuwa bado wakishangaa. Ghafla sauti zilisikika kwenye jeneza. Walipofungua jeneza walikuta binti wa Hao akiwa amesha fufuka. Kisha waliweka jeneza nje ya nyumba ya Tao kwa muda, watu wamekaa katika duara wakimlinda.

Punde kidogo, binti huyo wa Hao alifumbua macho na kutaka kumtafuta Tao. Tajiri Hao alimwuliza alikuwa na shida gani, akajibu,"Mimi siyo binti yako! Kisha alimsimulia kisa kilivyokuwa. Tajiri Hao alionekana kutoamini na alitaka kumbeba binti yake kwa machela hadi nyumbani lakini msichana huyo

655

【原文】

乃识婿而去。生就视之，面庞虽异，而光艳不减秋容，喜惬过望。殷叙平生。忽闻呜呜鬼泣，则小谢哭于暗陬。心甚怜之，即移灯往，宽譬哀情。而衿袖淋浪，痛不可解，近晓始去。天明，郝以婢媪赍送香奁，居然翁婿矣。暮入帏房，则小谢又哭。如此六七夜，夫妇俱为惨动，不能成合卺之礼。

生忧思无策。秋容曰："道士，仙人也。再往求，倘得怜救。"生然之。迹道士所在，叩伏自陈。道士力言无术。

【今译】

老妈子送来嫁妆，居然成了翁婿。日暮二人进入卧室，又听到小谢在哭。一连六七个夜晚如此，夫妻俩都被小谢惨切的哭声所动，不能成夫妻之礼。

陶生忧心忡忡，毫无办法。秋容说："道士是个神仙。你再去求他，或许会得到怜悯援救。"陶生点头称是。他找到道士的住处，磕头伏首自道实情。道士极力说自己回生无术。陶生哀求不止。道士笑道："这个书呆子真缠人！该当有缘，让我用尽我的法术。"就跟着陶生来了，要了一间安静的居室，掩门而坐，告诫陶生不得来询问。共有十多天，不吃不喝。悄悄过来瞧瞧他，只见他闭着眼睛像睡觉。一天早晨起来，有个少女掀帘进来，明眸皓齿，光彩照人。她微

alimkataza. Hivyo moja kwa moja akaelekea nyumbani mwa Tao. Akajitupa kitandani pasipo kuinuka. Ikambidi tajiri Hao arudi nyumbani kwake baada ya kuonana na Tao.

Tao alipomkaribia na kumtazama msichana aliyefufuka aligundua kuwa ingawa uso wake unatofautiana na uso wa Qiurong lakini urembo wake haupungui wa Qiurong. Tao alifurahi. akaanza kuzungumza naye juu ya mambo ya zamani. Ghafla walisikia kilio cha kwikwi humo ndani. Walitambua kuwa kumbe ni Xiaoxie ambaye alikuwa akilia kwa uchungu kwenye kona yenye kiza shadidi. Tao alimhurumia, akachukua kandili na kwenda kumsihi na kumsihi lakini Xiaoxie aliendelea kulia akionyesha mwenye majonzi yasiyokuwa na kifani. Ilipokaribia alfajiri, Tao aliondoka. Baada ya kupambazuka, tajiri Hao aliwatuma vijakazi kuleta baadhi ya vipodozi, akimtendea Tao kama mume-wa- binti yake hasa. Wakati wa usiku Tao na mke wake walipoingia ndani ya chumba cha kulala, Xiaoxie alilia tena. Kwa muda wa siku saba hivi alikuwa katika hali hiyohiyo. Tao na mke wake wote waliambukizwa kwa ajili ya kilio chake chenye huzuni nyingi, wakawa hawawezi kuanza maisha ya unyumba.

Juu ya mikasa iliyompata Xiaoxie, Tao alichemsha ubongo

657

【原文】

生哀不已。道士笑曰："痴生好缠人！合与有缘，请竭吾术。"乃从生来，索静室，掩扉坐，戒勿相问。凡十馀日，不饮不食。潜窥之，瞑若睡。一日晨兴，有少女搴帘入，明眸皓齿，光艳照人。微笑曰："跋履终夜，惫极矣。被汝纠缠不了，奔驰百里外，始得一好庐舍，道人载与俱来矣。待见其人，便相交付耳。"敛昏，小谢至，女遽起迎抱之，翕然合为一体，仆地而僵。道士自室中出，拱手径去。拜而送

【今译】

笑着说："终夜奔走，疲惫极了。被你纠缠不过，奔驰到百里之外，才找到一副好躯壳，道人载着她一块儿来了。等我见了那个人，就交付给她。"天黑后，小谢来了，少女马上起身迎上前去抱住她，两人一下合为一体，仆倒在地，直僵僵地躺着。道士由室内出来，拱拱手径自而去。陶生拜谢送他，等到回来，女孩已经苏醒。把她扶到床上，气息渐渐匀畅，肢体也渐渐柔软，只是抱着脚呻吟说脚趾、大腿酸痛，几天之后才能起床。

后来陶生应试做了官。有个叫蔡子京的人与陶生是同榜，他有事过访陶生，在陶生家住了几天。小谢从邻居家回来，蔡子京望见她，急忙赶过来跟上她。小谢侧身躲避，

kwelikweli lakini hakupata njia yoyote iliyoweza kumsaidia. Qiurong alimwambia,"Yule kuhani ni malaika kwelikweli. Tukienda kumwomba tena, huenda ataweza kutusaidia." Tao aliona wazo hilo ni zuri, akaenda kumtafuta yule kuhani.

Alipofika huko alipiga magoti sakafuni huku akieleza shida zake. Kuhani alisema mara kadhaa,"Hakuna njia yoyote inayoweza kumwokoa." Lakini Tao hakuacha kung'ang'ania. Kuhani alisema kwa tabasamu,"Msomi wee, unapenda kweli kumganda mtu! labda mapenzi yenu yameandikwa mbinguni, niachie nijaribu ulozi wangu." Kisha akiongozwa na Tao walifika nyumbani. Kuhani aliomba chumba kimoja kilichokuwa kimya. Baada ya kuubana mlango alikaa kwa utulivu na aliagiza kwamba asighasiwe na mtu yeyote. Siku kumi hivi zilipita, alikuwa hali chakula wala kunywa maji. Tao alipokuwa akimvizia kisirisiri, alimwona kuhani amefumba macho na alionekana kana kwamba anasinzia. Siku moja asubuhi, Tao alipoamka alimwona binti mmoja akifungua pazia la mlango, akaingia ndani ya chumba. Alikuwa mrembo kupindukia. Akiwa na tabasamu alimwambia Tao, "Mimi ni kuhani. Nilitembea kwa miguu usiku kucha, nimechoka mno. Nilisafiri zaidi ya kilomita mia moja, mwishowe

【原文】

之，及返，则女已苏。扶置床上，气体渐舒，但把足呻言趾股酸痛，数日始能起。

后生应试得通籍。有蔡子经者，与同谱，以事过生，留数日。小谢自邻舍归，蔡望见之，疾趋相蹑。小谢侧身敛避，心窃怒其轻薄。蔡告生曰："一事深骇物听，可相告否？"诘之，答曰："三年前，少妹夭殒，经两夜而失其尸，至今疑念。适见夫人，何相似之深也？"生笑曰："山荆

【今译】

心中暗自气恼他举止轻薄。蔡子京告诉陶生说："有件事太让人吃惊，能告诉你吗？"陶生问是什么事，蔡子京回答说："三年前，我的小妹死了，死后两夜她的尸首失踪，至今我还在疑惑惦念。刚才见到尊夫人，她怎么那么酷似我小妹呢？"陶生笑着说："我妻子很丑，怎么比得上令妹？不过既然我们同榜，情义就至为密切，不妨让你见见我的妻子。"陶生就到内室，让小谢穿上当日装殓的衣服出来。蔡子京一见大惊失色地说："真是我妹妹呀！"说着就流下了眼泪。陶生就把事情的始末说了一遍。蔡子京高兴地说："妹妹没死，我要赶快回家，告慰二老！"随即离去。过了几天，蔡子京一家人全来了，后来两家往来同郝家一样。

nikapata mwili huu usio na roho na sasa nimekuletea, akija Xiaoxie, nitamkabidhi." Ulikuwa usiku, Xiaoxie akaja, yule binti aliinuka ghafla na kumwambata Xiaoxie, kupwesa na kupwesua wakawa mtu mmoja, akazirai na kuanguka chini. Wakati huohuo, kuhani akatoka nje ya chumba alichokaa, na kuagana na Tao kisha akaenda zake moja kwa moja. Baada ya kumsindikiza kuhani, Tao alirudi chumbani na yule msichana alikwisha pata fahamu. Tao alimweka kitandani, hali yake polepole ikawa nzuri ila maumivu ya vidole na mapaja yalikuwa bado yanamkera. Baada ya siku chache akaanza kutembea.

Baadaye Tao akawa ofisa katika kasri ya mfalme baada ya kufaulu katika mtihani. Kulikuwa na mtu mmoja aliyeitwa Cai Zijing ambaye alikuwa akifanya kazi pamoja na Tao katika kasri ya mfalme. Siku moja alikwenda nyumbani mwa Tao kwa ajili ya shughuli fulani na alikaa huko kwa muda wa siku chache. Kuna siku moja Xiaoxie aliporudi kutoka jirani, Cai alimwona, akamsogelea kwa haraka na kumfuatia nyuma. Xiaoxie hima hima alijificha na hasira zilimjaa moyoni kwelikweli. Aliona kuwa mtu huyo ana matata. Baada ya hapo, Cai alimwambia Tao," Kuna jambo moja linalonistaajabisha, sijui kama ninaweza kukueleza?"

661

【原文】

陋劣，何足以方君妹？然既系同谱，义即至切，何妨一献妻孥。"乃入内，使小谢衣殉装出。蔡大惊曰："真吾妹也！"因而泣下。生乃具述本末。蔡喜曰："妹子未死，吾将速归，用慰严慈。"遂去。过数日，举家皆至，后往来如郝焉。

异史氏曰：绝世佳人，求一而难之，何遽得两哉？事千古而一见，惟不私奔女者能遘之也。道士其仙耶？何术之神也？苟有其术，丑鬼可交耳。

【今译】

异史氏说：绝代佳人，求得一位已是难得，怎么会一下子得到两位？这种事千年才一见，只有不和私奔之女苟合的人才能遇得到。道士是神仙吗？为何他的法术那么神奇？如果真有这样的法术，丑鬼也可以结交了。

"Jambo gani?"

"Miaka mitatu iliyopita dada yangu mdogo alikufa baada ya siku mbili maiti yake ilipotea, mpaka leo nimekuwa bado nikimkumbuka. Sasa hivi nimemwona mkeo, mbona anamlanda mno dada yangu mdogo?"

"Sura ya mke wangu ni hunde, anawezaje kulingana na dada yako mdogo? Wewe ni mwenzangu tena ni rafiki yangu wa siku nyingi. Si afadhali nimwite aje hapa kuonana nawe?"

Kisha aliingia ndani ya nyumba. Alimwambia mkewe avae sanda zake za awali ili aonane na Cai. Cai alipomwona Xiaoxie alishangaa na kusema,"Kumbe kweli ni dada yangu mdogo!" Mara akaanza kulia pasi na kujitambua. Tao alimsimulia kisa chote toka mwanzo mpaka mwisho. Cai alisema kwa furaha,"Dada yangu mdogo hakufa. Inanibidi nirudi nyumbani haraka kuwaarifu na kuwafariji wazazi." Siku chache baadaye watu wote wa familia ya Cai walikuja. Tokea wakati huu familia hizi mbili ziliwasiliana vyema kama familia ya Tao ilivyowasiliana na familia ya Hao.

663

狼三则

【原文】

　　有屠人货肉归，日已暮。欻一狼来，瞰担中肉，似甚涎垂，步亦步，尾行数里。屠惧，示之以刀，则稍却；既走，又从之。屠无计，默念狼所欲者肉，不如姑悬诸树而蚤取

【今译】

　　有个屠夫卖完肉回家，天色已晚。忽然跑来一只狼，看到担子里的肉，馋得好像口水流了很长。屠夫在前面走，狼在后面跟着，尾随了好几里。屠夫很害怕，拿出刀子吓唬狼，狼就稍微退却；屠夫转身再走，狼又跟着他。屠夫无计可施，心想狼所要吃的是肉，不如把肉姑且悬挂在树上，明天一早来取。就用钩子钩上肉，翘起脚挂到树上，把空担子给狼看了，狼这才停下来。屠夫就径直回家了。第二天一早，屠夫去取肉，远远望去树上挂着一个很大的东西，好像是人吊死的样子，吓了一大跳。他犹犹豫豫走到近前一看，原来是一只死狼。抬头仔细一看，只见狼嘴里叼着肉，肉钩子刺穿了狼的上颚，如同鱼吞食鱼饵。当时狼皮价格昂贵，

MBWAMWITU

I

Siku moja, mchinja nguruwe alikuwa akielekea nyumbani kwake akitokea kuuza nyama sokoni. Wakati huo, giza lilikuwa tayari limetanda. Ghafla alitokea mbwamwitu mmoja. Alipoona nyama zilizokuwa kwenye matenga, udenda ulianza kumdondoka. Kila mchinjaji aliposogea mbele naye alimfuatia. Hivyo basi wakafuatana kwa masafa kiasi cha kilomita kadhaa. Polepole mchinjaji alianza kuogopa. Alichukua kisu chake kumtishia, mbwamwitu akajifanya anarudi nyuma. Mchinjaji alipogeuka na kwenda mbele, mbwamwitu naye alimfuatia kichinichini. Mchinjaji akawa ameishiwa na hila. Alikaa akafikiria kuwa mbwamwitu anachofuatilia ni nyama, kwa nini nisizitundike kwenye mti kwa kulabu halafu nije hapa kuzichukua kesho yake asubuhi na mapema! Hivyo aliziweka nyama kwenye kulabu, akazitundika kwenye mti kwa kuchuchumia miguu. Baada ya kumaliza shughuli hiyo alimwonyesha mbwamwitu matenga yake akimaanisha kuwa matenga yake yalikuwa matupu. Mbwamwitu alipoona matenga matupu alisimama. Mchinjaji akarudi nyumbani kwake.

Siku iliyofuata asubuhi na mapema, mchinjaji alikwenda kuchukua nyama zile. kwa mbali aliona kitu kimoja kikubwa

【原文】

之。遂钩肉，翘足挂树间，示以空空，狼乃止。屠即径归。昧爽往取肉，遥望树上悬巨物，似人缢死状，大骇。逡巡近之，则死狼也。仰首审视，见口中含肉，肉钩刺狼腭，如鱼吞饵。时狼革价昂，直十馀金，屠小裕焉。缘木求鱼，狼则罹之，亦可笑已！

一屠晚归，担中肉尽，止有剩骨。途中两狼，缀行甚远。屠惧，投以骨。一狼得骨止，一狼仍从；复投之，后

【今译】

卖了十多两银子，屠夫发了笔小财。缘木求鱼，这样的事让狼遇上了，也真可笑。

有一个屠夫晚上归来，担子中的肉都卖光了，只剩下骨头。途中遇到两只狼，尾随他走了很远。屠夫很害怕，扔出一块骨头。一只狼得到骨头停下了，另一只狼仍在跟随；屠夫又扔出一块骨头，这只狼停住了，而先前那只狼又到了跟前。骨头都扔完了，两只狼照样并排跟着他。屠夫十分窘迫，唯恐前后受到狼的攻击。他看到田野里有个麦场，场主在场上堆放着许多柴草，苫盖得像座小山。屠夫就奔过来倚靠在草垛下面，放下肉担子握着刀。狼不敢上前，瞪着眼睛盯着他。一会儿，一只狼径自离去；另一只像狗一样蹲在前

kilichokuwa kimening'inizwa kwenye mti kama mtu aliyejinyonga. Aliogopa sana. Alipokisogelea kitu kile taratibu, akang'amua kuwa alikuwa ni mbwamwitu aliyekufa. Aliinua kichwa na kuchunguza kwa makini. Alimwona yule mbwamwitu amebwakia nyama mdomoni huku kulabu ikiwa imetoboa kaakaa lake. Alitundikwa kwenye mti mithili ya samaki aliyemeza chambo. Wakati ule bei ya ngozi za mbwamwitu ilikuwa kubwa. Mchinjaji aliiuza ngozi ya yule mbwamwitu akapata fungu la fedha zipatazo wakia kumi, akatajirika kwa siku moja!

II

Ulikuwa usiku, mchinjaji nguruwe alikuwa akichapuka kwenda nyumbani baada ya kuuza nyama yote. Ndani ya matenga yake vilibaki vipande viwili vya mifupa. Njiani mchinjaji huyo alikutana na mbwamwitu wawili. Mbwamwitu hao walimfuata kwa kitambo kirefu. Mchinjaji aliwaogopa sana, basi akawatupia mfupa mmoja; mbwamwitu mmoja alisimama baada ya kuupata mfupa; mwingine aliendelea kumfuata nyuma. Mchinjaji alimtupia ule mfupa uliobaki naye pia, akasimama. Muda si muda, yule mbwamwitu aliyepata mfupa mwanzoni alikuja tena na mwingine akamfuata baada ya kumaliza kula mfupa wake. Wakamfuata nyuma kama hapo awali. Mchinjaji akawa na wasiwasi mkubwa kuwa huenda wangemshambulia toka mbele na nyuma. Alipokuwa akitupa macho mashambani, akaona uwanja mmoja wa kupuria ngano. Mwenye uwanja huo alikuwa amelundika kuni katikati ya uwanja huo na kuzifunika kwa

667

【原文】

狼止而前狼又至。骨已尽，而两狼之并驱如故。屠大窘，恐前后受其敌。顾野有麦场，场主积薪其中，苫蔽成丘。屠乃奔倚其下，弛担持刀。狼不敢前，眈眈相向。少时，一狼径去；其一犬坐于前，久之，目似瞑，意暇甚。屠暴起，以刀劈狼首，又数刀毙之。方欲行，转视积薪后，一狼洞其中，意将隧入以攻其后也。身已半入，止露尻尾。屠自后断其股，亦毙之。乃悟前狼假寐，盖以诱敌。狼亦黠矣！而顷刻

【今译】

面，时间长了，眼睛似乎闭上了，神态十分悠闲。屠夫猛然跃起，用刀砍狼头，又砍数刀，把狼杀死了。正要走，转脸看到草垛后面，一只狼正钻进草垛，想打洞进去，从后面攻击屠夫。狼的身子已经钻进去一半，只有屁股和尾巴还在外面。屠夫从后面砍断它的腿，把这只狼也杀死了。这时他才明白前面那只狼假装睡觉，是在迷惑自己。狼也狡猾呀！然而顷刻之间，两只狼都被杀死了，禽兽的狡诈伎俩能有多少呢，只给人增加笑料而已！

一个屠夫夜行，被狼追逼。道旁有一间夜耕者留下的窝棚，就奔进去藏了起来。狼从草苫中探进爪子，屠夫一下子抓住爪子，不让它缩回去。只是没有办法杀死狼，只有一把

nyasi. Bila ya kukawia, mchinjaji alikimbilia pale, akaliegemea lundo hilo la kuni, kisha akayatua matenga yake, akakishika kisu cha kukatia nyama, tayari kwa mapambano. Kuona vile, wale mbwamwitu hawakuthubutu kumsogelea, wakabaki kumkodolea macho kwa tamaa na uchu mkubwa.

Baada ya kitambo, mbwamwitu mmoja aliondoka bila ya kugeuka nyuma; mwingine akachutama kama mbwa mkabala na mchinjaji. Kisha mbwamwitu huyo akajitia kufumba macho. Alionyesha kutokujali kitu chochote. Ghafla mchinjaji alimvamia, akamkata kichwa kwa dharuba moja mithili ya chamchela, akamkatakata mpaka akafa. Kabla hajaendelea na safari yake mchinjaji huyo alizungukia nyuma ya lundo lile la kuni kuchunguza, pale akamwona mbwamiwitu aliyekuwa ameondoka akitoboa tundu ndani ya lundo la kuni. Bila ya shaka, alitaka kutoboa njia ili aweze kumshambulia mchinjaji kutoka nyuma. Wakati huo nusu ya mwili wake ulikuwa umepenya ndani ya lundo lile la kuni, matako na mkia vilikuwa vimebakia nje. Haraka mchinjaji alimvunjilia mbali miguu yake kutoka nyuma, akamwua pale pale.

Wakati huo mchinjaji alitambua kuwa mbwamwitu aliyekuwa amechutama mbele yake alitaka kumdanganya wakati alipojitia kusinzia. Mbwamwitu huyo alikuwa na ujanja mkubwa ulioje! Lakini kwa muda mfupi tu, mbwamwitu wote wawili waliuawa. Ujanja wa wanyama hao ungewezaje kudumu? Ni kichekesho tu.

【原文】

两毙，禽兽之变诈几何哉，止增笑耳！

一屠暮行，为狼所逼。道傍有夜耕者所遗行室，奔入伏焉。狼自苫中探爪入。屠急捉之，令不可去。顾无计可以死之，惟有小刀不盈寸，遂割破爪下皮，以吹豕之法吹之。极力吹移时，觉狼不甚动，方缚以带。出视，则狼胀如牛，股直不能屈，口张不得合。遂负之以归。非屠乌能作此谋也？

三事皆出于屠，则屠人之残，杀狼亦可用也。

【今译】

不到一寸长的小刀，就用刀割破狼爪下面的皮，用吹猪的办法往狼体内吹气。他拼命吹了一阵子，发觉狼不太动弹了，就用带子把狼的创口扎上。出来一看，狼的身体胀得像头牛，腿直得不能打弯，嘴张着合不上，就背着狼回来了。若不是屠夫，怎么会有这样的计谋？

这三件事都出在屠夫身上，那么屠夫的残忍杀狼也可以派上用场。

III

Usiku mmoja, mchinja nguruwe alisafiri peke yake. Njiani alikutana na mbwamwitu. Mchinjaji huyo alianza kufukuzwa na mbwamwitu. Mchinjaji alipoona kibanda cha kuwingia ndege shambani kilichokuwepo kando ya njia, alikimbilia pale. akajitoma ndani na kujificha. Mbwamwitu alipoona mchinjaji ameingia ndani ya kibanda akauingiza mguu wake wa mbele ndani ya kibanda kile ili kujaribu kumkamata mchinjaji. Bila ya kukawia mchinjaji aliushika mguu wa mbwamwitu kabla hajaurudisha nje. Alifahamu kuwa kwa kuushika mguu wake tu alikuwa bado hajaweza kumwua. Wakati huo kitu kilichoweza kupatikana karibu yake kilikuwa ni kisu kimoja kidogo tu cha mfukoni mwake ambacho urefu wake haukuzidi hata sentimita tatu. Basi alikitoa kisu hicho, akaukata mguu wa mbwamwitu. Akaanza kumpuliza mbwamwitu mahali alipomkata mguuni kama vile alivyokuwa akipuliza nguruwe. Mchinjaji alimpuliza kwa muda mrefu, akahisi mbwamwitu amekwisha kosa nguvu. Akaufunga mguu wake kwa kamba ili hewa isitoke. Alipotoka kibandani na kuangalia, aliona yule mbwamwitu amevimbiana kama ndama. Miguu yake miwili ya nyuma ilikuwa imenyooka, mdomo wake ulikuwa umefumba. Alikaribia kukata roho. Mchinjaji alimbeba hadi nyumbani. Kama mtu huyo asingekuwa mchinja nguruwe angewezaje kubuni njia ya aina hiyo ya kumwadhibu mbwamwitu?

671

向杲

【原文】

向杲字初旦，太原人，与庶兄晟，友于最敦。晟狎一妓，名波斯，有割臂之盟，以其母取直奢，所约不遂。适其母欲从良，愿先遣波斯。有庄公子者，素善波斯，请赎为

【今译】

向杲，字初旦，太原人，他和庶兄向晟感情最深厚。向晟与一个妓女很亲密，妓女名叫波斯，两人曾密订婚约，因为鸨母索价太高，婚约不能履行。正好鸨母打算从良，愿意先打发波斯。有个庄公子一向很喜欢波斯，要赎波斯做妾。波斯对鸨母说："既然我们愿意一同脱离苦海，就是想离开地狱去登天堂。如果让我去充当小妾，和当妓女就相差不多。您若肯依从我的心愿，我愿意嫁给向生。"鸨母答应了，把波斯的意思转告了向晟。当时向晟死了妻子尚未续娶，听后大喜，就用全部钱财聘波斯，把她娶回家。庄公子听说此事，恼怒向晟夺其所爱，在途中偶然相遇时，对向晟大加诟骂。向晟不服气，庄公子就唆使手下人用短棍毒打向

XIANG GAO

Xiang Gao, ambaye jina lake lingine aliitwa Xiang Chudan. Alizaliwa mjini Taiyuan. Urafiki baina yake na Xiang Sheng ni mkubwa. Sheng ni kaka yake aliyezaliwa na mama mwingine. Sheng alikuwa akienda mara kwa mara kwa malaya mmoja aliyeitwa Bosi, na aliahidi kichinichini atamwoa; lakini kwa sababu mama wa Bosi, yaani mwenye danguro, alidai hela nyingi, ahadi yake haikutimizwa. Kwa bahati, baadaye mama wa Bosi vlevile alitaka kuolewa na alitarajia kwanza kumwondosha Bosi kwenye danguro. Palikuwa na bwana mdogo, ambaye jina lake la ukoo lilikuwa ni Zhuang, pia alimpenda Bosi. Alitaka kumnunua Bosi kuwa suria wake. Bosi alimwambia mama yake, "Maadamu unatamani sisi wawili tuondoke motoni na kupanda peponi pamoja. Ukiniuza niwe suria wa Zhuang ambaye simpendi hata kidogo, basi kutakuwa na tofauti gani na kunibakisha danguroni. Ukikubali kufuata dhamira yangu, tafadhali niruhusu niolewe na

673

【原文】

妾。波斯谓母曰："既愿同离水火，是欲出地狱而登天堂也。若妾媵之，相去几何矣。肯从奴志，向生其可。"母诺之，以意达晟。时晟丧偶未婚，喜，竭赀聘波斯以归。庄闻，怒夺所好，途中偶逢，大加诟骂。晟不服，遂嗾从人折箠笞之，垂毙，乃去。杲闻奔视，则兄已死。不胜哀愤，具造赴郡。庄广行贿赂，使其理不得伸。杲隐忿中结，莫可控诉，惟思要路刺杀庄。日怀利刃，伏于山径之莽。久之，机

【今译】

晟，直到把向晟打得快断气了才离去。向杲听说赶去一看，哥哥已经死去。他不胜哀伤愤怒，就写好状纸到郡城告状。庄公子大肆贿赂，使得向杲有理不得伸张。向杲郁忿积压在心，无处控诉，一心想要拦路刺杀庄公子。他每天怀揣利刃，隐伏于山路旁的草丛之中。日子长了，他的机谋渐渐泄漏。庄公子知道他的图谋，一外出就戒备森严。他听说汾州有个叫焦桐的人，勇猛而善于射箭，就用重金聘为保镖。向杲无计可施，然而仍然每天候着庄公子。

一天，向杲刚刚埋伏下来，暴雨顿作，他浑身上下都湿透了，寒战得厉害。之后狂风铺天盖地，接着下起了冰雹。忽然之间，向杲不再感到身上痛痒。山岭上原先有座山

Sheng." Mama yake alikubali na kumwarifu Sheng habari hiyo.

Wakati huo Sheng alikuwa amefiwa na mkewe na bado hajaoa tena.

Kusikia habari hiyo, alijawa na furaha kupita kiasi. Bila kukawia

alikusanya mali zake zote ziwe mahari, akampelekea mama wa

Bosi. Sheng alimwoa Bosi na wakarejea nyumbani pamoja.

Aliposikia ya kuwa Sheng alimnyang'anya mpenzi wake,

Zhuang alighadhibika. Alipomkuta Sheng njiani, alimtukana kwa

maneno machafu. Sheng alichukizwa nayo, Zhuang alichochea

wafuasi wake wavunje baadhi ya mianzi na kumpiga Sheng kwa

kutumia mianzi hiyo, mpaka Sheng alipokaribia kufa, ndipo

Zhuang na wafuasi wake wakaondoka. Gao alipopata habari hiyo

alikuja chapuchapu kumsaidia, lakini kaka yake alikuwa amesha

tokwa na uhai. Gao alihuzunika na kuhemka. Alikwenda katika

mahakama ya jun kumshitaki, lakini Zhuang alitoa chauchau

kwa kila mtu aliyeshughulikia kesi hiyo, hivyo alimfanya Gao

asiweze kujitetea. Hamaki ilijikusanya kifuani mwa Gao, lakini

hakuweza kumshitaki. Gao alifikiria kumwua Zhuang. Mchana

mzima Gao alimvizia ndani ya makwekwe yaliyokuweko kando

675

【原文】

渐泄。庄知其谋，出则戒备甚严。闻汾州有焦桐者，勇而善射，以多金聘为卫。杲无计可施，然犹日伺之。

一日，方伏，雨暴作，上下沾濡，寒战颇苦。既而烈风四塞，冰雹继至。身忽然痛痒不能复觉。岭上旧有山神祠，强起奔赴。既入庙，则所识道士在内焉。先是，道士尝行乞村中，杲辄饭之，道士以故识杲。见杲衣服濡湿，乃以布袍授之，曰："姑易此。"杲易衣，忍冻蹲若犬，自视，则

【今译】

神庙，他挣扎起身奔赴过去。进庙之后，他认识的一个道士正在里面。先前，道士曾在村子里行乞，向杲总是给他饭吃，道士由此认识向杲。他见向杲衣服透湿，就把一件布袍递给他，说："暂且换上这件吧。"向杲换上衣服，像狗一样忍受着寒冷蹲伏在地上，看了一下自己，顿时生出一身皮毛，身体已化为老虎，一看道士已经不在庙里。他心中又吃惊又气恨。转念一想：擒得仇人能够吃掉他的肉，这计策也很妙。就下山埋伏在老地方，只见自己的尸体倒卧在草丛之中，这才省悟自己的前身已经死了，可还是担心尸体被乌鸦、老鹰吃掉，就时时走来走去看守着。过了一天，庄公子才从这里经过，老虎猛然跳出来，从马上把庄公子扑

ya njia ya mlimani akiwa na kisu kikali kiunoni. Siku kadhaa zilipita, Zhuang alijua siri yake hiyo. Hivyo kila alipokwenda nje alikuwa macho. Baadaye alisikia kuwa katika Mji wa Fenzhou kulikuwa na shujaa mmoja aitwaye Jiao Tong ambaye alibobea katika kupiga mishale, Basi alimwajiri kuwa mlinzi wake kwa mshahara mnene, Gao hakuwa na njia yoyote bali kumwinda kila siku. Siku moja, katika kuviziavizia, Gao alinyeshewa na mvua, ilimlowesha chapachapa na akatetemeka kwa baridi. Muda si muda upepo mkali wa baridi ulianza kuvuma na mvua ya mawe ikaanguka, hivyo Gao hakuweza kuhisi maumivu wala baridi. Karibu na hapo kulikuwa na hekalu la shen wa kuhifadhi milima tangu zamani. Alilielekea. Baada ya kuingia ndani ya hekalu hilo, alimuona kuhani mmoja wa dini ya Kitao ambaye alimfahamu. Hapo awali kuhani huyo alikuwa anaombaomba mara kwa mara kijijini mwao. Gao aliwahi kumpa chakula mara nyingi. Kuhani huyo alipoona nguo za Gao zimetota kwa mvua, alimkabidhi joho kukuu na akasema, "Chukua! Vaa joho hili kwanza." Gao alibadili nguo na akajikunyata palepale ili kuvumilia baridi. Alipojitazama

677

【原文】

毛革顿生，身化为虎。道士已失所在。心中惊恨。转念：得仇人而食其肉，计亦良得。下山伏旧处，见己尸卧丛莽中，始悟前身已死，犹恐葬于乌鸢，时时逻守之。越日，庄始经此，虎暴出，于马上扑庄落，龁其首，咽之。焦桐返马而射，中虎腹，蹶然遂毙。杲在错楚中，恍若梦醒，又经宵，始能行步，厌厌以归。家人以其连夕不返，方共骇疑，见之，喜相慰问。杲但卧，蹇涩不能语。少间，闻庄信，

【今译】

落在地，咬下他的脑袋，吞了下去。焦桐回马放箭，射中老虎腹部，老虎扑通一下摔倒在地就死了。向杲躺在荆棘丛中，恍恍惚惚如梦初醒，又过了一夜，才能步行，便无精打采地回了家。家人因为他连着几个晚上不回家，正在惊疑，见他回来了，高兴地上前问长问短。向杲只是躺着，迟钝得难以言语。一会儿，听说庄公子的死信儿，家人争着到床头告诉他，庆祝这件事。向杲这才自己开口说："老虎就是我呀！"于是诉说了他的奇异经历。这件事从此传播开来。庄公子的儿子痛心父亲死得太惨，听说之后非常痛恨向杲，就把向杲告到官府。官府认为事涉怪诞，又没有证据，便置之不理。

akagundua kuwa ameota manyoya na akabadilika kuwa chui, na alipomtafuta yule kuhani, alikuwa amesha tokomea. Gao alishtuka na kumchukia kuhani moyoni. Hatimaye, alikata shauri na kusema," Nikiweza kumkuta hasimu wangu na kula nyama yake itakuwa jambo la kufurahisha." Basi aliteremka mlimani na kuvizia mahali pale alipojificha kila siku. Ghafla aliona maiti yake imelala katika makwekwe. Wakati huo ndipo alipofahamu kuwa amesha kufa. Alihofia kuwa maiti yake italiwa na mwewe, kwa hiyo aliilinda palepale bila ya kuthubutu kuondoka.

Siku iliyofuata, Zhuang alipita hapo akiwa amepanda farasi. Ghafla chui alitokea na kumrukia Zhuang, akamwangusha chini kutoka juu ya farasi na akala kichwa chake. Yule mlinzi Jiao Tong aligeuzia farasi wake na kumpiga chui mshale mmoja tumboni, papo hapo chui akafa. Katika kukuru kakara hiyo Gao alijihisi amezinduka kwenye njozi. Baada ya usiku mmoja tena alianza kutembea taratibu, akajikakamua kurudi nyumbani. Jamaa zake walipomwona walishangaa kwa kuwa amesha toweka siku kadhaa, wakapeana mikono naye kwa furaha. Gao alilala kitandani bila ya

【原文】

争即床头庆告之。杲乃自言："虎即我也。"遂述其异。由此传播。庄子痛父之死甚惨，闻而恶之，因讼杲。官以其事诞而无据，置不理焉。

异史氏曰：壮士志酬，必不生返，此千古所悼恨也。借人之杀以为生，仙人之术亦神哉！然天下事足发指者多矣。使怨者常为人，恨不令暂作虎！

【今译】

异史氏说：壮士实现了理想抱负，必然不能生还，这是千百年来令人痛悼遗憾的事。借焦桐之手杀死老虎而使向杲复活，这仙人的法术也真奇妙啊！然而天底下令人发指的事太多了。让那些衔冤负屈的人始终做人而不能报仇，恨不能让他们暂时变成老虎。

kuweza kuzungumza mara moja. Baada ya muda mfupi, jamaa zake walisikia habari yake ya ajabu, wakashindana kuja mbele ya kitanda cha Gao kumpa pole na pongezi. Gao alisema, "Chui huyo ndiye mimi." Kisha akawaelezea mkasa wake wa ajabu. Tangu hapo, kisa hicho kilivuma kote. Mwana wa Zhuang alihuzunika kwa kifo cha baba yake. Baada ya kujua ni Gao aliyemwua baba yake, alimchukia mno na akamshitaki. Hakimu aliona maelezo yake yalikuwa upuuzi na hakuwa na ushahidi, hivyo hakuyapokea mashitaka yake.

梅女

【原文】

　　封云亭，太行人。偶至郡，昼卧寓屋。时年少丧偶，岑寂之下，颇有所思。凝视间，见墙上有女子影，依稀如画，念必意想所致。而久之不动，亦不灭，异之。起视转真，再

【今译】

　　封云亭是太行人。他偶然来到郡城，白天在寓所内休息。封云亭当时正年少丧妻，孤单寂寞，不觉情思绵绵，意有所思。他正对着墙壁出神，发现墙上有个女子身影，依稀好像一张画，他以为是自己思虑过度而产生的幻觉。可是过了好一会儿，那影子不动，也不灭，封云亭感到很奇怪。他站起来看，女子的形象更清楚了，再走近一看，俨然是个少女，愁眉苦脸，伸着舌头，秀美的脖颈上还套着一条绳索。封云亭吃惊地看着，那女子好像要从墙上走下来。他知道这是个吊死鬼，但因为大白天胆壮，不太害怕，就对女子说："小娘子如果有奇冤，我可以尽力帮助你。"墙上的人影居然走下来，说："我和您萍水相逢，怎敢冒然以大事麻烦

BINTI WA FAMILIA YA MEI

Feng Yunting alizaliwa katika sehemu ya Milima Taihang. Siku moja alikwenda katika mji mkuu wa mkoa. Mchana alipumzika katika hoteli moja. Feng alifiwa na mke akiwa bado kijana. Kila alipokuwa akimkumbuka mwenziwe alitopewa na upweke. Huko hotelini alipokuwa akiukodolea macho ukuta wa chumba, ghafla kilimzukia kivuli cha binti mmoja. Kivuli hicho kilimtia kiu machoni; kilikuwa kama picha iliyochorwa kwenye ukuta. Alifikiri kuwa hakika ni matokeo yaliyosababishwa na mawazo yake. Kwa muda mrefu kile kivuli hakikutikisika wala kutoweka. Feng alistaajabu, hivyo akaamka kitandani na kukichungulia kwa makini kile kivuli kilichozidi kuwa dhahiri. Aliposogea mbele akatambua kuwa alikuwa ni binti mmoja; huzuni zimemvaa usoni, ulimi umetoka nje na kamba imemzunguka kwenye shingo yake ya upanga. Feng akiwa na wasiwasi mkubwa alizidi kumchungulia binti huyo. Ghafla alimwona yule binti akitaka kushuka kwenye ukuta. Mara Feng akang'amua kuwa: ulikuwa ni mzimu wa binti aliyejinyonga. Kwa kuwa wakati ule ulikuwa mchana, akajitia ujasiri na kuondoa hofu yake. "Binti kama

683

【原文】

近之，僵然少女，容戚舌伸，索环秀领。惊顾未已，冉冉欲下。知为缢鬼，然以白昼壮胆，不大畏怯，语曰："娘子如有奇冤，小生可以极力。"影居然下，曰："萍水之人，何敢遽以重务浼君子？但泉下槁骸，舌不得缩，索不得除，求断屋梁而焚之，恩同山岳矣。"诺之，遂灭。呼主人来，问所见。主人言："此十年前梅氏故宅，夜有小偷入室，为梅所执，送诣典史。典史受盗钱三百，诬其女与通，将拘

【今译】

您呢？但我九泉下的尸骸，舌头缩不回去，脖子上的绳索拿不下来，求您把这屋梁弄断烧掉，对我就恩重如山了。"封云亭答应了她，那女子立刻不见了。封云亭把房主叫来，告诉他见到的事，并问是怎么回事。主人说："这座房子十年前是梅家的住宅，夜里有小偷入室，被梅家抓住了，送到县衙由典史处理。典史收受了小偷三百钱的贿赂，诬陷梅家的女儿和小偷通奸，还要传到公堂上审问。梅家姑娘听到后上吊而死。后来梅氏夫妇相继去世，这座宅子就归了我。客人往往能看到一些怪异的事情，但没法消除。"封云亭把鬼的话告诉了主人。他们商议拆房换梁，由于费用太多，有些为难，封云亭就出钱出力帮助改建。

umezuliwa makosa yoyote ningependa kukurudishia heshima yako" Feng alimwambia yule binti. Binti yule akashuka kwenye ukuta na kusema, "Sisi wawili tumekutana kwa bahati nasibu tu, ningewezaje kukutumikisha sana namna hii! Tatizo langu ni kuwa nilipokuwa nikizikwa ardhini nilishindwa kuurudisha ulimi wangu mahali pake na kuondoa kamba iliyozungushwa kwenye shingo yangu. Kwa hisani yako, ningependa kukuomba uivunjilie mbali boriti niliyojinyongea na kuitia moto. Ukifanikiwa kufanya hivyo nitakushukuru kwa moyo wote." Feng alikubali ombi lake. Kisha yule binti aliondoka.

Baada ya hapo Feng alimwita mwenye hoteli hadi chumbani kwake. Alimsimulia yote aliyoyaona na kumwuliza mambo yale yalikuwaje. Mwenye hoteli alisema,"Miaka kumi iliyopita hapa palikuwa ni makazi ya mtu mmoja ambaye aliitwa Mei. Siku moja usiku, mwizi alipokuwa akiiba vitu alikamatwa na mwenye nyumba hizo. Kisha mwizi alifikishwa kwa hakimu wa wilaya. Kwa kuwa hakimu alikubali kuhongwa na huyo mwizi kwa fedha zipatazo sarafu mia tatu, akaibatilisha kesi. Akakashifu kwamba binti yake Mei na huyo mwizi walizini. Zaidi ya hayo, hakimu alitaka kumtia nguvuni na kumhoji huyo binti. Binti huyo alipopata habari hiyo mara akajinyonga. Baadaye wazazi wake wawili waliaga dunia kwa nyakati mbalimbali. Mimi nikawa mwenyeji

685

【原文】

审验。女闻自经。后梅夫妻相继卒，宅归于余。客往往见怪异，而无术可以靖之。"封以鬼言告主人。计毁舍易楹，费不赀，故难之，封乃协力助作。

既就而复居之。梅女夜至，展谢已，喜气充溢，姿态嫣然。封爱悦之，欲与为欢。瞋然而惭曰："阴惨之气，非但不为君利，若此之为，则生前之垢，西江不可濯矣。会合有时，今日尚未。"问："何时？"但笑不言。封问："饮

【今译】

改建后封云亭还住在这间屋里。梅女夜里又来了，道谢完毕，脸上充满了喜气，姿态妩媚。封云亭十分喜爱梅女，想与她同床共枕。梅女惭愧地说："如果现在和你结合在一起，不仅我身上的阴惨之气对你不利，而且这种行为会使我生前遭受的污辱，倾尽西江之水也洗不清了。你我结合有期，现在还不到时候。"封云亭问："什么时候？"梅女笑而不答。封云亭又问："喝酒吗？"梅女说："不喝。"封云亭说："面对佳人，闷眼相看，还有什么趣味呀？"梅女说："我一生对于游戏，只会玩'打马'。但两个人玩太没意思，夜深又难以找到棋盘。现在漫漫长夜无可消遣，我就和你玩翻线的游戏吧。"封云亭听从了梅女的话。二人促

wa nyumba hizo. Wageni waliowahi kukaa hapa mara nyingi waliwahi kuwaona mashetani wakitokea lakini mpaka leo bado tunashindwa: kuwafukuza." Halafu Feng alimweleza mwenye hoteli maagizo ya yule binti mzimu. Mwenye hoteli aliona kuwa kama akizibomoa nyumba hizo, fedha za kununua boriti mpya zitakuwa hazikadiriki. Ilionekana kuwa ni vigumu kukubali wazo la kuzibomoa nyumba hizo. Feng alipoona hali hiyo alikubali kuchanga fedha za kujenga nyumba upya.

Baada ya ujenzi wa nyumba hizo kukamilika, Feng alikuja kukaa tena katika hoteli hii. Usiku yule binti wa Mei alikuja, baada ya kumshukuru Feng mara nyingi uso wake ulianza kung'ara kwa tabasamu. Alionekana mzuri zaidi. Feng alimpenda, akataka kumwagia mapenzi. Lakini yule binti alitahayari. Alimwambia Feng, " Sasa mwili wangu mzima unafuka moshi wa mzizimo wa ahera tukikumbatiana si kama hutafaidika tu bali pia aibu niliyotendewa kabla ya kufa kwangu haitaweza kufutika, japokuwa nitatumia maji yote ya Mto wa Magharibi kuisafisha. Naamini kuwa itakuja siku ya kuungana kwetu, lakini sasa siyo wakati wake.

"Lini tutaweza kuungana pamoja?" Yule binti alitabasamu tu bila ya kumjibu. Kisha Feng aliiendelea kumwuliza, "Unataka kunywa pombe?"

687

【原文】

乎？”答曰："不饮。"封曰："对佳人，闷眼相看，亦复

何味？"女曰："妾生平戏技，惟谙打马。但两人寥落，夜

深又苦无局。今长夜莫遣，聊与君为交线之戏。"封从之。

促膝戟指，翻变良久，封迷乱不知所从，女辄口道而颐指

之，愈出愈幻，不穷于术。封笑曰："此闺房之绝技也。"

女曰："此妾自悟，但有双线，即可成文，人自不之察

耳。"更阑颇怠，强使就寝，曰："我阴人不寐，请自休。

【今译】

膝而坐，翘起手指翻起线来，翻了好久，翻出很多花样，封

云亭迷惑了，不知如何翻，梅女一边讲一边用下巴颏指示，

愈变愈奇，花样不断。封云亭笑着说："这是闺房的绝技

啊。"梅女说："这是我自己悟出来的，只要有两根线，就

可变出各种花样，人们只是没有仔细钻研罢了。"夜深了，

二人都很疲倦，封云亭非要梅女一起就寝，梅女说："我们

阴间人不睡觉，请你自己睡吧。我稍会一点儿按摩术，愿尽

我的本事，帮你进入梦乡。"封云亭同意了她的请求。梅女

两手相叠，轻轻给他按摩，从头顶到脚跟都按摩遍了，手所

经过的地方，舒服得骨头像酥了一样。接着梅女又握拳轻轻

地捶，好像挨着棉花团一样，浑身舒畅得难以形容。捶到腰

"Sitaki."

"Nitawezaje kukaa kimya nikimkabili binti mzuri uso kwa uso?"

"Nilipokuwa hai sikuwa nikifahamu michezo yoyote isipokuwa mchezo wa dama, lakini sisi wawili hatuwezi kucheza dama; tena hatuwezi kuwapata watu wengine katika wakati huu wa dhiki. Licha ya hayo hatuwezi kuusukuma upesi usiku ulio mrefu mbele yetu. Hivyo naona ingefaa tucheze mchezo wa kugeuza kamba kimkingano kwa mikono."

Feng alilikubali pendekezo lake. Kisha walikaa chini. Walitandaza vidole wakacheza kwa muda mrefu. Binti huyo alicheza kwa ustadi mkubwa. Ustadi wake uliyafanya macho ya Feng yawe na kiu hata akashindwa kuendelea na mchezo. Binti huyo alimfundisha jinsi mchezo ule ulivyokuwa ukichezwa, yule binti alipokuwa akicheza yeye mwenyewe, alimfundisha Feng kwa mdomo na kuonyesha hisia usoni. Ingawa ustadi wake ulistaajabisha lakini kwa kweli haukuishia hapo.

"Hakika ustadi wako umetia fora!" Feng alisema huku akitabasamu.

"Hayo yote nimeyabuni mimi mwenyewe. Ukiwa na kamba maradufu bila shaka wewe vilevile utaweza kubuni mbinu mbalimbali za kucheza mchezo huu, ila watu hawakuzingatia mchezo huo tu."

【原文】

妾少解按摩之术，愿尽技能，以侑清梦。"封从其请。女叠掌为之轻按，自顶及踵皆遍，手所经，骨若醉。既而握指细擂，如以团絮相触状，体畅舒不可言。擂至腰，口目皆懵；至股，则沉沉睡去矣。及醒，日已向午，觉骨节轻和，殊于往日。心益爱慕，绕屋而呼之，并无响应。

　　日夕，女始至。封曰："卿居何所，使我呼欲遍？"曰："鬼无常所，要在地下。"问："地下有隙，可容身

【今译】

部时，封云亭眼也懒得睁，嘴也懒得张；捶到大腿时，就沉沉睡着了。封云亭一觉醒来，天已快到晌午，只觉得浑身骨节轻松，和往日大不相同。他心中对梅女更加爱慕，绕着屋子喊她，没有人答应。

　　太阳落山时，梅女才来。封云亭说："你住在什么地方，让我到处呼喊？"梅女说："鬼没有固定的住处，大多都在地下。"封云亭问："难道地下有缝隙可以容身吗？"梅女说："鬼看不到地，就和鱼儿看不到水一样。"封云亭握着梅女的手腕说："假如你能复活，我就是倾家荡产也要把你娶来。"梅女笑着说："不需要倾家荡产。"两人说笑到半夜，封云亭苦求梅女和他同寝。梅女说："你不要

Wawili hao walicheza mchezo huo mpaka usiku wa manane. Feng alichoka, alimwomba binti yule alale pamoja naye palepale. Binti alisema,"Mimi ni mtu wa ahera silali. Tafadhali ulale peke yako. Ninafahamu kidogo uganga wa kukanda mwili, ningependa kukumalizia uganga wangu wote ili uweze kuota ndoto nzuri." Feng alikubali kufanyiwa majaribio. Kisha binti yule alianza kuonyesha uganga wake. Aliuweka mkono mmoja juu ya mkono mwingine. Alikuwa akimkanda taratibu taratibu tangu utosini hadi kisiginoni. Sehemu zilizokandwa zilimfanya Feng ajihisi vizuri kana kwamba mifupa yake imekufa ganzi. Halafu binti huyo alifumba mikono na kumpigapiga. Kwa ngumi. Feng alijisikia kama vile alipigwapigwa kwa mafundo ya pamba. Starehe ya mwili wake mzima ilikuwa haisemeki. Binti yule alipompigapiga kiuno Feng alishindwa kufumbua mdomo na macho; na alipompigapiga mapaja, akaanza kulala usingizi wa pono.

691

Feng alipoamka kulikuwa adhuhuri tayari, alilijisikia viungo vyake vyote vimechangamka na alijihisi tofauti na siku zilizopita. Hivyo Feng alizidi kumpenda huyo binti mzimu.

Feng akizunguka chumbani alimwita binti yule lakini hakupata jibu lolote. Magharibi ilipoingia binti yule alikuja tena.

"Je, ulikuwa wapi? Nilikuwa nikikutafuta karibu kila mahali lakini sikukupata!" Feng alimwuliza.

【原文】

乎？"曰："鬼不见地，犹鱼不见水也。"封握腕曰："使卿而活，当破产购致之。"女笑曰："无须破产。"戏至半夜，封苦逼之。女曰："君勿缠我。有浙娼爱卿者，新寓北邻，颇极风致。明夕，招与俱来，聊以自代，若何？"封允之。次夕，果与一少妇同至，年近三十已来，眉目流转，隐含荡意。三人狎坐，打马为戏。局终，女起曰："嘉会方殷，我且去。"封欲挽之，飘然已逝。两人登榻，于飞

692

【今译】

缠我。有个浙江的妓女叫爱卿的，刚住到我的北边，很有风韵。明天晚上，让她和我一起来，让她替我陪你，怎么样？"封云亭答应了。第二天晚上，果然有一位少妇和梅女一同来，少妇约有三十岁，眉目流转，隐含着一种轻佻的神气。三人亲热地坐在一起，玩起了打马的游戏。一局终了，梅女站起来说："美好的相会正在兴头上，我暂且先回去了。"封云亭想要挽留，梅女飘然已逝。封云亭和爱卿上床就寝，男欢女爱，竭尽欢乐。封云亭问爱卿的家世，她含含糊糊不肯说明，只是说："郎君如果喜欢我，只要用手指弹弹北墙，小声呼唤'壶卢子'，我立刻就到。喊三次我还没来，就是我没空暇，就不要再呼唤我了。"天亮时，爱卿由

"Mimi nikiwa mzimu huwa sina makazi maalumu. Kwa kawaida ninakaa chini ya ardhi."

"Nafasi zilizo wazi chini ya ardhi zinaweza kuuweka mwili wako?"

"Mzimu huwa hawezi kuona ardhi kama vile samaki anavyoshindwa kuyaona maji."

"Kama utajaliwa kufufuka, kwa vyovyote vile nitakuoa hata kama nikiuza mali yangu yote!" Feng alisema huku akiwa amemshika binti mkono.

"Huna haja ya kuuza mali yako."

Hao wapenzi walicheza mpaka usiku wa manane. Feng alikuwa akimganda kama ruba. Binti alisema, "Usinigande hivyo. Hivi sasa yuko malaya mmoja aitwaye Aiqing ambaye alikuja huku kutoka Mkoa wa Zhejiang. Ni juzi tu amehamia katika sehemu hiyo. Yeye ni mwanamke mzuri wa mwaka. Kesho jioni nitamwita aje hapa pamoja nami. Yeye atachukua nafasi yangu unaonaje?" Feng akakubaliana naye.

Kesho yake jioni, binti wa Mei alikuja pamoja na mwanamke mmoja kijana. Yule mwanamke kijana alikuwa bado hajafikia umri wa miaka thelathini. Nyusi zake zilikuwa zikichezacheza. Mboni zake zilizungukazunguka na miondoko yake ilionekana kuwa ya kihuni. Watu hao watatu walikaa pamoja na kuanza kucheza

【原文】

甚乐。诘其家世，则含糊不以尽道，但曰："郎如爱妾，当
以指弹北壁，微呼曰壶卢子，即至。三呼不应，可知不暇，
勿更招也。"天晓，入北壁隙中而去。次日，女来。封问爱
卿，女曰："被高公子招去侑酒，以故不得来。"因而剪烛
共话。女每欲有所言，吻已启而辄止。固诘之，终不肯言，
欷歔而已。封强与作戏，四漏始去。自此二女频来，笑声
常彻宵旦，因而城社悉闻。

【今译】

北墙的缝隙里走了。第二天，梅女来了。封云亭打听爱卿，
梅女说："被高公子叫去陪酒了，因此不能来。"两人就在
灯下说话。梅女总好像要说什么话，嘴已经张开要讲，却又
停止了。封云亭再三追问，梅女始终不肯说，只是低声地叹
息不已。封云亭尽力与她玩笑嬉戏，四更过后，梅女才离
去。从此以后，梅女和爱卿经常到封云亭的住处来，欢笑之
声通宵达旦，因而城里的人都知道了这件事。

衙门中有位典史也是浙江的名门望族，他的妻子和仆
人私通被他休回了娘家。又娶了顾氏为妻，两人感情很好，
不料刚过了一个月顾氏就死了，典史很怀念她。听说封云亭
家中有灵鬼，想问问自己能否和顾氏再结冥世之缘，于是骑

dama. Baada ya kucheza muda mfupi binti wa Mei aliinuka na kusema, "Ninyi wawili mwendelee na mchezo wenu kwa furaha, sasa mimi nataka kuondoka. Fentg alitaka kumzuia lakini mara akatoweka. Kisha Feng alilala pamoja na yule mwanamke kijana kwenye kitanda wakaanza kufurahia utamu wa mapenzi. Feng alimwuliza habari za nyumbani kwake lakini yule mwanamke hakupendelea kumtobolea mambo yake. Alisema, "Ukitaka kuniona unaweza kuupigapiga ukuta wa upande wa kaskazini kwa kidole na kuita kwa sauti ya chini 'huluzi'. Kisha nitakuja. Ikiwa umeita mara tatu lakini sikutokea, basi usiite tena, kwani sina nafasi." Kulipopambazuka yule mwanamke kijana alijipenyeza kwenye ufa wa ukuta wa upande wa kaskazini. Siku iliyofuata binti wa Mei alikuja."Kwa nini yule Aiqing hajaja hapa?" Feng alimwuliza."Yeye aliitwa na bwana Gao kwenda kumchangamsha katika ulevi, Kwa hiyo hakufuatana nami." Kisha alikatakata utambi wa mshumaa na kuanza kupiga soga pamoja na Feng. Mara kadhaa binti wa Mei alitaka kumwambia Feng jambo fulani, lakini kila alipofumbua mdomo aliufumba tena. Feng alimwuliza mara nyingi lakini binti wa Mei alinyamaza kimya huku akishusha pumzi. Feng alijilazimisha kucheza na binti wa Mei. Kabla ya kupambazuka Binti wa Mei aliondoka. Tokea hapo wanawake hao wawili walifululiza kuja kwa Feng. Mara kwa mara walikesha

695

【原文】

典史某，亦浙之世族，嫡室以私仆被黜。继娶顾氏，深相爱好，期月殀殂，心甚悼之。闻封有灵鬼，欲以问冥世之缘，遂跨马造封。封初不肯承，某力求不已。封设筵与坐，诺为招鬼妓。日及曛，叩壁而呼，三声未已，爱卿即入。举头见客，色变欲走，封以身横阻之。某审视，大怒，投以巨碗，溢然而灭。封大惊，不解其故，方将致诘。俄暗室中一老妪出，大骂曰："贪鄙贼！坏我家钱树子！三十贯

【今译】

马来拜访封云亭。开始时封云亭不想管他的事，但典史不停地请求。封云亭就摆下酒席让他入座，答应把鬼妓召来。黄昏时，封云亭叩了叩北墙呼唤，还没呼到三声，爱卿就进来了。爱卿抬头看到典史，脸色立刻变了，转身要走，封云亭连忙用身体把她挡住。典史仔细一看，大怒，拿起一个大碗向爱卿砸去，爱卿一下子就不见了。封云亭大吃一惊，不知是什么缘故，就想要询问。这时从暗室中走出一个老太太，大骂典史说："你这个贪婪卑鄙的贼！坏了我家的摇钱树！你要出三十贯钱赔偿我！"老太太用手中的拐杖向典史打去，正打在典史的头上。典史抱头痛苦地说："这女人是顾氏，是我的妻子。年纪很轻就死了，我正悲痛得不得了，没

usiku kwa furaha. Hivyo habari hiyo ilivuma mtaa mzima na hadi mji mzima.

Yule hakimu wa wilaya vilevile alizaliwa katika Mkoa wa Zhejiang. Kwa kuwa mke wake wa kwanza alizini na mtumishi wake, akamtaliki. Halafu alimwoa msichana wa familia ya Gu. Walikuwa wakipendana lakini kwa bahati mbaya, mwezi mmoja tu baada ya ndoa yao bibi arusi alikufa. Hakimu huyo aliteswa na majonzi yasiyokuwa na kifani. Baadaye alisikia kuwa mizimu walikuwa wakitembelea makazi ya Feng, akataka kumwomba Feng amwulizie uhusiano wa mambo yalivyokuwa kati ya ahera na dunia. Alipanda farasi wake, akafika kwa Feng.

Mwanzoni Feng hakupenda kumsaidia lakini hakimu huyo alizidi kumwomba. Feng aliona kuwa ni vigumu kumkatalia, basi akaandika meza na kuanza kunywa pombe pamoja naye zaidi ya hayo alikubali kumpatia malaya mzimu. Magharibi ilipoanza kushuka aliupigapiga ukuta wa kaskazini huku akiita 'huluzi'. Alipokuwa hajamaliza kuita mara ya tatu yule Aiqing: aliingia chumbani. Alipoinua kichwa chake akamwona mgeni mmoja, mara uso wake ukabadilika. Akageuka nyuma na kutaka kuondoka. Haraka Feng alitandaza mikono miwili kumzuia. Yule hakimu alipomchunguza Aiqing kwa makini, ghafla akavimba kwa hamaki, akachukua bakuli moja kubwa, akamrushia. Naye

697

【原文】

索要偿也！"以杖击某，中颅。某抱首而哀曰："此顾氏，我妻也。少年而殒，方切哀痛，不图为鬼不贞。于姥乎何与？"妪怒曰："汝本浙江一无赖贼，买得条乌角带，鼻骨倒竖矣！汝居官有何黑白？袖有三百钱，便而翁也！神怒人怨，死期已迫，汝父母代哀冥司，愿以爱媳入青楼，代汝偿贪债，不知耶？"言已又击。某宛转哀鸣。方惊诧无从救解，旋见梅女自房中出，张目吐舌，颜色变异，近以长簪刺

【今译】

想到她成了鬼而不贞节。这事和您老有什么关系呀？"老太太怒冲冲地说："你本是浙江一个无赖贼，买了一个小官当，你就美得鼻孔朝天了！你当官分什么是非黑白？袖子里有三百文钱就是你老子！你弄得神怒人怨，死期眼看到了，你父母代你向阎王爷求情，愿意把他们心爱的媳妇送入青楼，替你偿还那些贪心债，你难道不知道吗？"说完又用拐杖打起来。典史痛得哀号。封云亭正惊诧万分而又无法解救之时，看到梅女从房中出来了，她瞪着眼，吐着舌头，脸色变得怕人，走近典史，用长簪子扎他的耳朵。封云亭十分吃惊，就用身子挡住了典史，梅女愤恨不已。封云亭劝她说："他即使有罪，如果死在我的寓所内，就要归罪于我了。投

Aiqing akatoweka mara moja. Feng alipigwa na bumbuwazi, akashindwa kufahamu mambo yalivyokuwa. Alipotaka kuuliza ghafla akatokea bikizee mmoja kutoka chumba cha faragha kilichokuwepo nyuma yao. Bikizee huyo akamtukana hakimu kwa sauti kubwa, "Jambazi mroho na mwovu wee! Umevunjilia mbali asili yangu ya fedha, sasa lazima unifidie sarafu elfu thelathini!" Baada ya kusema hayo, akampiga kichwani kwa mkongojo wake. Hakimu akiwa ameshikilia kichwa chake alijitetea, "Awali mwanamke huyu alikuwa mke wangu. Alifariki alipokuwa kijana. Mpaka leo nimekuwa bado nikisumbuliwa na majonzi ya kumpoteza. Sikufikiria kwamba mwanamke huyo baada ya kuwa mzimu atakuwa namna hiyo. Bikizee, pilipili usiyoila yakuwashia nini?"

699

Bikizee alisema kwa hasira, "Zamani ulikuwa mhuni na mwizi mkubwa katika Mkoa wa Zhejiang, halafu ulinunua mshipi uliopambwa kwa kipande cha kipusa cha faru mweusi. Tokea hapo ukaanza kutakabari kwa kuwa ulikuwa hakimu wa wilaya. Je uliwahi kuamua kesi yoyote kwa haki? Yeyote aliye na fedha kiasi cha sarafu mia tatu tu aliweza kuwa baba yako! Baadaye malaika alighadhibika kwa udhalimu wako. Siku zako za kuishi duniani zilipohesabika wazazi wako waliokufa walikwenda kumwomba mfalme wa kuzimu ili kuokoa maisha yako. Kisha walilazimika

【原文】

其耳。封惊极，以身障客，女愤不已。封劝曰："某即有罪，倘死于寓所，则咎在小生。请少存投鼠之忌。"女乃曳妪曰："暂假馀息，为我顾封郎也。"某张皇鼠窜而去。至署，患脑痛，中夜遂毙。

次夜，女出笑曰："痛快！恶气出矣！"问："何仇怨？"女曰："曩已言之：受贿诬奸，衔恨已久。每欲浼君，一为昭雪，自愧无纤毫之德，故将言而辄止。适闻

【今译】

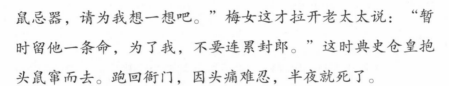

鼠忌器，请为我想一想吧。"梅女这才拉开老太太说："暂时留他一条命，为了我，不要连累封郎。"这时典史仓皇抱头鼠窜而去。跑回衙门，因头痛难忍，半夜就死了。

第二天夜里，梅女出来笑着说："真痛快！这口恶气可出了！"封云亭问："你和他有什么仇怨？"梅女说："从前我和你说过，官府接受贿赂诬陷我有奸情，我含恨很久了。我常想求你，帮我洗冤昭雪，但又自愧对你无丝毫好处，所以欲言又止。正巧听到你屋中的吵闹声，暗中偷听窥视，不想正是我的仇人。"封云亭惊讶地说："这就是诬陷你的那个人啊？"梅女说："他在这里当典史，已经十八年了，我含冤而死也已十六个寒暑了。"封云亭又问："那老

kumpeleka mkazamwana wao mpendwa katika danguro kwa ajili ya kukulipia madeni uliyodaiwa kwa hatia yako ya kula rushwa. Ama kweli hukufahamu mambo hayo?" Kumaliza tu maneno yake bikizee akaendelea kumcharaza kwa mkongojo. Yule hakimu alipiga mayowe bila ya kusita. Hakufahamu jinsi ya kumsaidia na kusuluhisha jambo hili. Alipogeuka nyuma akamwona binti wa Mei ametoka chumbani akiwa amekaza macho. Ulimi wake umetoka nje. Sura yake imebadilika kweli. Mara alimvamia hakimu na kumchoma masikio kwa pini za nywele. Feng akiwa na wasiwasi mwingi alimkinga mgeni kwa mwili wake. Lakini binti wa Mei alikuwa bado amekasirika. Feng alimsihi, "Hata kama alifanya dhambi akifa hapa nitabeba mimi hatia ya kuua nipende nisipende. Naomba msiniingize katika kisa hiki." Kisha binti wa Mei alimzuia bikizee na kusema,"Kwa sasa naomba umwachie ila tuyazingatie maneno ya kaka Feng." Mara hakimu alitoroka. Baada ya kurudi ofisini alipatwa na ugonjwa wa maumivu makali ya kichwa. Usiku wa manane ulipofika alikufa.

Kesho yake usiku binti wa Mei alikuja."Mambo ya jana yalinifurahisha kweli! Chuki zilizokwama kifuani mwangu sasa zimenitoka!"Binti wa Mei alisema kwa furaha."Chuki gani?" Feng alimwuliza.

"Mwanzoni mwenyeji wa hoteli alidiriki kukueleza kuwa

【原文】

纷拏，窃以伺听，不意其仇人也。"封讶曰："此即诬卿者耶？"曰："彼典史于此，十有八年，妾冤殁十六寒暑矣。"问："妪为谁？"曰："老娼也。"又问爱卿，曰："卧病耳。"因戁然曰："妾昔谓会合有期，今真不远矣。君尝愿破家相赎，犹记否？"封曰："今日犹此心也。"女曰："实告君：妾殁日，已投生延安展孝廉家。徒以大怨未伸，故迁延于是。请以新帛作鬼囊，俾妾得附君以往，就展

【今译】

太太是谁？"梅女说："是个老妓女。"封云亭又问爱卿怎么样了，梅女说："生病了。"梅女嫣然一笑说："我以前曾说咱俩会合有期，现在真的不远了。你曾说愿倾家荡产来娶我，还记得吗？"封云亭说："今天我还是这个心思啊。"梅女说："实话对你说吧：我死的那天，已投生到延安展孝廉家。只因怨仇未报，所以拖延到今天还在这里。请你用新绸子做个装鬼的口袋，使我能跟随你一起走，你到展家求婚，肯定一说就会答应。"封云亭担心自己和展孝廉家地位悬殊，恐怕不会成功。梅女说："放心去吧，不要担忧。"封云亭听从了她的话。梅女嘱咐说："在路上千万不要呼唤我。等到新婚之夜，你把这个装我鬼魂的袋子挂在新

yule hakimu baada ya kula rushwa alinikashifu kwamba nilizini na yule mwizi. Tangu hapo nikalemewa na chuki na dhuluma. Mara kadhaa nilitaka kukuomba unirudishie heshima yangu. Kwa kuwa sikuwahi kukutendea wema wowote nikashindwa kufanya hivyo. Kwa bahati nzuri jana usiku nilipata kusikia sauti za miburutano zilizokuwa zikisikika hapa, nikanyatia na kusikiliza kisirisiri. Sikufikiria kuwa ni yule adui yangu hasa!"

"Ndiyo yeye aliyekusingizia?"

"Ndiye hasa! Alikuwa hakimu wa wilaya hiyo kwa muda wa miaka kumi na minane, nami nilikufa kutokana na dhuluma yake miaka kumi na sita iliyopita."

"Yule bikizee alikuwa ni nani?"

"Alikuwa jamvi la wageni kwa miaka mingi."

"Aiqing yuko wapi?" Feng aliendelea kuuliza.

703

"Amepatwa na ugonjwa. Sasa amelazwa kitandani. Awali niliwahi kukuambia kuwa tutakuwa na siku ya kufanya ngono. Sasa siku hiyo iko pua na mdomo. Kisha wewe mwenyewe ulipata kusema kuwa ulikuwa tayari hata kuiuza mali yako yote kwa ajili ya kunioa."

"Je bado unayakumbuka maneno hayo?"

"Mpaka leo mimi bado sijalifuta wazo hilo." Feng alijibu.

"Sasa naweza kukuambia ukweli. Siku ile niliyokufa

【原文】

氏求婚，计必允谐。"封虑势分悬殊，恐将不遂。女曰：
"但去无忧。"封从其言。女嘱曰："途中慎勿相唤。待合
卺之夕，以囊挂新人首，急呼曰：'勿忘勿忘！'"封
诺之。才启囊，女跳身已入。

　　携至延安，访之，果有展孝廉，生一女，貌极端好，但
病痴，又常以舌出唇外，类犬喘日。年十六岁，无问名者。
父母忧念成痗。封到门投刺，具通族阀。既退，托媒。展

【今译】

娘子的头上，急呼："勿忘勿忘！'"封云亭记下了。他刚
打开袋子，梅女就跳了进去。

　　封云亭携带着口袋来到延安，一打听，果然有个展孝
廉，他生有一个女儿，容貌非常美丽，但得了痴呆病，又常
常把舌头伸在唇外，就像暑天狗热得喘气一样。已经十六岁
了，没有人来提亲。父母愁得都得了病。封云亭到展家门口
递上了名片，见面后介绍了自己的家世。回来后，就请媒人
去提亲。展孝廉很高兴，就招赘封云亭为女婿。展女痴呆病
很严重，不知礼节，展家就让两个丫鬟把她扶入新房。丫鬟
走后，展女解衣露乳，对着封云亭傻笑。封云亭把装着梅女
鬼魂的口袋蒙在展女头上，喊着"勿忘勿忘"，展女注目细

nilikwenda huko Yanan, nikazaliwa upya katika familia ya msomi Zhan ambaye alikuwa juren. Kwa vile nilikuwa sijalipiza kisasi, roho yangu ikabakia hapa mpaka leo. Kwa fadhila yako naomba ushone mfuko mmoja kwa kitambaa kipya unaoweza kuweka mzimu wangu ili niweze kufika huko pamoja na wewe. Ukitoa posa kwa familia ya Zhan hakika utafanikiwa." Binti wa Mei alieleza.

Feng alifikiri kuwa hali ya nyumbani kwake na hali yake mwenyewe ilitofautiana sana na hali ya familia ya Zhan, pengine asingeweza kufanikiwa. Binti alisema, "Nenda usiwe na wasiwasi wowote." Kisha Feng aliyakubali maneno yake. Binti alimwagiza, "Njiani usiniite, isipokuwa siku ya kufunga ndoa yetu uweke mfuko huo juu ya kichwa changu halafu uniite kwa haraka, "Usisahau! Usisahau!" Feng akakubali.

Feng alipomaliza kushona mfuko wa kitambaa aliufungua, bila ya kukawia mzimu wa binti wa Mei ukaingia ndani, ukachukuliwa mpaka Yanan. Baada ya kufika huko, Feng alikwenda kuuliza habari za msomi Zhan. Watu walimwambia kuwa huko Yanan kweli kulikuwa na msomi mmoja aliyeitwa Zhan na ya kuwa mkewe aliwahi kuzaa mtoto mmoja wa kike ambaye aliumbika kweli, lakini kwa bahati mbaya alikuwa punguani. Mara kwa mara ulimi wake ulikuwa ukitoka nje, mfano

705

大中华文库

【原文】

喜，赘封于家。女痴绝，不知为礼，使两婢扶曳归室。群婢既去，女解衿露乳，对封憨笑。封覆囊呼之，女停眸审顾，似有疑思。封笑曰："卿不识小生耶？"举之囊而示之。女乃悟，急掩衿，喜共燕笑。诘旦，封入谒岳。展慰之曰："痴女无知，既承青眷，君倘有意，家中慧婢不乏，仆不靳相赠。"封力辨其不痴，展疑之。无何，女至，举止皆佳，因大惊异。女但掩口微笑。展细诘之，女进退而惭于言，封

【今译】

看封云亭，好像在思索什么。封云亭笑着说："你不认识我了吗？"举起口袋让她看了看。展女于是明白过来，赶快掩上衣襟，两人高兴地谈笑起来。第二天早晨，封云亭去拜见岳父。展孝廉安慰他说："我那个傻女儿什么也不懂，既然承蒙你看得上她，你如果有意，家中有不少聪慧的丫鬟，我会毫不吝惜地送给你。"封云亭极力辩白展女不痴呆，展孝廉感到很疑惑。不一会儿，展女来了，举止都很得体，展孝廉大为惊奇。展女只是掩着口微笑。展孝廉仔细盘问，展女犹犹豫豫，羞于开口，封云亭便把事情的大概叙述了一遍。展孝廉听了非常高兴，对女儿更加疼爱。他让儿子展大成与女婿一起读书，一切供给都很丰盛。过了一年多，展大成对

wa mbwa aliyekuwa akihema katika siku za kiangazi kikali. Hata alipofikia umri wa miaka kumi na sita alikuwa bado hajaposwa. Wazazi wake walikuwa wakisumbuliwa na jambo hili.

Feng alipopata habari hizo alikwenda kwa msomi Zhan. Alipofika mlangoni mwa msomi huyo akamkabidhi kadi ya kitambulisho, akamweleza kwa makini habari za nyumbani kwake. Baada ya kurudi mahali alipokaa, Feng alimtuma mshenga kwenda kupeleka posa. Msomi Zhan alifurahi, akakubali kuwafanyia harusi hapohapo. Kwa sababu mtoto wake alikuwa punguani, wazazi wake wakatuma vijakazi wawili kumsaidia mpaka kuingia katika chumba cha kufungia ndoa.

Baada ya vijakazi kuondoka, mtoto huyo wa kike alifungua blauzi yake na kumwonyesha bayana bwana arusi matiti yake mawili yaliyotuna huku akimchekelea kiwendawazimu. Feng akiwa amefunika kichwa chake kwa mfuko ule uliowekwa mzimu, aliita, "Usisahau! Usisahau!" Bibi arusi alimtazama bila ya kupepesa macho alionekana kana kwamba alikuwa katika hali ya kubuni na kuyakumbuka mambo yaliyopita. Feng alisema kwa uchangamfu, "Mpenzi wangu umenisahau?" Kisha aliinua mfuko ule wa mzimu na kumwonyesha bibi arusi, naye alipoona mfuko huo mara aliamka, hima hima alifunga blauzi yake, akaanza kupiga gumzo na Feng kwa furaha kubwa.

707

【原文】

为略述梗概。展大喜，爱悦逾于平时。使子大成与婿同学，供给丰备。年馀，大成渐厌薄之，因而郎舅不相能，厮仆亦刻疵其短。展惑于浸润，礼稍懈。女觉之，谓封曰："岳家不可久居，凡久居者，尽阘茸也。及今未大决裂，宜速归。"封然之，告展。展欲留女，女不可。父兄尽怒，不给與马。女自出妆赀贳马归。后展招令归宁，女固辞不往。后封举孝廉，始通庆好。

【今译】

封云亭渐渐有点儿厌烦，郎舅二人越来越不和，仆人们也对封云亭吹毛求疵说长道短。展孝廉听了别人的谗言，对封云亭也不如以前好了。展女觉察了，就对封云亭说："岳父家不可久住，凡是长住在岳父家的，都会地位卑微让人瞧不起。趁现在还没撕破脸皮，应该赶快回家。"封云亭感到展女说得很对，就告诉展孝廉要带展女回家。展孝廉想把女儿留下来，女儿不同意。展氏父子大为恼怒，不给预备车马。展女拿出自己的嫁妆雇了车马回去。后来展孝廉又捎信让女儿回娘家，展女坚决不回去。后来封云亭中了举人，两家才又有了来往。

异史氏说：官位越低的人越贪婪，难道真是人之常情

Kesho yake asubuhi, Feng alikwenda kuwashukuru wakwe zake huko chumbani kwao ! Babamkwe Zhan alimliwaza,"Binti yetu ni mjinga, haelewi mambo ya dunia hata kidogo. Sasa umekuja kumpenda na mkawa mume na mke. Kama ukipenda ninaweza kukupa bila kinyongo kijakazi mmoja au wawili walio werevu." Feng alitetea kwamba bibi arusi hakuwa mjinga hata chembe. Babamkwe wake aliposikia maneno hayo, akawa na mashaka. Punde si punde binti yake aliingia ndani. Miondoko yake ilivutia, tena yenye ustaarabu. Wazazi wake walishangazwa. Binti akiwa amefunika uso wake kwa viganja vya mikono, alikuwa akitabasamu tu. Baba yake alimwuliza binti yake kwa makini mambo hayo yalivyokuwa, binti yake alionekana mwenye dukuduku maana aliona aibu kuyaeleza. Feng alimjibu babamkwe wake kijuujuu badala ya mke wake. Msomi Zhan alipoelezwa mambo yalivyokuwa alifurahi mno. Akazidi kumpenda binti yake kuliko wakati uliopita. Mbali na hayo, alimwambia mwanawe Zhan Dacheng aende kusoma pamoja na Feng. Akawapa wingi wa fedha na vitu vingine vilivyokuwa vikihitajika.

709

Mwaka mmoja baadaye, Zhan Dacheng taratibu alianza kumchukia na kumdharau Feng hata wakashindwa kusoma pamoja. Isitoshe, watumishi wa familia ya Zhan walikuwa wakitoa dosari za Feng hadharani tena kwa makusudi. Watu wa nyumbani

【原文】

异史氏曰：官卑者愈贪，其常情然乎？三百诬奸，夜气之牿亡尽矣。夺嘉耦，入青楼，卒用暴死。吁！可畏哉！

康熙甲子，贝丘典史最贪诈，民咸怨之。忽其妻被狡者诱与偕亡。或代悬招状云："某官因自己不慎，走失夫人一名。身无馀物，止有红绫七尺，包裹元宝一枚，翘边细纹，并无阙坏。"亦风流之小报也。

【今译】

吗？那个典史为了三百钱而诬陷别人通奸，良心已丧尽了。上天夺去了他美丽的妻子，又让他美丽的妻子在阴间成了妓女，而典史自己也因祸暴死。唉！这样的报应也实在可怕呀！

康熙甲子年间，贝丘的典史最为贪婪狡诈，老百姓都非常怨恨他。忽然他的妻子被骗子拐骗走了。有人代他贴了一张寻人启事："某官因自己不慎，走失夫人一名。身上没有带什么东西，只有红绫七尺，包裹着元宝一枚，翘边细纹，并无缺损之处。"也算是对风流之人的小惩罚吧。

hawakuacha kumpiga vijembe.Wakati huo msomi Zhan vilevile alianza kubabaika na kumkimbia Feng. Mke wake hakuchelewa kugundua jambo hilo. Alimwambia mumewe,"Familia ya mkwe siyo mahali panapofaa kukaa kwa muda mrefu. Mtu yeyote akikaa pamoja na wakwe kwa muda mrefu bila shaka atakuwa mtu duni. Chukua fursa hii mapema kabla uhusiano wenu haujavunjika kabisa na ni afadhali turudi nyumbani kwako haraka." Feng akakubaliana naye. Halafu mke wake Feng alikwenda kumwambia baba yake wazo lao. Baba yake aliomba waendelee kukaa hapa lakini alikataa. Baba na kaka yake hawakufurahishwa na mwenendo wake, wakakataa kuwasindikiza kwa gari la farasi wakati Feng na mkewe walipoondoka. Binti wa Mei alikodi gari moja la farasi kwa fedha alizozidundulliza katika siku zilizopita, akaondoka pamoja na mumewe kwa masikitiko. Baada ya hapo baba yake alipata kumwomba binti yake kuitembelea familia yake, lakini binti yake aliyapa kisogo maneno yake. Familia hizi mbili hazikuwasiliana.

711

青娥

【原文】

　　霍桓，字匡九，晋人也。父官县尉，早卒。遗生最幼，聪惠绝人。十一岁，以神童入泮。而母过于爱惜，禁不令出庭户，年十三，尚不能辨叔伯甥舅焉。同里有武评事者，好

【今译】

　　霍桓，字匡九，是山西人。父亲曾任县尉，早就去世了。霍桓是最小的儿子，聪明过人。十一岁时，就考中秀才进入县学读书，称为神童。母亲对他过分地爱怜，禁止他走出家门，十三岁了还分辨不清叔叔、伯伯、外甥、舅舅的关系。同乡有个武评事，喜欢道术，进山修炼不再回家。他有个女儿青娥，十四岁了，异常美丽。青娥小时偷偷地读父亲的道书，向往何仙姑的为人。父亲隐居深山后，青娥立志不出嫁，她母亲也无可奈何。一天，霍桓在门外偶然看见了青娥。尽管年少无知，还是觉得非常喜欢青娥，只是说不出来，回家后，把心思直接告诉了母亲，让她托媒人去提亲。霍母知道这是不可能的，因此很为难，霍桓心中闷闷不乐。霍母怕拂了儿子的心意，便托和武家有往来的人试着提一

QING'E

Katika Mkoa wa Shanxi palikuwa na msomi mmoja aliyeitwa Huo Huan, ambaye kwa jina lingine aliitwa Huo Kuangjiu. Baba yake aliwahi kuwa mkuu wa usalama katika wilaya fulani, alifariki mapema na aliacha watoto kadhaa duniani. Huo Huan alikuwa ni mziwanda na ni mwerevu kupindukia. Alipokuwa na umri wa miaka 11 tu alipasi mtihani wa watoto wenye vipaji, akawa xiucai. Kwa kuwa mama yake alimpenda kupindukia, hakuwahi kumruhusu kutoka nje kucheza, kwa hivyo alipofikia umri wa miaka 13 alikuwa bado hajaweza kupambanua shushu (Hutumika kurejelea ndugu wa kiume aliyezaliwa baada wa baba.) na bobo wala hajaweza kupambanua waisheng na mjomba. Miongoni mwa majirani kulikuwa na hakimu, ambaye jina lake la ukoo lilikuwa Wu. Mtu huyo alijizamisha katika kujifunza dini na aliingia mlimani na kuwa mtawa, tokea hapo hakurudi tena. Alikuwa na binti mmoja aliyeitwa Qing'e. Mwaka huo, alitimiza umri wa miaka 14, naye alikuwa ni kidosho. Kutoka utotoni mwake alianza kusoma kisirisiri vitabu vya dini vya baba yake na alimwabudu shenxian

713

714

【原文】

道，入山不返。有女青娥，年十四，美异常伦。幼时窃读父书，慕何仙姑之为人。父既隐，立志不嫁，母无奈之。一日，生于门外瞥见之。童子虽无知，只觉爱之极，而不能言，直告母，使委禽焉。母知其不可，故难之，生郁郁不自得。母恐拂儿意，遂托往来者致意武，果不谐。生行思坐筹，无以为计。

会有一道士在门，手握小镵，长裁尺许。生借阅一过，问："将何用？"答云："此劚药之具，物虽微，坚石可

【今译】

提，果然不成。霍桓无论干什么，都在想着这件事，但也没想出好办法。

有一天，正巧有位道士来到门前，手里握着一把小铲子，才一尺多长。霍桓借过小铲子看了看，问："这铲子做什么用？"道士回答说："这是挖药用的工具，东西虽小，但可挖动坚硬的石头。"霍桓不相信。道士就用铲子挖砍墙上的石头，那石头如腐烂了一样，应手而落。霍桓感到很惊奇，玩弄着小铲子爱不释手。道士笑着说："公子既然喜爱，那就送给你吧。"霍桓听了大喜，拿出钱来酬谢，道士不要，走了。霍桓把铲子拿回家，用它在砖头、石块上试了几次，都很容易就铲掉。他突然想，如果用铲子把墙铲个洞，就可以见到青娥了，却不知道这样做是非法的。

mwanamke He Xiangu[10] aliyesimuliwa katika vitabu hivyo. Baada ya baba yake kuingia mlimani na kuwa mtawa wa dini aliamua kutoolewa. Mama yake hakuwa na njia ya kumzuia.

Siku moja, msomi alitoka nyumbani akamwona msichana Qing'e. Ingawa yeye mwenyewe bado alikuwa mtoto asiyejua mambo ya ulimwenguni alivutiwa na uzuri wake na kujiwa na hisia ya mapenzi moyoni mwake. Alimwambia mama yake wazo hilo na kumwomba aende kwenye familia ya hakimu Wu kumposea. Mama huyo alijua kwamba jambo hilo halitafanikiwa, kwa hivyo hakuwa na mbele wala nyuma. Msomi hakuwa na furaha moyoni. Mama yake hakutaka kupinga matilaba ya mwanawe, akamtuma mtu mmoja aliyefahamu watu wa familia ya Wu kwenda kuposa badala yake, wazazi wa familia ya Wu walikataa katakata. Msomi ama alipotembea au alipokaa kila wakati alifikiria jambo hili, japo hivyo hakupata mbinu yoyote. Wakati huohuo, alikuweko kuhani mmoja aliyekuja mbele ya nyumba yake akiwa na sepeto moja ndogo mkononi mwake. Msomi aliomba kuitazama, akauliza, "Unafanya nini na sepeto hii?"

"Hiki ni chombo cha kuchimbia dawa. Usikidharau, kinaweza kukata hata mawe magumu."

Msomi hakuamini; kuhani alitumia sepeto yake kukata mawe ya ukutani yakakatika mara moja kama kukata tofu vile. Msomi

715

【原文】

入。"生未深信。道士即以斫墙上石，应手落如腐。生大异之，把玩不释于手。道士笑曰："公子爱之，即以奉赠。"生大喜，酬之以钱，不受而去。持归，历试砖石，略无隔阂。顿念穴墙则美人可见，而不知其非法也。

更定，逾垣而出，直至武第，凡穴两重垣，始达中庭。见小厢中，尚有灯火，伏窥之，则青娥卸晚妆矣。少顷，烛灭，寂无声。穿墉入，女已熟眠。轻解双履，悄然登榻，又

【今译】

打更以后，霍桓跳墙离了家，一直来到武家门外，打通了两道墙壁，才到达正院。见小厢房里还有灯光，便伏下身子窥视，只见青娥正在卸晚妆。一小会儿，灯灭了，静得没一点儿声音。霍桓穿墙进入屋内，青娥已经睡着了。霍桓轻轻地脱了鞋，悄悄地上了床，恐怕惊醒青娥，会遭到辱骂驱逐，于是蹑手蹑脚地躺在青娥的被子边，微微闻到青娥身上的香气，心愿也算满足了。但因忙碌了半夜，已十分疲倦，刚一合眼，不觉睡着了。青娥醒来，听到有呼吸的声音，睁眼一看，从墙洞透进了亮光。青娥大吃一惊，急忙起来，暗中拔开门栓，轻轻地出了屋门，敲窗户叫醒了仆妇，手执灯火、棍棒一起来到青娥屋内。只见一个梳着两只抓髻的少年在青娥的床上酣睡，仔细一看，认得是霍桓。推推他，他才

alishangaa, akaichukua ile sepeto ndogo na kuitazamatazama. Kuhani alisema kwa tabasamu, "Kama unaipenda, chukua." Msomi alikuwa na furaha nyingi na alitaka kumpa kuhani pesa, kuhani hakupokea hata senti moja.

Msomi alichukua sepeto akarudi nyumbani. Alijaribu mara nyingi kukata mawe na matofali kwa kutumia sepeto hiyo, kila mara alifaulu. Ghafla alijiwa na mawazo kwamba kama akitumia sepeto yake kutobolea tundu la ukutani ataweza kumwona mpenzi wake, isipokuwa hakujua kwamba iwapo atafanya hivyo atavunja sheria. Wakati wa usiku alitoka nje kwa kupita juu ya ukuta, akaelekea nyumba ya hakimu Wu. Baada ya kufika kwao alitoboa tundu kwenye kuta mbili, halafu akafika kwenye ua wa kati. Aliona taa bado ikiwaka katika chumba kimoja, akachungulia dirishani, akamuona Qing'e akivua nguo ya nje na mapambo kujitayarisha kulala. Muda si muda, taa ikazimika na mazingara yakabadilika kuwa kimya. Wakati huo, msomi alikwisha toboa tundu kubwa kwenye ukuta wa chumba hicho hivyo akaingia ndani. Qing'e alikuwa amesha chukuliwa na usingizi. Msomi alivua viatu vyake polepole na kupanda kitandani kimyakimya. Kwa kuwa alihofia kuwa akimshtusha msichana atakaripiwa na kufukuzwa, hivyo alijilaza kitandani kando ya msichana bila ya kutoa sauti. Alipoona yuko karibu na mpenzi wake akaridhika kabisa. Wakati

【原文】

恐女郎惊觉，必遭诃逐，遂潜伏绣褶之侧，略闻香息，心愿窃慰。而半夜经营，疲殆颇甚，少一合眸，不觉睡去。女醒，闻鼻气休休，开目，见穴隙亮入。大骇，急起，暗中拔关轻出，敲窗唤家人妇，共爇火操杖以往。见一总角书生，酣眠绣榻，细审，识为霍生。推之始觉，遽起，目灼灼如流星，似亦不大畏惧，但觍然不作一语。众指为贼，恐呵之。始出涕曰："我非贼，实以爱娘子故，愿以近芳泽耳。"众

718

【今译】

醒来，一骨碌坐起来，两只眼灼灼有神，看看这个，看看那个，似乎不怎么害怕，但也有些不好意思，不说一句话。众人骂他是贼，大声地呵斥他。他才哭着说："我不是贼，实在是因为喜爱小姐，愿意亲近亲近她。"众人又怀疑凿通了好几道墙，不是小孩子能干的。霍桓拿出小铲子说明它的神异。人们当场试验，惊奇万分，认为是神仙赐给的。众人想将此事报告夫人，青娥低头沉思，好像不同意。众人看出了青娥的心意，于是说："这孩子的人品才学和门第，一点儿也不辱没我家。不如放他回去，让他请个媒人再来求婚。天亮后，向老夫人撒个谎，说有贼来了，怎么样？"青娥没有回答。众人催促霍桓快走。霍桓索要铲子。众人笑道："傻小子！还不忘拿走凶器呀？"霍桓偷看枕边有一只凤钗，暗

alipofumba macho tu mara akachukuliwa na usingizi kwa sababu alikuwa amechoka baada ya kutoboa ukuta. Siku ya pili asubuhi, Qing'e alipoamka alisikia sauti ya kupumua iliyotoka kando yake kisha aligundua lile tundu kubwa ukutani. Mwangaza uliingia ndani kupitia tundu lile, alishtuka, akavaa nguo, akafungua mlango kimyakimya na kutoka nje. Aligonga dirisha la chumba cha vijakazi wake na kuwaambia watoke halahala, wakaingia pamoja katika chumba chake wakiwa na fimbo mikononi. Waliona alikuweko mtoto mmoja aliyelala fofofo juu ya kitanda cha bimdogo. Walitazama kwa makini, wakatambua yeye ni nani. Walimsukuma, naye akaamka. Aligutuka na kusimama wima kwa haya kando ya kitanda. Vijakazi walimtisha kama anavyofanyiwa mwizi. Wakati huo, msomi alianza kulia na kusema, "Mimi siyo mwizi, nimekuja hapa kwa sababu nampenda msichana huyu." Vijakazi hao wakatuhumu kuwa mtoto mdogo kama yeye hana uwezo wa kufanya jambo hilo gumu. Msomi aliitoa sepeto yake na kuwaeleza kazi yake ya ajabu. Watu hao baada ya kufanya majaribio waliona aliyosema ni kweli. Walistaajabu, wakawaza labda ni shen aliyemzawadia. Vijakazi walitaka kwenda kumwambia madamu Wu, lakini Qing'e alikuwa ameinamisha kichwa chake bila ya kutamka hata neno moja, kana kwamba hakupenda kufanya hivyo. Watu hao walielewa wazo lake na kusema, "Sifa ya mtoto huyu

719

【原文】

又疑穴数重垣，非童子所能者。生出镜以言其异。共试之，骇绝，讶为神授。将共告诸夫人，女俛首沉思，意似不以为可。众窥知女意，因曰："此子声名门第，殊不辱玷。不如纵之使去，俾复求媒焉。诘旦，假盗以告夫人，如何也？"女不答。众乃促生行。生索镜。共笑曰："骇儿童！犹不忘凶器耶？"生觑枕边，有凤钗一股，阴纳袖中。已为婢子所窥，急白之。女不言亦不怒。一媪拍颈曰："莫道他骇若

【今译】

中收入袖中。这事已被一个小丫鬟看见，急忙告诉了青娥。青娥不说话也不生气。一个老仆妇拍着霍桓的脖子说："别说他是个傻小子，他心里可精透了。"就拽着他，仍从墙洞出去了。

霍桓回到家，不敢把实情告诉母亲，只是请求母亲再托媒人去武家提亲。霍母不忍心直接拒绝，只好遍托媒人，抓紧给霍桓另觅佳偶。青娥知道后，心中非常焦急，暗中派个心腹之人给霍母透话。霍母很高兴，立刻托媒人去提亲。这时武家的一个小丫鬟泄露了那天夜里发生的事，武夫人感到受了污辱，十分恼怒。媒人来到，更触发了武夫人的怒气，她用拐杖点着地，大骂霍桓并连及其母。媒人吓得赶快逃回来，叙述了当时的情况。霍母也生气了，说："这个不争气

si mbaya na nasaba yake vilevile ni bora, ni afadhali tumwachie huru ili aweze kutuma mtu aje kuposa na sisi tusiende kuripoti kwa madamu, baada ya kupambazuka tutamwambia kuwa mwizi aliwahi kuingia chumbani. Bimdogo unaonaje?" Qing'e hakusema kitu. Watu hao walimhimiza msomi aondoke upesi. Msomi hajasahau kuomba kumrudishia sepeto yake. Watu hawa walisema kwa kicheko, "Ahaa, mtoto mjinga, bado anakumbuka kitu hiki kinachomletea balaa?" Msomi aligundua karibu na mto kuna chupio ya nywele, akaichukua kisirisiri na kuitia mfukoni mwake. Kijakazi mmoja alimwona na kumwambia Qing'e bila ya kuchelewa. Qing'e hakukasirika wala hakusema chochote. Kijakazi mwingine alisema huku akijipiga shingo yake, "Yeye ni mwerevu bali si mjinga hata kidogo." Halafu alimsukuma na kumlazimisha atoke nje kwa kupitia lile tundu la ukutani.

Baada ya kurejea nyumbani, msomi hakuthubutu kumwambia mama yake jambo lililotokea ila alimwomba mama yake atume mtu kwenda kuposa. Mama yake hakutaka kukataa ombi lake waziwazi, ila nyuma ya mgongo wa mwanawe aliagiza mshenga mmoja kumtafutia msichana mwingine. Qing'e baada ya kupata habari hiyo alishikwa na babaiko akampeleka kijakazi mmoja aliyemwamini zaidi kwenda kumwambia mama wa msomi wazo lake. Mama wa msomi aliposikia habari hiyo alichangamka moyo,

【原文】

小，意念乖绝也！"乃曳之，仍自窦中出。

既归，不敢实告母，但嘱母复媒致之。母不忍显拒，惟遍托媒氏，急为别觅良姻。青娥知之，中情皇急，阴使腹心者风示媪。媪悦，托媒往。会小婢漏泄前事，武夫人辱之，不胜恚愤。媒至，益触其怒，以杖画地，骂生并及其母。媒惧，窜归，具述其状。生母亦怒曰："不肖儿所为，我都梦梦。何遂以无礼相加！当交股时，何不将荡儿淫女一并杀却？"

【今译】

的儿子干的事，我一点儿都不知道。但为何要这样无礼谩骂！当他们睡在一起时，为何不将这荡儿淫女一齐杀掉？"从此以后，见到武家的亲戚，便把这事诉说一遍。青娥听说后，羞愧得要死。武夫人也特别懊悔，可也无法禁止霍母不让她说。青娥暗中派人委婉地向霍母说明事情原委，并且发誓不嫁他人，言语甚为悲哀恳切。霍母感动了，再也不乱讲了，但提亲的事，也搁置不谈了。

这时正遇上陕西欧公来这里当县令，看到霍桓的文章，很器重霍桓，不时将他召进衙署，极其优待宠信。一天，欧公问霍桓："成亲了吗？"霍桓回答说："还没有。"欧公又仔细询问其中的缘由，霍桓回答说："从前与前武评事的女儿订下婚约，后来由于有些小误会，所以耽搁了。"欧公

bila ya kukawia alipeleka mshenga kwenda familia ya Wu kuposa. Bahati mbaya, wakati huohuo kijakazi mmoja alitoboa ile siri kuhusu msomi kuwahi kuingia katika chumba cha Qing'e akipitia kwenye tundu. Madamu Wu alichemka. Aliona jambo hili ni aibu ya familia yao. Alipoona mshenga amekuja nyumbani kwake kuposa alizidi kufura. Akipigapiga asa yake sakafuni alimtukana msomi pamoja na mama yake. Mshenga aliogopa, akaondoka mbiombio. Baada ya kumwambia bikizee Huo habari hii, bikizee huyo alisema kwa hamaki, "Juu ya jambo lile alilofanya mwanangu, mimi sijui hata kidogo, kwa nini mwanamke huyo ananitovukia adabu! Kama kweli anajua jambo hili, kwa nini wakati uleule hakumchinja mwanangu na binti yake kwa pamoja?" Tangu hapo, bikizee Huo kila alipokutana na kila jamaa yake alikuwa akieneza jambo hilo. Baada ya Qing'e kusikia maneno hayo alitahayari. Ingawa madamu Wu alijuta bali hakuwa na njia ya kuziba mdomo wa bikizee Huo. Qing'e alituma mtu kwa siri kumwambia bikizee Huo kwamba hakumpenda kijana yeyote mwingine ila msomi tu. Bikizee Huo alivutiwa na maneno yake ya kusisimua watu na tangu hapo akasita kutangaza tena jambo hilo, na jambo la kuposa vilevile liliwekwa pembeni.

Wakati huo mkuu wa wilaya alikuwa ni mzee Ou aliyekuja kutoka sehemu ya katikati ya Mkoa wa Shaanxi. Baada ya kuona

723

【原文】

由是见其亲属，辄便披诉。女闻，愧欲死。武夫人大悔，而不能禁之使勿言也。女阴使人婉致生母，且矢之以不他，其词悲切。母感之，乃不复言，而论亲之谋，亦遂辍矣。

会秦中欧公宰是邑，见生文，深器之，时召入内署，极意优宠。一日，问生：“婚乎？”答言：“未。”细诘之，对曰：“夙与故武评事女小有盟约，后以微嫌，遂致中寝。”问：“犹愿之否？”生觍然不言。公笑曰：“我当为

724

【今译】

又问：“还愿意吗？”霍桓不好意思回答。欧公笑着说：“我当为你们成全这件事。”就委派县尉、教谕，到武家送聘礼。武夫人很高兴，婚事就定了。过了一年，把青娥娶进了门。青娥进门后，就把小铲子扔在地上说：“这是做贼用的东西，你拿走吧！”霍桓笑着说：“不要忘了媒人。”一刻不离地珍藏在身上。

青娥为人温柔善良，沉默寡言，一天除了早中晚三次问候婆婆外，其余时间闭门静坐，也不怎么留心家事。婆婆如果因婚丧之事到亲朋家去，青娥事事都管，每件事都处理得井井有条。过了一年多，生了个儿子取名孟仙，照料孩子的事全都交给乳母佣人，好像对孩子也不特别疼爱。又过了四五年，忽然对霍桓说：“我们恩爱的缘分，至今已经八

msomi ni mwungwana, alimzingatia zaidi, hivyo mara kwa mara alimwita aje kwake kuzungumza naye. Siku moja, mkuu Ou alimwuliza msomi, "Umeoa?"

"Bado," alijibu msomi. Mkuu Ou aliendelea kuuliza kwa makini.

Msomi alisema, "Zamani tuliahidiana kuoana na binti wa hakimu Wu, baadaye kutokana na hitilafu ndogo ndoa yetu iliwekwa pembeni."

"Bado unataka kumwoa?" Msomi aliona haya na hakusema.

"Vyema, nitakusaidia katika ndoa yako," mkuu Ou alicheka na kusema.

Aliwaagiza ofisa wa usalama na wa elimu kupeleka mahari kwenye ukoo wa Wu. Madamu Wu alijawa na furaha kubwa, hivyo alikubali ndoa hii. Mwaka mmoja baadaye, msomi alimwoa Qing'e. Qing'e alipoingia nyumbani mwa Huo mara alishika ile sepeto ndogo na kuitupa chini. Alisema, "Sepeto hii ni kitu cha mwizi, tupilia mbali!." Msomi alisema huku akitabasamu, "Usisahau mshenga wetu!" Tangu hapo kila alipokwenda mahali pengine alikuwa akichukua sepeto hiyo kiunoni.

Qing'e alikuwa ni mwanamke mpole hakupenda kusema maneno mengi. Licha ya kwenda kumsalimu mavyaa yake kila siku mara tatu, nyakati nyingine alikuwa akijifungia chumbani na

725

【原文】

子成之。"即委县尉、教谕，纳币于武。夫人喜，婚乃定。逾岁，娶归。女入门，乃以镜掷地曰："此寇盗物，可将去！"生笑曰："勿忘媒妁。"珍佩之恒不去身。

女为人温良寡默，一日三朝其母，馀惟闭门寂坐，不甚留心家务。母或以吊庆他往，则事事经纪，罔不井井。年馀，生一子孟仙，一切委之乳保，似亦不甚顾惜。又四五年，忽谓生曰："欢爱之缘，于兹八载。今离长会短，可将

【今译】

载。现在离别的日子长，相见的日子短，可怎么办呢？"霍桓吃惊地询问怎么回事，青娥又沉默不言了，她仔细地打扮一番，拜见了婆婆，回到了自己房中。霍桓追进屋去盘问，只见她仰卧在床上已经气绝。霍氏母子万分悲痛，买了一口好棺材把青娥埋葬了。

霍母年迈体衰，每当抱起孙子就想起了儿媳，悲伤得肝胆俱碎，因此得了病，卧床不起。她不想吃东西，只想喝点儿鱼汤，可是附近没有鱼，非得到百里之外才能买到。而当时仆人和马都被差遣出去了，霍桓天性孝顺，急不可待，带着钱独自上路，昼夜不停地赶路。返回时，走到山中，日已西沉，他两脚一瘸一拐，一步也迈不出多远。后来过来一个老头，问道："脚上大概打泡了吧？"霍桓连连答应。

kukaa kimya, kwa kawaida hakujitia katika mambo ya nyumbani. Wakati mavyaa yake alipotoka kushughulikia mambo ya majirani kama vile harusi au matanga, alikuwa anafanya kazi zote zile za nyumbani na kujaribu kuwaridhisha watu wote. Mwaka mmoja baadaye, Qing'e alizaa mtoto wa kiume, na alimpa mwanawe jina Huo Mengxian. Na mambo yote ya malezi ya mtoto akamwachia yaya, kana kwamba hakumpenda sana. Baada ya miaka mitano hivi, siku moja alimwambia msomi ghafla, "Tumependana kwa muda wa miaka minane, na bahati yetu ya kuishi pamoja imeishia leo hivyo hatuna budi kuagana. Tufanyeje?" Msomi alishangaa na kumwuliza sababu. Hakusema lolote. Baada ya kujipamba vizuri alikwenda kwa mavyaa na kusema "kwa heri", halafu alirejea chumbani kwake. Wakati msomi alipokwenda kumwuliza sababu aliona kuwa amelala kitandani amesha kata roho. Msomi na mama yake walihuzunika, wakanunua jeneza zuri na kumzika.

727

Wakati huo, mama wa msomi alikuwa bikizee dhaifu. Alipomkumbatia mjukuu wake kifuani, alimkumbuka mke wa mwanawe akapatwa na majonzi na maumivu makubwa kama sindano iliyomchoma maini na mapafu yake, hivyo alipata ugonjwa na hakuwa na hamu ya kula chakula ila kutaka kunywa supu ya samaki tu. Karibu na kwao hakukuwa na duka la kuuzia samaki, isipokuwa kwenda mahali pa umbali wa maili 50 hivi.

【原文】

奈何！"生惊问之，即已默默，盛妆拜母，返身入室。追而诘之，则仰眠榻上而气绝矣。母子痛悼，购良材而葬之。

母已衰迈，每每抱子思母，如摧肺肝，由是遘病，遂惙不起。逆害饮食，但思鱼羹，而近地则无，百里外始可购致。时厮骑皆被差遣，生性纯孝，急不可待，怀赀独往，昼夜无停趾。返至山中，日已沉冥，两足跛踦，步不能咫。后一叟至，问曰："足得毋泡乎？"生唯唯。叟便曳坐路隅，

【今译】

老头便拉他坐在路边，敲石取火，用纸裹上药末，点着熏霍桓的两脚。熏完，让他试着走走，不但不疼了，步履更加矫健了。霍桓再三表示感谢。老头问："什么事这样急不可待？"霍桓说因为母亲的病，并把始末缘由说了一遍。老头问："为什么不再娶一个呢？"霍桓回答说："没有找到合适的。"老头遥指着山村说："这里有一个好姑娘，如果能跟我去，我当给你做媒。"霍桓说母亲生病等着吃鱼，暂时没有时间。老头向他拱拱手，约他以后来山村，只打听老王就行，说完告别而去。霍桓回到家中，做好鱼给母亲吃。母亲稍吃了一些，过了几天病就好了。霍桓于是带着仆人骑着马去寻找老头。

霍桓来到与老头分手的地方，找不到要去的村庄了。

Bahati mbaya, wakati huo mtumishi na farasi walitumwa kwenda kushughulikia kazi fulani. Msomi alipomwona mama yake amepata ugonjwa akashikwa na wayowayo, alichukua pesa, akaenda kununua samaki bila ya kumsubiri mtumishi na farasi kurejea. Alitembea arubii bila ya kusita. Baada ya kupata samaki alianza kurudi. Alipovuka mlima mmoja mkubwa, kumekuchwa. Alikwenda kwa kututusatutusa, ghafla aligundua buda mmoja mwenye nywele za mvi na umri mkubwa aliyekuja kutoka nyuma yake na buda huyu alimwuliza, "Je, miguu yako ina malengelenge?" Msomi alijibu "Naam!" Buda huyo alimtaka akae kando ya barabara, aliwasha moto, akamfukizia miguu yake kwa unga wa mitishamba ndani ya mfuko wa karatasi, halafu akamwambia asimame kujaribu kutembea. Msomi alihisi miguu yake si kama haina maumivu tu bali pia anaweza kutembea kwa wepesi. Alimshukuru. Buda alimwuliza, "Kwa nini unatembea chapuchapu?" Alimweleza kinaganaga kwamba ni sababu ya mama yake aliye mgonjwa. Na vilevile alimwambia sababu ya kupata ugonjwa huo. Buda aliuliza zaidi, "Kwa nini huoi mke mwingine?"

"Sijapata mwanamke aliyeniridhisha!"

Buda alimwelekeza kwa kidole cha shahada kijiji cha mlimani kilichokuwa mbali kidogo na kusema, "Kule kuna

729

【原文】

敲石取火，以纸裹药末，熏生两足讫。试使行，不惟痛止，兼益矫健。感极申谢。叟问："何事汲汲？"答以母病，因历道所由。叟问："何不另娶？"答云："未得佳者。"叟遥指山村曰："此处有一佳人，倘能从我去，仆当为君作伐。"生辞以母病待鱼，姑不遑暇。叟乃拱手，约以异日入村，但问老王，乃别而去。生归，烹鱼献母。母略进，数日寻瘳。乃命仆马往寻叟。

【今译】

他徘徊寻找了好一会儿，夕阳渐渐西下了。山谷地势复杂，又看不到远处，于是与仆人分头上山，想找个村落，但山路崎岖，不能骑马，只好徒步行走，这时已是暮气笼罩。霍桓小步走着，四处张望，也找不到村落。刚要下山，又迷了路，心中烦躁得像火烧一样。正在荒草间找路，昏暗中从峭壁上掉了下来。幸好在峭壁数尺下面有一块突出的石台，就掉在了石台上，石台仅能容身，往下一看，深不见底，霍桓害怕极了，一点儿也不敢动。又庆幸的是崖边都长有小树，挡着身体，如同栏杆似的。过了一阵子，霍桓发现脚边有个小洞口，心中暗喜，用背靠着石壁，像蛴蟮一样挪进了洞内。这时心里才稳定下来，盼望天亮可以呼救。不一会儿，发现洞的深处有点点亮光。霍桓一步步向亮处走去，走了

msichana mrembo. Ukifuatana nami kwenda kule, nitakuwa mshenga wako".

Msomi alisema, "Mama yangu anangoja samaki, sina nafasi sasa."

Buda alimwambia aje siku nyingine na akaongeza, "Utakapokuja waambie wenyeji unamtafuta buda Wang." Kisha akaagana naye na kwenda zake.

Baada ya kufika nyumbani, msomi alimpikia mama yake samaki. Mama yake kila mara alikula kidogo tu na siku kadhaa baadaye alipata nafuu. Msomi alimwagiza mtumishi kutayarisha farasi na kwenda kumtafuta buda yule pamoja naye.

Baada ya kufika mahali alipomkuta buda yule walishindwa kutambua njia ya kuelekea kijiji kile. Walitafuta huku na kule kwa muda mrefu, hawakufanikiwa. Jua lilikuwa linatua polepole, walikuwa taabani na hawakuweza kuona mbali kwa sababu wapo bondeni. Basi waliparamia mpaka kileleni. Ukungu ulikuwa umefunika kote. Waliangaza kila upande, hawakuona hata kivuli cha kijiji. Hawakuwa na njia nyingine isipokuwa kuteremka chini ya mlima. Kwa bahati mbaya, waliposhuka kutoka kilele cha mlima walipotea tena njia ile ya kuja kileleni. Msomi alishikwa na wahka na alisikia kichwa kinamwaka. Katika mahangaiko na giza nene, bila ya kuwa na tahadhari, alianguka chini kutoka gengeni.

【原文】

至旧处，迷村所在。周章逾时，夕暾渐坠。山谷甚杂，又不可以极望，乃与仆分上山头，以瞻里落，而山径崎岖，苦不可复骑，跋履而上，昧色笼烟矣。踯躅四望，更无村落。方将下山，而归路已迷，心中燥火如烧。荒窜间，冥堕绝壁。幸数尺下有一线荒台，坠卧其上，阔仅容身，下视黑不见底，惧极不敢少动。又幸崖边皆生小树，约体如栏。移时，见足傍有小洞口，心窃喜，以背着石，蠕行而入。意稍

【今译】

三四里，忽然看到房舍，没有灯烛，却亮堂堂地如同白天一样。一个漂亮的女子从房里走出来，霍桓一看，原来是青娥。青娥见了霍桓，吃惊地说："郎君怎么能来到这里？"霍桓没顾上说话，一把抱住青娥的衣袖伤心呜咽。青娥劝他止住哭泣。问起婆婆和儿子，霍桓把家中艰难的情况说了，青娥心中也很难过。霍桓问："你死了一年多了，这里大概是阴间吧？"青娥说："这不是阴间，而是仙府。以前我没有死，所埋的只是一根竹杖罢了。郎君今天来了，也是有仙缘啊。"说完带着他去见父亲，只见一位长胡子老头坐在屋里，霍桓赶快上前拜见。青娥说："霍郎来了。"老头吃惊地站起来，握着霍桓的手略加寒暄，说："女婿来太好了，

Mungu ilimbariki, akaanguka si mbali, na kugonga jukwaa moja jembamba lililokuwa na nafasi ya kutosha mtu mmoja tu. Alitazama chini, kulikuwa giza totoro, hakuweza kuona sehemu ya chini kamwe. Aliogopa hata hakuthubutu kuhema. Kwa bahati, katika ukingo wa jukwaa hilo kulimea miti mingi midogo iliyomzuia kama safu ya viguzo. Muda si mrefu, aligundua pango dogo karibu na miguu yake akafurahi kisirisiri moyoni. Aliegemea ukuta wa genge kwa mgongo wake, akajipenyeza ndani ya pango hilo polepole. Wakati huo, moyo wake ulitulia kidogo kwa kuwa alijua ataweza kupiga yowe kesho alfajiri. Baada ya kitambo zaidi, aliona mwangaza hafifu ndani ya pango, japokuwa ulikuwepo mbali. Alianza kuujongelea mwangaza. Baada ya kujisukuma kiasi cha kilomita mbili hivi, ghafla aliona nyumba moja. Ndani ya nyumba hiyo ingawa hamkuwa na kandili wala karabai, bali mling'ara kama mchana. Wakati huo, kidosho mmoja alitoka katika chumba kimoja. Msomi alimtazama kwa uangalifu kutoka miguuni hadi kichwani, kumbe kidosho huyo ni Qing'e, na Qing'e pia alimtambua msomi. Aliuliza kwa mshangao, "Umewezaje kufika hapa?" Msomi hakudiriki kueleza habari yake alishika mikono ya Qing'e akaanza kulia. Qing'e alimbembeleza asilie, na kumwuliza hali ya mavyaa na mwanawe. Msomi alimweleza

733

【原文】

稳，冀天明可以呼救。少顷，深处有光如星点。渐近之，约
三四里许，忽睹廊舍，并无钉烛，而光明若昼。一丽人自房
中出，视之，则青娥也。见生，惊曰："郎何能来？"生不
暇陈，抱祛呜恻。女劝止之。问母及儿，生悉述苦况，女亦
惨然。生曰："卿死年馀，此得无冥间耶？"女曰："非
也，此乃仙府。曩时非死，所瘞，一竹杖耳。郎今来，仙缘
有分也。"因导令朝父，则一修髯丈夫，坐堂上，生趋拜。

【今译】

应当留在这里。"霍桓说母亲在家盼望，不能久留。老头
说："这我也知道。但晚回去三四天，有什么关系。"于是
摆上酒菜招待霍桓，又让丫鬟在西屋铺床，放上锦缎被褥。
霍桓吃完饭回到屋里，约青娥与他同床睡。青娥拒绝说：
"这里是什么地方，怎么容许这种轻慢的行为？"霍桓抓住
青娥的手臂不放。窗外丫鬟们嗤嗤地笑，青娥更加羞愧。两
人正推拉时，老头进来了，斥责说："你这个凡夫俗子玷污
了我的洞府！快走！"霍桓一向自尊心很强，羞愧难忍，也
变了脸色说："儿女之情，人所不免，当长辈的怎能偷窥监
视？你让我离开也不难，但要让你的女儿同我一起走。"老
头无辞可答，招呼女儿跟着，打开后门送他出去，等把霍桓

maisha machungu ya nyumbani, Qing'e pia alihuzunika. Msomi alimwuliza, "Umekufa kwa mwaka mmoja na zaidi, hivi kweli hapa ni ahera?"

"Hapana, hapa ni kasri ya mapango ya xianren. Kwa kweli sikufa. Uliyozika ni bakora iliyotengenezwa kwa kutumia mwanzi tu. Leo umekuja hapa, inamaanisha kwamba wewe una bahati ya kuonana na malaika!"

Baada ya kusema maneno hayo, Qing'e alimwongoza msomi kwenda kuonana na baba yake. Baba yake alikuwa anaishi katika ghorofa ya chini, naye amekakawana na amefuga sharafa ndefu. Msomi alifika mbele yake. Qing'e alimwambia, "Mume wangu amekuja." Baba yake alisimama kwa kukurupuka, akashika mkono wa msomi na kumwuliza hali ya maisha yake, kisha akamwambia, "Ni vizuri sana umeweza kuja hapa. Mara hii inafaa ubakie na kukaa hapa kwa muda wa siku kadhaa." Msomi alisema kwamba mama yake alikuwa bado akimsubiri arudi nyumbani na hivyo asingeweza kukaa kwa muda mrefu. Babamkwe wake alisema, "Najua, japo hivyo naona si kitu kama utachelewa kurudi nyumbani siku mbili tatu tu." Basi, Qing'e alimwandalia msomi chakula kizuri na ulevi mtamu. Kijakazi mmoja aliamrishwa kutayarisha kitanda katika chumba cha magharibi. Kijakazi

【原文】

女白："霍郎来。"翁惊起，握手略道平素，曰："婿来大好，分当留此。"生辞以母望，不能久留。翁曰："我亦知之。但迟三数日，即亦何伤。"乃饵以肴酒，即令婢设榻于西堂，施锦裀焉。生既退，约女同榻寝。女却之曰："此何处，可容狎亵？"生捉臂不舍。窗外婢子笑声嗤然，女益惭。方争拒间，翁入，叱曰："俗骨污吾洞府！宜即去！"生素负气，愧不能忍，作色曰："儿女之情，人所不免，长

【今译】

骗出了门，父女俩把门一关就回去了。霍桓回头一看，只见巉岩峭壁，连个缝隙也没有，只有自己孤孤单单，不知该往何处去。看看天空，斜月高悬，星星也稀稀落落。霍桓惆怅了很久，由悲转恨，对着峭壁大声呼叫，也没人回答。他愤怒极了，从腰中掏出小铲子，砍凿着石壁向前推进，一边凿一边骂。不一会儿打进去三四尺，隐隐听到有人在说："孽障呀！"霍桓更加奋力地凿起来。忽然洞底开了两扇门，老头把青娥推出来说："去吧！去吧！"峭壁又合上了。青娥抱怨说："既然爱我娶我为妻，怎能这样对待老丈人呢？是哪里的老道士，给了你这件凶器，把人缠得要死！"霍桓得到了青娥，已心满意足，也不再分辩，只是发愁路途险难无

alitandika mfarishi wa hariri na shuka zuri. Baada ya kuingia katika chumba cha kulalia, msomi alimwomba Qing'e alale pamoja naye. Qing'e alikataa na kumwambia, "Unafikiri hapa ni mahali gani, hata uruhusiwe kufanya jambo la uchafu!" Msomi alimshikilia mkono wake bila ya kumwachia. Ghafla alisikia kicheko cha dharau cha vijakazi kinaingia kutoka nje ya dirisha. Hivyo Qing'e alizidi kutahayari. Ging'e na msomi walipokuwa wakivutana, baba wa Qing'e aliingia chumbani akamkaripia msomi, "Wewe unataka kuchafua kasri ya mashimo ya malaika? Bora uondoke!" Msomi alikuwa ni mtu mkaidi, baada ya kusikia maneno hayo alitahayari na kuhemka zaidi. Hakuweza kuvumilia na akasema, "Mapenzi baina ya mume na mke hayawezi kuepukika, wewe ni mzee, kwa nini unatuchungulia? Naweza kuondoka, lakini Qing'e lazima afuatane nami." Mzee hakuwa na maneno ya kusema, akakubali binti yake aende pamoja na msomi. Alifungua mlango wa nyuma na kuwasindikiza walipoondoka. Baada ya kumgeresha msomi kutoka nje tu, mara mzee na binti yake walifunga mlango na kurudi ndani ya shimo. Msomi aligeuka na kuona majabali yaliyosimama wima na magenge yaliyokwenda juu tu, ambayo hayakuwa na pengo wala ufa. Alibaki pale peke yake akiwa hana mahali pa kwendea. Aliinua kichwa chake kutazama juu. Mbinguni

737

【原文】

者何当伺我？无难即去，但令女须便将随。"翁无辞，招女随之，启后户送之，赚生离门，父子阖扉去。回首峭壁巉岩，无少隙缝，只影茕茕，罔所归适。视天上斜月高揭，星斗已稀。怅怅良久，悲已而恨，面壁叫号，迄无应者。愤极，腰中出镵，凿石攻进，且攻且骂。瞬息洞入三四尺许，隐隐闻人语曰："孽障哉！"生奋力凿益急。忽洞底豁开二扉，推娥出曰："可去，可去！"壁即复合。女怨曰："既

【今译】

法回家。青娥折了两根树枝，每人骑上一枝，树枝立即变成了马，连走带跑，一会儿就到了家。这时霍桓已经走失七天了。

　　当初，霍桓与仆人失散后，仆人找不到霍桓，就回家告诉了霍母。霍母派人到山中四处搜寻，没有一点儿踪迹，正忧愁焦急的时候，听说儿子自己回来了，高兴地走出迎接。抬头看见了青娥，差点吓死。霍桓把经过情形略述了一遍，霍母听了更加高兴。青娥因自己形迹诡异，怕别人知道了奇怪，请求搬家，霍母同意了。正好在别郡还有一处住宅，选个日子就搬走了，人们也不知道。他们一起又共同生活了十八年，生了一个女儿，嫁给了同县的李家。后来霍母去

mwezi ulikuwa unang'ara na nyota chache zimetawanyika huku na kule. Alibabaika kwa muda mrefu. Hisia yake ilibadilika kutoka majonzi kuwa chuki. Alianza kupiga makelele mbele ya majabali. Ingawa alipiga makelele kwa sauti kubwa na kwa muda mrefu, hakukuwa na mtu aliyemjali. Alighadhibika na kuchomoa ile sepeto kutoka kiunoni mwake, na kuanza kuchimba majabali. Alichimba kwa nguvu huku akitukana. Baada ya kuchimba kiasi cha mita moja, alisikia mtu akisema, "Fidhuli!" Msomi aliposikia neno hilo alifurahi na kuendelea kuchimba kwa nguvu zaidi. Ghafla mlango wa shimo ulifunguka. Mtu alimsukuma Qing'e hadi nje ya mlango na kusema, "Toka basi!" "Unaweza kwenda!" Kisha mlango wa mawe ukafungwa. Qing'e alimlalamikia msomi na kusema, "Japokuwa unanipenda na nimekuwa mke wako, unawezaje kumtenda babamkwe wako namna hii? Ni kuhani wa mahali gani aliyekupa sepeto hii mbovu, nayo imeniletea nuksi nyingi." Baada ya kumpata Qing'e, msomi alikaramka. Alifikiri kwamba hana haja ya kueleza zaidi ila alikuwa na babaiko kwamba safari ya kurudi nyumbani ni ndefu na yenye shida. Wakati huo, Qing'e alikata matawi mawili ya mti na kila mtu alipanda tawi moja, ghafla matawi hayo yakabadilika kuwa farasi wawili, ambao walikwenda shoti na baada ya punde tu wakafika

爱我为妇，岂有待丈人如此者？是何处老道士，授汝凶器，将人缠混欲死！"生得女，意愿已慰，不复置辨，但忧路险难归。女折两枝，各跨其一，即化为马，行且驶，俄顷至家。时失生已七日矣。

初，生之与仆相失也，觅之不得，归而告母。母遣人穷搜山谷，并无踪绪。正忧惶无所，闻子自归，欢喜承迎。举首见妇，几骇绝。生略述之，母益忻慰。女以形迹诡异，虑

【今译】

世了。青娥对霍桓说："我们家的茅田里有一只野鸡生了八个蛋，这块地可安葬母亲。你们父子可扶灵回去安葬。儿子已长大成人，应该留在那儿守墓，就不要回来了。"霍桓听从了妻子的话，安葬完母亲就独自返回了。过了一个多月，儿子孟仙回来探望父母，父母都没有在家。问老仆人，则说："去安葬老夫人还没有回来。"孟仙心知事情奇异，只能长叹罢了。

孟仙文章写得好，很有名气，但是科考却不顺利，到四十岁也没考中。后来以拔贡的身份参加顺天府的乡试，遇到同一号舍的考生，大约有十七八岁，神采俊逸，孟仙很喜欢他。看他的试卷，注明顺天府廪生霍仲仙。孟仙惊奇地

nyumbani. Mpaka wakati huo, jamaa wamesha poteza habari ya msomi kwa muda wa siku saba.

Jamani! Sasa turudi nyuma kidogo. Baada ya msomi kuanguka kutoka gengeni, mtumishi wake hakumwona tena, aliwahi kumtafuta huku na kule, lakini hakumpata, basi alitangulia kurejea nyumbani na kumwambia bikizee habari yao. Bikizee pia aliwahi kutuma watu waende milimani na mabondeni kumtafuta msomi na mtumishi aliyefuatana naye, lakini hawakuwaona. Bikizee alikuwa akiyugayuga na kuhuzunika. Siku hiyo bila ya kutarajia alisikia habari kuhusu mwanawe kurudi nyumbani, akaenda kumkaribisha kwa furaha. Alipoinua kichwa akamuona mke wa mwanawe pia amerudi, alistaajabu kabisa. Msomi alimwelezea mama yake habari zote kwa kifupi, bikizee alipata faraja kubwa. Qing'e alifikiri kwamba kufufuka kwake kutasababisha majirani kusema ovyo, hivyo alishauri kuhamia mahali pengine kuishi. Bikizee Huo alikubaliana na shauri lake. Kwa kuwa waliwahi kununua shamba na nyumba kadhaa katika jun nyingine, basi walichagua siku moja nzuri wakahama kibubusa. Kwa hivyo majirani hawakujua katu kuhusu kurejea kwa Qing'e. Waliishi pamoja kwa muda wa miaka kumi na nane. Qing'e alizaa binti mmoja. Baada ya kukua, binti huyo aliolewa na mvulana wa

Mkusanyiko wa Vitabu Maarufu vya China

741

【原文】

骇物听，求即播迁，母从之。异郡有别业，刻期徙往，人莫之知。偕居十八年，生一女，适同邑李氏。后母寿终。女谓生曰："吾家茅田中，有雉菢八卵，其地可葬。汝父子扶榇归窆。儿已成立，宜即留守庐墓，无庸复来。"生从其言，葬后自返。月馀，孟仙往省之，而父母俱杳。问之老奴，则云："赴葬未还。"心知其异，浩叹而已。

孟仙文名甚噪，而困于场屋，四旬不售。后以拔贡入北

【今译】

睁大了眼睛，向他讲了自己的姓名。霍仲仙也感到很奇怪，就问孟仙是什么地方人，孟仙都告诉了他。仲仙高兴地说："小弟进京时，父亲嘱咐如果在考场遇到山西姓霍的，是一家子，应热情相待，现在果然如此。然而为什么我俩的名字这样相同呢？"孟仙就询问仲仙高祖父、曾祖父、父、母的姓名，听后吃惊地说："这是我的父母啊！"仲仙怀疑年龄不符，孟仙说："我们的父母都是仙人，怎能从他们的容貌来判断年龄呢？"于是叙述了以前的事情，仲仙才相信了。考完顾不上休息，兄弟二人一起坐车回家。刚到家门口，仆人迎上前禀告，说昨夜不知老爷和夫人到哪里去了。两人大吃一惊。仲仙进屋去询问妻子，妻子说："昨天晚上还在一

ukoo wa Li aliyeishi katika wilaya moja. Baadaye bikizee alifariki dunia. Qing'e alimwambia msomi, "Katika shamba letu lenye majani, yuko kuku mwitu aliyetotoa mayai manane, tunaweza kumfukia mavyaa pale. Wewe pamoja na mwanao mchukue jeneza kwenda kule kumzika. Mwenetu Mengxian amekuwa mtu mzima, inafaa abakie kule kuhifadhi makaburi ya wazee wetu na hana haja kurejea hapa." Kwa kufuata agizo la Qing'e wamlizika bikizee pale. Msomi alimwacha mwanawe Mengxian abaki pale, na yeye alirejea nyumbani peke yake. Mwezi mmoja ulipita, Mengxian alikuja kuwazuru wazazi wake, lakini wote wawili hawakuwepo nyumbani. Alimwuliza mtumishi mzee ilikuwaje? Mtumishi mzee alijibu, "Wamekwenda mazikoni, hawajarejea bado." Mengxian alijua jambo hilo lina maajabu, hakuwa na la kufanya ila kupiga kite tu.

Mengxian alikuwa ni mtu maarufu kwa uhodari wake wa kuandika makala, bali mpaka alipokuwa na umri wa miaka 40 alikuwa hajafaulu katika uwanja wa mtihani. Baadaye alitumwa na ofisa wa mkoa wao kuja mji mkuu kushiriki mtihani. Huko alikuta msomaji mmoja mwingine ambaye pia alikuja kushiriki mtihani. Huyo msomaji alikuwa na umri wa miaka 18 hivi, alikuwa kijana anayependeza. Mengxian aliposoma karatasi yake ya mtihani

【原文】

闱，遇同号生，年可十七八，神采俊逸，爱之。视其卷，注顺天廪生霍仲仙。瞪目大骇，因自道姓名。仲仙亦异之，便问乡贯，孟悉告之。仲仙喜曰："弟赴都时，父嘱文场中如逢山右霍姓者，吾族也，宜与款接，今果然矣。顾何以名字相同如此？"孟仙因诘高、曾，并严、慈姓讳，已而惊曰："是我父母也！"仲仙疑年齿之不类，孟仙曰："我父母皆仙人，何可以貌信其年岁乎？"因述往迹，仲仙始信。场后

【今译】

起吃酒，母亲说：'你们夫妇年纪轻没经历过什么事。明天大哥来了，我就放心了。'早晨进母亲屋里一看，已经没有人了。"兄弟二人听说，伤心得跺脚。仲仙还打算去追寻，孟仙认为那只是徒劳无益，才没去寻找。这次考试，仲仙中了举人。因为祖先的坟墓都在山西，就跟着哥哥回山西了。他们还是希望父母仍在人间，所以随处探访，但始终打探不到踪迹。

异史氏说：钻墙入室，睡卧小姐身旁，这人也太痴情了；凿开墙壁骂老岳父，行为也太狂放了。仙人将他们撮合为夫妇，只为了让他们长生不老来表彰他们的孝行。既然已经混迹在人间，结婚生子，就永远住在那里，又有什

MASIMULIZI TEULE YA AJABU KUTOKA
KWENYE UKUMBI WA SOGA
QING'E

Mkusanyiko wa Vitabu
Maarufu vya China

745

aliona maneno yafuatayo, "Msomaji hodari kutoka Shuntian, jina lake ni Huo Zhongxian", alipatwa na mshtuko na kumwambia msomaji huyu jina lake ni Mengxian. Zhongxian pia aliona ajabu, maana majina yao yanafanana. Zhongxian akamwuliza habari juu ya ukoo wake. Mengxian alimwambia yote. Baada ya kusikia maelezo ya Mengxian, Zhongxian alikuwa na furaha nyingi, akasema, "kabla ya kuja mji mkuu babangu aliniambia kuwa katika uwanja wa mtihani nikimkuta kijana aitwaye Huo fulani ambaye amekuja kutoka kulia ya mlima, basi yeye ni jamaa yetu hivyo aliniagiza nimtendee vyema kijana huyo. Leo kwa bahati nimekutana nawe. Kwa nini majina yetu yanafanana namna hii?"

Mengxian aliuliza jina la babu wa babu yake, jina la baba wa babu yake, jina la baba yake na jina la mama yake. Baada ya kupata majawabu alishikwa na bumbuwazi, akasema, "Kumbe, wazazi wako pia ni wazazi wangu." Lakini Zhongxian alishuku juu ya umri wao ambao ulipitana sana. Mengxian alisema, "Wazazi wetu ni xianren, tunawezaje kuhesabu umri wao kwa kutazama sura tu?" Kisha alimwambia mambo yote ya zamani, mpaka hapo Zhongxian ndipo aliposadiki.

Baada ya mtihani, ndugu hawa wawili hawakupumzika, waliagiza mtumishi kuendesha farasi kurudi nyumbani. Walipowasili mlangoni mjakazi mmoja wa nyumbani aliwaambia kwamba jana usiku

【原文】

不暇休息，命驾同归。才到门，家人迎告，是夜失太翁及夫人所在。两人大惊。仲仙入而询诸妇，妇言："昨夕尚共杯酒，母谓：'汝夫妇少不更事。明日大哥来，吾无虑矣。'早旦入室，则阒无人矣。"兄弟闻之，顿足悲哀。仲仙犹欲追觅，孟仙以为无益，乃止。是科仲领乡荐。以晋中祖墓所在，从兄而归。犹冀父母尚在人间，随在探访，而终无踪迹矣。

异史氏曰：钻穴眠榻，其意则痴；凿壁骂翁，其行则狂。仙人之撮合之者，惟欲以长生报其孝耳。然既混迹人间，狎生子女，则居而终焉，亦何不可？乃三十年而屡弃其子，抑独何哉？异已！

【今译】

么不可以的呢？但三十年当中几次抛弃自己的孩子，这又是为了什么呢？太奇怪了！

mzee na madamu walipotea. Ndugu wawili waligutuka. Zhongxian aliingia chumbani kumuuliza mkewe. Mke wake alisema, "Jana usiku tulikunywa mvinyo pamoja. Mavyaa aliniambia, 'Wewe na mumeo bado ni vijana, hamjajua mambo mengi maishani. Kesho kaka yenu atakuja, nami sitakuwa na wayowayo tena.' Leo asubuhi niliingia chumbani kutaka kuwasabahi, lakini walikuwa wamesha tokomea." Baada ya kusikia maneno hayo, ndugu wawili walihuzunika hali wakipigapiga miguu yao ardhini, wakalia kwa muda mrefu. Zhongxian alitaka kutoka kwenda kuwatafuta. Kaka yake Mengxian aliona haisaidii kitu, basi wakaamua kuacha. Katika mtihani huo Zhongxian alipasi na kuwa juren. Kwa kuwa Shanxi ni mahali penye makaburi ya babu zao, akifuatana na kaka yake walikwenda watani wao. Zhongxian aliamini kuwa wazazi wao bado wako duniani, kwa hivyo aliulizauliza habari zao kila aendako. Lakini wapi! Hakupata hata kidogo.

747

镜听

【原文】

　　益都郑氏兄弟，皆文学士。大郑早知名，父母尝过爱之，又因子并及其妇。二郑落拓，不甚为父母所欢，遂恶次妇，至不齿礼。冷暖相形，颇存芥蒂。次妇每谓二郑：

【今译】

　　益都有郑氏兄弟俩，都是善写文章的读书人。老大早就出了名，父母特别喜欢他，因此对他的妻子也格外的好。弟弟没什么名气，父母不是特别喜欢他，因此连他的妻子也看不上眼，乃至非常轻视。两个媳妇因受到不同的对待，彼此也产生了矛盾。二媳妇每每对丈夫说："都是男子汉，你为何不能为妻子争口气？"于是赌气不让丈夫与她睡在一起。老二受到刺激，开始奋发图强，努力钻研，也出了名。父母对他也逐渐喜爱了，但还不如哥哥。二媳妇望夫成名心切，这年正赶上科考，就偷偷地在除夕夜出门捧着镜子以听街人

RAMLI YA KIOO

Hapo zamani katika Wilaya ya Yidu mkoani Shandong palitokea ndugu wawili katika familia ya Zheng ambao wote walikuwa wasomi. Sifa za bwana mkubwa zilitangulia kuvuma. Wazazi wake walikuwa wakimdekeza kupita kiasi tangu utotoni mwake hadi baadaye alipokua mkubwa na kuoa mkewe pia alikuwa akitendewa vivyo hivyo. Bwana mdogo alikuwa mvivu kiasi na hakuwa akijishughulisha vizuri na masomo yake. Kwa hiyo alikosa upendo wa wazazi wake. Mkewe naye akawa hapewi heshima yoyote. Bwana mdogo na mkewe kila walipoona wanatendewa tofauti na wenzao walikuwa na kinyongo.

Mke wa bwana mdogo mara kwa mara alikuwa akimkera mumewe kwa kumwuliza, "Wewe pia ni mwanamume, mbona huwezi kuniinulia hadhi yangu?" Kisha humfukuza nje na kukataa kulala naye. Bwana mdogo alikuwa akikasirika mno kila

749

【原文】

"等男子耳，何遂不能为妻子争气？"遂摈弗与同宿。于是二郑感愤，勤心锐思，亦遂知名。父母稍稍优顾之，然终杀于兄。次妇望夫綦切，是岁大比，窃于除夜以镜听卜。有二人初起，相推为戏，云："汝也凉凉去！"妇归，凶吉不可解，亦置之。闱后，兄弟皆归。时暑气犹盛，两妇在厨下炊饭饷耕，其热正苦。忽有报骑登门，报大郑捷。母入厨唤大妇曰："大男中式矣！汝可凉凉去。"次妇忿恻，泣且炊。

【今译】

偶语来占卜。这时有两个人刚刚起床，互相推着开玩笑，说："你也凉快凉快去吧！"二媳妇回去后，弄不清这句话象征着吉还是凶，也就不再想了。科考过后，兄弟二人都回来了。当时天气很热，两个媳妇在厨房做饭，准备送给在田里干活的人，两人热得要命。忽然有骑马报喜的人来到门口，报告老大考中了。郑母来到厨房喊大媳妇："老大考中了！你可以凉快凉快去了。"二媳妇又气又难过，一边哭泣一边做饭。不一会儿，又有人来报告老二也考中了，二媳妇用力把擀面杖一扔，抬起身就走，口中说道："我也凉快凉

mara aliposikia vile. Baadaye, alianza kujitahidi kusoma hata mwishowe akajulikana kwa sifa nzuri na wazazi wake walianza kumpenda kidogo, lakini upendo alioupata haukuwa sawa na ule wa kaka yake.

Mke wa bwana mdogo alitamani mumewe azidi kujiendeleza. Hasa ilivyokuwa mwaka uliofuata ndio mwaka wa mtihani wa mkoa, basi katika siku ya kuamkia Mwaka Mpya mke wa bwana mdogo alichukua kioo mfukoni kisirisiri, akaenda kupiga ramli kwenye njia panda. Pale aliwaona watu wawili wakijitokeza kwenye kioo chake huku wakisukumana na kusema, "Inakupasa uende nje ukapunge upepo vilevile." Baada ya kupiga ramli hiyo alirudi nyumbani, hakufahamu kuwa bao alilopiga lilikuwa la baraka au la balaa. Akayapa kisogo mambo yale aliyoyaona na kuyasikia katika lile bao, akaacha kuyafikiria tena.

Baada ya mtihani wa mkoa kufanyika, ndugu hao wawili wa familia ya Zheng walirudi nyumbani pamoja. Kwa wakati huo hali ya hewa ilikuwa joto sana. Wake wao wawili walikuwa jikoni wakiwasukumia chapati watumishi wao wanaofanya kazi

751

【原文】

俄又有报二郑捷者，次妇力掷饼杖而起，曰："侬也凉凉去！"此时中情所激，不觉出之于口，既而思之，始知镜听之验也。

异史氏曰：贫穷则父母不子，有以也哉！庭帏之中，固非愤激之地。然二郑妇激发男儿，亦与怨望无赖者殊不同科。投杖而起，真千古之快事也！

【今译】

快去！"这时由于内心情绪激动，不知不觉说出了这句话，后来一想，才知道用镜子占卜的事应验了。

异史氏说：人贫穷了，父母也不把儿子当儿子看待，是有原因的啊！家庭内部，固然不是闹意气的地方。然而郑老二的妻子激励自己的丈夫，与那些怨天尤人无理取闹的人大不相同。她投杖而起的情景，也真是千古以来的痛快事啊！

mashambani. Humo ndani joto lilikuwa kali zaidi hata kina mama hao waliona taabu kupumua. Ghafla tarishi mmoja apandaye farasi akiwa na habari nzuri alifika mlangoni, akatangaza kuwa bwana mkubwa alifaulu mtihani wa mkoa, akawa juren. Mara mama mkwe alijichomeka jikoni akamwambia mkwe wake mkubwa, "Mtoto wangu mkubwa amefaulu mtihani, sasa unaweza kwenda nje kupunga upepo!" Mke wa bwana mdogo aliposikia vile, alishikwa na hasira na huzuni, akaendelea kusukuma chapati huku machozi yakimwagika kama mvua. Kitambo kidogo baadaye, tarishi mwingine apandaye farasi alifika mlangoni, akatangaza kwamba bwana mdogo naye vilevile alifaulu mtihani. Mke wa bwana mdogo aliposikia habari hiyo, haraka akatupilia mbali kigongo cha kusukumia chapati. Alisimama imara na kusema, "Inanipasa na mimi kwenda nje kupunga upepo kama mwenzangu!" Wakati huu alisisimka zaidi, maneno hayo yakamtoka bila ya kujifahamu. Baadaye alipofikiria jambo hili, akakumbuka kuwa wakati alipokuwa akipiga bao, aliwahi kusikia maneno hayo kwenye ramli. Kumbe maneno yale yalikuwa kweli.

753

牛癀

【原文】

陈华封，蒙山人，以盛暑烦热，枕籍野树下。忽一人奔波而来，首着围领，疾趋树阴，据石而坐，挥扇不停，汗下如流沈。陈起座，笑曰："若除围领，不扇可凉。"客曰：

【今译】

陈华封是蒙山人，因盛夏暑热难耐，在村外大树下躺着乘凉。忽然跑过来一个人，头上裹着围巾，快步跑到树阴下，倚靠石头坐下，不停地搧着扇子，汗如雨下。陈华封坐起来，笑着对来人说："如果取下围巾，不搧扇子也可以凉快了。"客人说："拿下来容易，再围上就难了。"陈华封与他聊天，客人谈吐温文尔雅。过了一会儿，客人说："此时没有别的可想，只要有冰镇的美酒，一口饮下，又凉又香，从嗓子直流到肚里，暑气可消去一半。"陈华封笑着说："这个愿望容易满足，我可以使您如愿以偿。"他握着客人的手说："寒舍很近，就请劳驾前往吧。"客人笑着跟他去了。

MDUDU ANAYEAMBUKIZA SOTOKA

Chen Huafeng, alikuwa ni mzaliwa wa Mlima wa Meng, kaskazini-magharibi ya Mji wa Linyi, Mkoa wa Shandong. Siku moja, alikuwa amelala chini ya mti pori kwa sababu jua lilikuwa kali. Ghafla mtu mmoja aliyevaa skafu shingoni alijitokeza, naye akakimbilia kwenye kivuli cha mti huo, alisogeza jabali moja karibu, akaketi juu yake. Jasho lilimtiririka usoni kama maji ya mvua, akajipepea kwa kipepeo.

"Ukivua skafu yako utasikia raha zaidi kuliko kujipepea kwa kipepeo, " Chen alisimama na kusema.

755

"Ni rahisi kuivua bali si rahisi kuivaa tena." Mgeni alijibu. Chen aliendelea kuongea naye bila ya kuficha lakini mgeni huyo alianza kutosema waziwazi.

"Sina tamaa nyingine isipokuwa natamani kupata ulevi uliowekwa kwenye barafu tu, nikipiga funda la ulevi mtamu na baridi, likateremka kwenye koo lenye ghorofa 12 hadi tumboni, ahaa, mara joto litapunguka nusu," Mgeni aliongeza.

"Tamanio lako ni rahisi kutimizwa. Mimi nitakuridhisha."

【原文】

"脱之易，再着难也。"就与倾谈，颇极蕴藉。既而曰：
"此时无他想，但得冰浸良酝，一道冷芳，度下十二重楼，
暑气可消一半。"陈笑曰："此愿易遂，仆当为君偿之。"
因握手曰："寒舍伊迩，请即迁步。"客笑而从之。

　　至家，出藏酒于石洞，其凉震齿。客大悦，一举十觥。
日已就暮，天忽雨，于是张灯于室，客乃解除领巾，相与磅
礴。语次，见客脑后，时漏灯光，疑之。无何，客酩酊，眠

【今译】

　　到了家，陈华封拿出贮藏在石洞里的美酒，凉得冰牙。
客人非常高兴，一气喝了十大杯。这时天已黑了，天上忽然
下起雨来，于是在屋里点上灯，客人解下了围巾，两人不拘
形迹地伸腿坐着。说话的时候，看到客人的脑后不时漏出灯
光，陈华封感到很奇怪。不一会儿，客人酩酊大醉，在床上
睡着了。陈华封端着灯到客人脑后偷看，只见耳朵后面有个
大洞，有杯口那样大；里面有几道厚膜，间隔像窗棂；棂外
一块软皮遮掩着，里面好像是空的。陈华封惊异极了，暗中
拔下头髻上的簪子，拨开软膜往里看，有一个东西，形状像
小牛，随着手飞了出来，穿破窗纸飞走了。陈华封更加诧
异，不敢再拨了。他刚要转身，客人已经醒了，吃惊地说：

Chen alisema huku akitabasamu, kisha akashika mkono wa mgeni na kumwambia, "Twende nyumbani mwangu! Ni karibu. Tafadhali ongeza hatua zako."

Mgeni alijawa na furaha kupita kiasi na wakaenda pamoja. Baada ya kufika nyumbani, Chen alitoa ulevi uliokuwa umehifadhiwa ndani ya pango la jabali. Huo ulevi ulikuwa baridi hata kugonganisha meno. Mgeni alichangamka na akanywa vidoto kumi mfululizo. Usiku ulikaribia, mvua ilianza kunyesha ghafla. Mwenyeji aliwasha kibatari na hapo mgeni alivua skafu yake, wakakaa uso kwa uso na kuanza kupiga gumzo. Baada ya muda, mwenyeji alitahamaki mwanga unajitokeza mara moja moja kutoka nyuma ya kichwa cha mgeni, alipigwa na bumbuazi. Muda si muda, mgeni alianza kuhisi amelewa na akenda kulala kitandani. Chen alichukua kibatari na kuanza kumchunguza kibubusa. Aligundua kuwa nyuma ya sikio la mgeni kuna pango moja ambalo ukubwa wake ni kama kikombe kidogo. Kwa ndani, pango hilo limegawanyika kwa matando manene kama sega la nyigu; kwa nje, kipande cha ngozi laini kimefunika mdomo wa pango. Inaelekea ndani yake hamna kitu chochote. Chen alistaajabu, akachomoa taratibu pini ya nyweleni na kuanza kuchokonoa kwa pini hiyo yale matando. Kanama mlikuwa na

757

【原文】

榻上。陈移灯窃窥之，见耳后有巨穴，盏大；数道厚膜，间鬲如椽；椽外冤革垂蔽，中似空空。骇极，潜抽鬓簪，拨膜觇之，有一物，状类小牛，随手飞出，破窗而去。益骇，不敢复拨。方欲转步，而客已醒，惊曰："子窥见吾隐矣！放牛癀出，将为奈何？"陈拜诘其故。客曰："今已若此，尚复何讳。实相告：我六畜瘟神耳。适所纵者牛癀，恐百里内牛无种矣。"陈故以养牛为业，闻之大恐，拜求术解。客

【今译】

"你看到我的秘密了！把牛癀放出去，这可怎么办啊？"陈华封连忙施礼，问是怎么回事。客人说："现在已经到了这个地步，还有什么可隐瞒的。实话告诉你吧：我是六畜的瘟神啊。刚才放出去的是牛癀，恐怕百里之内的牛都要死绝了。"陈华封本来就以养牛为业，听了以后非常害怕，赶忙下拜求客人想个解除灾害的办法。客人说："我也免不掉被治罪，有什么办法可以解除呢？只有苦参散最有效，你能广传此方，不存私心就可以了。"说完，道谢出门。又捧了一捧土放在壁龛内，说："每次用一点儿也有效。"拱拱手就不见了。

过了不久，牛果然生了病，瘟疫流行。陈华封只想个人

mdudu ambaye umbo lake lilikuwa kama ng'ombe ndama. Mdudu huyo alitoka kwa kasi akifuata mkono wa Chen na kurukia nje ya dirisha. Chen aligutuka sana, hakuthubutu kuendelea kuchokonoa. Chen alipotaka kuondoka, sadfa mgeni aliamka na kusema kwa mshangao, "Umeiona siri yangu! Yule mdudu uliyemruhusu kurukia nje ni wa kuambukiza sotoka, sasa tufanyeje? " Chen hakufahamu maneno hayo ya mgeni, kwa hiyo aliomba amwelezee. Mgeni akasema, "Nakuambia kuwa mimi si mtu wa kawaida bali ni shen wa tauni. Natawala wadudu wa kuambukiza maradhi ya wanyama wakubwa. Mdudu uliyemfungulia sasa hivi anaambukiza sotoka. Ninahofia kuwa ng'ombe wanaoishi kwenye eneo hili lenye kilomita 50 za mraba pengine wote watakufa." Chen alichelea mno, maana yeye mwenyewe pia ni mfugaji wa ng'ombe. Bila kukawia alimwomba mgeni amwambie mbinu ya kutatua tatizo hili. Mgeni alisema,"Hata mimi mwenyewe pia siwezi kuepuka na adhabu kwa jambo hilo, nina njia gani ya kulitatua! Lakini kuna aina ya dawa iitwayo 'Unga wa Ginseng Chungu' inaweza kuutibu ugonjwa huo. Ukiwaambia watu wote njia hiyo bila ya kuficha, labda ugonjwa huo utaweza kuzuiliwa. Baada ya kusema maneno hayo alimuaga Chen na kutoka nje. Mgeni huyo alipofika uani, alichota kiasi cha udongo kwa mikono

【原文】

曰："余且不免于罪，其何术之能解？惟苦参散最效，其广传此方，勿存私念可也。"言已，谢别出门。又掬土堆壁龛中，曰："每用一合亦效。"拱不复见。

居无何，牛果病，瘟疫大作。陈欲专利，秘其方，不肯传。惟传其弟，弟试之神验。而陈自剉啖牛，殊罔所效，有牛两百蹄躈，倒毙殆尽，遗老牝牛四五头，亦逡巡就死。中心懊恼，无所用力。忽忆龛中掬土，念未必效，姑妄投之。经夜，牛乃尽起。始悟药之不灵，乃神罚其私也。后数年，牝牛繁育，渐复其故。

大中华文库

【今译】

得利，将药方的事保密，不肯外传。只传给了他弟弟，弟弟试试，果然灵验。而陈华封自己把苦参剉成末喂牛，一点儿效果也没有，他有四十头牛，几乎死光，只剩下老母牛四五头，眼看也要死掉了。他心里懊恼，不知如何是好。忽然想到壁龛上的土，心想也不见得有效，姑且试试。过了一夜，牛全好了。他这才明白药之所以不灵验，是神仙惩罚他自私自利。后来过了几年，母牛繁殖，牛群又逐渐恢复到原来的数量。

na kuuweka ndani ya shabaka, akamwambia Chen, "Wewe vilevile unaweza kuponyesha ng'ombe walioambukizwa sotoka kwa kutumia udongo huu." Kisha akampungia mkono na kuyoyoma.

Baada ya siku si nyingi, kweli ng'ombe walianza kupatwa na sotoka. Ugonjwa huu ukaenea. Kwa kuwa Chen alijifikiria yeye binafsi tu, hakuwaambia wengine mbinu ile isipokuwa didi yake. Didi yake alijaribu dawa ile, kweli iliweza kuponyesha hima ng'ombe walioshikwa na sotoka bali Chen mwenyewe alipowalisha ng'ombe wake dawa hiyohiyo haikufanya kazi hata kidogo. Ng'ombe wake arobaini walikufa na bado walibaki majike watano tu ambao vilevile walikuwa wanakaribia kufa. Chen alihangaika na hakuwa na la kufanya. Ghafla alikumbuka kuwa ndani ya shubaka bado kuna udongo. Ingawa hakuamini, aliuchukua kidogo na kujaribu bahati yake. Usiku kucha ulipita, ng'ombe majike watano wote walisimama. Hapo ndipo alipofahamu kuwa uchoyo wake ndio uliosababisha dawa ya Unga wa Ginseng Chungu isifanye kazi. Miaka mingine michache ikapita, Chen alinunua ng'ombe dume kadhaa na ng'ombe wale majike watano walianza kuzaa watoto. Miaka kadhaa zaidi ilipita, idadi ya ng'ombe wake ikarudia mpaka ileile ya awali.

761

梦狼

【原文】

白翁，直隶人。长子甲，筮仕南服，三年无耗。适有瓜葛丁姓造谒，翁款之。丁素走无常。谈次，翁辄问以冥事，丁对语涉幻。翁不深信，但微哂之。

【今译】

白翁是直隶人。他的大儿子白甲到南方去当官，三年没有音信。正巧有位和他家有点儿亲戚关系的丁某来拜访，白翁热情地招待他。丁某向来能当阴差。谈话当中，白翁问他一些阴曹地府的事，丁某的回答荒诞虚幻。白翁不太相信，只微微笑了笑。

分别后几天，白翁正躺在床上，见丁某又来了，邀请他一起去游玩。白翁跟着去了，进了一座城。过了一会儿，丁某指着一个门说："这是您外甥的家。"当时白翁姐姐的儿子在山西当县令，他惊讶地说："怎么会在这里？"丁某说："如果不信，进去便知道了。"白翁进去，果然看到了外甥，穿着官服戴着官帽坐在堂上，执戟打旗的仪仗排列在两旁，没人上去给他通报。丁某把白翁拉出来，说："您

NDOTO YA AJABU

Mzee Bai alikuwa mwenyeji wa Mkoa wa Hebei. Mwanambee wake Bai Jia alikuwa mkuu wa wilaya moja iliyokuweko kusini mwa China. Miaka mitatu ilipita tangu aondoke nyumbani, mzee huyo alikuwa hajapata barua kutoka kwake. Siku moja, jamaa yake asiye wa karibu ambaye jina lake la ukoo ni Ding, alikuja kumtembelea baada ya kupoteana kwa muda mrefu. Mzee Bai alimwalika kula chakula. Huyo bwana alijua uchawi kidogo. Walipopiga domo mzee alimwuliza habari ya jahimuni. Majibu ya bwana Ding yalikuwa kama anavyonung'unika katika ruya. Mzee hakumsadiki ila kucheka tu. Siku kadhaa baada ya kuagana, mzee Bai alipolala kitandani alimwona Ding amekuja tena. Ding alimwomba mzee afuatane naye waende kutembea. Mzee alikubali. Waliingia katika mlango mmoja wa mji na

763

【原文】

别后数日，翁方卧，见丁又来，邀与同游。从之去，入一城阙。移时，丁指一门曰："此间君家甥也。"时翁有姊子为晋令，讶曰："乌在此？"丁曰："倘不信，入便知之。"翁入，果见甥，蝉冠豸绣坐堂上，戟幢行列，无人可通。丁曳之出，曰："公子衙署，去此不远，亦愿见之否？"翁诺。少间，至一第，丁曰："入之。"窥其门，见一巨狼当道，大惧不敢进。丁又曰："入之。"又入一门，

【今译】

公子的衙门离此不远，也愿去看看吗？"白翁同意了。一会儿，来到一座府第，丁某说："进去吧。"往门里一看，有一只大狼挡在道上，白翁非常害怕，不敢进去。丁某又说："进去吧。"又进了一道门，见堂上、堂下，坐着的、躺着的，都是狼。又看到台阶上白骨如山，更加恐惧。丁某用身子护着白翁向前走。这时白翁的儿子白甲正从里边出来，看见父亲和丁某很高兴。坐了一会儿，喊手下人去置办酒席。忽然一只大狼叼了一个死人进来。白翁吓得站起来说："这是要干什么？"白甲说："用来做点儿菜。"白翁急忙制止。他心中惶惶不安，想告辞出来，但群狼挡住了道路。正在进退两难的时候，忽然看见群狼嗥叫着四散奔逃，有的窜到床下，有的伏在桌下。白翁十分惊愕，不知什么缘故，一

kuendelea na safari kwa muda wa dakika chache. Huyo bwana

Ding alionyeshea mlango kwa kidole cha shahada akisema, "Hili

ndilo boma la waisheng yako." Wakati huo bin wa dada wa mzee

huyo alikuwa mkuu wa wilaya fulani mkoani Shanxi.

"Mbona yuko hapa?" Mzee aliuliza kwa mshangao.

"Iwapo husadiki, karibu ndani utafahamu," Ding alipendekeza.

Baada ya kuingia mlangoni, kweli alimuona waisheng yake

ameketi ukumbini akiwa amevaa kofia na mavazi maalumu ya

mkuu. Walinzi wake wamejipanga mistari miwili wakisimama tuli

na kushika silaha na bendera mbalimbali mikononi. Kwa sababu

hakukuwa na mtu yeyote aliyemwarifu waisheng wa mzee, bwana

Ding alimburura mzee kutoka nje.

"Boma la mwanambee wako liko karibu na hapa, ungependa

kwenda kuonana naye?" Bwana Ding aliuliza.

Baada ya mwendo wa nusu saa, waliwasili mbele ya

nyumba moja ya anasa. Ding alisema, "Ingia!" Mzee alitupa

765

【原文】

见堂上、堂下，坐者、卧者，皆狼也。又视墀中，白骨如山，益惧。丁乃以身翼翁而进。公子甲方自内出，见父及丁良喜。少坐，唤侍者治肴蔌。忽一巨狼，衔死人入。翁战惕而起曰："此胡为者？"甲曰："聊充庖厨。"翁急止之。心怔忡不宁，辞欲出，而群狼阻道。进退方无所主，忽见诸狼纷然嗥避，或窜床下，或伏几底。错愕不解其故，俄有两金甲猛士努目入，出黑索索甲。甲扑地化为虎，牙齿巉巉。一人出利剑，

【今译】

会儿就看见有两个穿着金铠甲的猛士横眉怒目地闯进来，拿出一条黑绳把白甲捆起来。白甲扑在地上变成了一只虎，牙齿尖利。一个猛士拿出剑来要砍虎头。另一个猛士说："且慢，且慢，宰它是明年四月间的事，不如先敲掉它的牙齿。"于是拿出大锤敲虎的牙齿，牙齿落在地上。老虎疼得大声吼叫，声震山岳。白翁非常害怕，忽然醒了，才知是一场梦，心里感到很奇怪。他派人去叫丁某，丁某推辞不来。

白翁把这个梦写在信中，派二儿子去送给白甲，信中对他百般劝诫。二儿子到了白甲那里，看见哥哥门牙都掉了，惊骇地询问，原来是喝醉酒从马上掉下来跌的。推算时间，正是父亲做梦的那天，老二更加惊骇。他拿出父亲的信，白甲读后脸色大变，过了一会儿说："这是梦境恰与实事巧

jicho ndani ya mlango, akaona mbwamwitu mkubwa yuko njiani.

Moyo ulimpaa na hakuthubutu kuingia. Ding alisema tena, "Ingia!" Wakaingia pamoja, walipopita mlango wa pili, waliona kote kumejaa mbwamwitu, si ukumbini wala si ngazini, wengine wakiwa wamesimama na wengine wamelala. Walipoangalia ngazi zilizokuwa mbele ya ukumbi, waliona chungu ya mifupa myeupe ya binadamu, mzee akaogopa zaidi. Ding akimkinga mzee kwa mwili wake alimwingiza ndani ya ukumbi. Wakati huo, mwanambee wa mzee sadfa anataka kutoka nje. Alipowaona mzee na bwana Ding alichangamka moyo. Aliwakaribisha ndani.

Kukaa kidogo, aliwaambia watumishi wake kuandaa chakula. Ghafla mbwamwitu mkubwa aliingia hali akiuma maiti ya mtu mdomoni. Mzee alinyanyuka huku mwili wote ukitetemeka, kijasho chembamba kikimvuja.

"Ya kufanyia nini?" Mzee alimwuliza mwanambee wake.

"Kujaribu kupika vitoweo kadhaa jikoni." Jia alijibu.

【原文】

欲枭其首。一人曰："且勿，且勿，此明年四月间事，不如姑敲齿去。"乃出巨锤锤齿，齿零落堕地。虎大吼，声震山岳。翁大惧，忽醒，乃知其梦，心异之。遣人招丁，丁辞不至。

翁志其梦，使次子诣甲，函戒哀切。既至，见兄门齿尽脱，骇而问之，则醉中坠马所折。考其时，则父梦之日也，益骇。出父书，甲读之变色，为间曰："此幻梦之适符耳，何足怪。"时方赂当路者，得首荐，故不以妖梦为意。

【今译】

合，不必大惊小怪。"当时白甲正因贿赂当权人物，被优先举荐升官，所以不把怪梦放在心上。弟弟住了几天，看到满衙门都是害民的吏役，行贿走后门的人，到半夜还往来不断，就流着泪劝诫哥哥改正。白甲说："弟弟每天住在草屋中，所以不了解仕途的诀窍。决定升降的大权在上司不在百姓。上司喜欢你，你就是好官；你光爱护百姓，有什么办法让上司喜欢你呢？"弟弟知道劝也没有用，就回家了，把哥哥的情况告诉了父亲。白翁听后大哭，但也无可奈何，只有用自己的家产来救济贫民，每天向神明祷告，只求上天对逆子的报应，不要牵连到老婆孩子身上。第二年，有人来报告白甲由于别人的举荐当了吏部官员，来贺喜的人盈门，白翁只是不停地叹息，趴在枕头上假托有病不出来见客。不

Mzee alimzuia mwanawe bila kukawia. Moyoni aliogopa

kupita kiasi hadi akashindwa kukaa pale kwa utulivu. Alitaka

kuagana na mwanawe, lakini kundi la mbwamwitu limezuia

njia ya kutokea. Wakati alipokuwa hajui kama aende mbele

au arudi nyuma, ghafla alisikia mbwamwitu wakaanza kulia

huku wakitafuta huku na kule mahali pa kujisetiri. Wengine

walijipenyeza mvunguni mwa kitanda; wengine walijificha chini

ya meza. Mzee alistaajabu, hakujua nini kimetokea. Baada ya

muda, kulitokea mashujaa wawili waliovaa deraya ya dhahabu.

Waliingia hali wakiyakodoa macho yao makali. Walitoa kamba

nyeusi na kumfunga Jia. Jia akaanguka sakafuni na kubadilika kuwa

chui-milia. Meno yake yalikuwa makali. Shujaa mmoja alichomoa

upanga wake kutaka kudengua kichwa chake. Shujaa mwingine

alisema, "Wacha! Wacha! Hili ni jambo la Aprili mwakani. Heri

tukongoe meno yake." Hivyo basi alitoa nyundo kubwa na kuanza

kugonga. Meno ya Jia yakaanguka chini vipande vidogovidogo,

769

【原文】

弟居数日，见其蠹役满堂，纳贿关说者，中夜不绝，流涕谏止之。甲曰："弟日居衡茅，故不知仕途之关窍耳。黜陟之权，在上台不在百姓。上台喜，便是好官；爱百姓，何术能令上台喜也？"弟知不可劝止，遂归告父。翁闻之大哭，无可如何，惟捐家济贫，日祷于神，但求逆子之报，不累妻孥。次年，报甲以荐举作吏部，贺者盈门，翁惟欷歔，伏枕托疾不出。未几，闻子归途遇寇，主仆殒命。翁乃起，谓人

【今译】

久，听说白甲在回家途中遇到强盗，主仆都死了。白翁才起身，对家里人说："鬼神的愤怒，只报应在他一个人身上，对我家的护祐不可谓不厚。"于是焚香表示感谢。前来安慰白翁的人都说这消息是讹传，只有白翁深信不疑，定下日子为白甲准备墓葬。可是白甲确实没死。

原来在四月间，白甲解任赴京，刚离开县境，就遇到强盗，白甲把随身财物都献了出来。群盗说："我们来是为一县的百姓报仇雪恨的，难道是专为了钱财而来吗！"于是砍下他的头。又问跟随白甲的仆人："有个叫司大成的，是哪一个？"原来司大成是白甲的心腹，是个助桀为虐的人。仆人们一起指出来，强盗把司大成也杀了。还有四个坑害百姓的吏役，是帮白甲搜刮钱财的帮手，白甲准备把他们带进

na akanguruma kwa sauti kubwa hata sauti yake ikatikisa milima.

Mzee alijawa na fadhaa, hapo ndipo alipozinduka, akajua kumbe ilikuwa ni ndoto ya ajabu. Aliwaza kuwa ndoto hiyo ilikuwa ni dalili ya mkosi. Mara alituma mtu kwenda kumwita Ding lakini Ding alisingizia ana shughuli muhimu na hakuweza kuja.

Mzee aliandika barua iliyosimulia ndoto hiyo, halafu alimtuma mwanawe wa pili kuipeleka kwa Jia. Zaidi ya hayo alimwonya mwanambee wake. Barua hiyo ilijaa majonzi na basua. Baada ya kufika kwa Jia, mwana wa pili wa mzee aligundua meno yote ya mbele ya kaka yake yalitoweka. Alistaajabu, akamwuliza sababu.

Kaka yake alisema kuwa siku moja alilewa na kuanguka chini kutoka kwenye farasi, meno yake yakavunjika. Tarehe ya kutokea mkasa huo ilikuwa ndiyo siku ileile baba yake alipoota ndoto. Alishangaa zaidi, akatoa barua ile iliyoandikwa na baba yake na kumpa kaka yake. Baada ya kuisoma barua, uso wa Jia ulibadilika rangi. Baada ya kunyamaza kitambo, alisema, "Baba alipokuwa

【原文】

曰："鬼神之怒，止及其身，祐我家者不可谓不厚也。"因焚香而报谢之。慰藉翁者，咸以为道路讹传，惟翁则深信不疑，刻日为之营兆。而甲固未死。

先是，四月间，甲解任，甫离境，即遭寇，甲倾装以献之。诸寇曰："我等来，为一邑之民泄冤愤耳，宁尚为此哉！"遂决其首。又问家人："有司大成者谁是？"司故甲之腹心，助桀为虐者。家人共指之，贼亦杀之。更有蠹役

【今译】

京去。强盗把他们都搜出来杀了，这时才把白甲献出的财物分装在袋中，飞驰而去。白甲的魂魄伏在道旁，看见一个县官模样的人过来，问道："被杀的是什么人？"在前面开路的人说："这是某县的白知县。"县官说："他是白翁的儿子，不应让老人看到这凶惨的模样，应该把他的头接上。"这时就有一个人拾起白甲的头放在脖子上，说："邪人不要让他的脑袋长正，让头歪在肩上就行了。"接完头就走了。过了些时，白甲复活了。他妻子来收尸，看看他还有一口气就把他运了回去。慢慢灌点儿水，也能喝下去，但只能寄居在旅店，穷得回不了家。过了半年多，白翁才得到确切消息，派二儿子把他带回来。白甲虽然死而复生，但是头歪在肩上，眼睛能看见自己的后背，人们已不把他当人看待。白

anaota ndoto kwa sadfa nilikuwa nimeanguka kutoka juu ya

farasi. Hili ni jambo la kawaida, kuna ajabu gani." Wakati huo

ndipo Jia alipotoa shinikizo kwa ofisa mwenye cheo cha juu ili

aweze kupandishwa cheo kabla ya wenzake. Kwa hivyo hakujali

ndoto hiyo ya ajabu. Didi yake alikaa siku kadhaa. Aliona boma

hilo limejaa watumishi wanaokula kwa matonge na wenye uchu

wa mali. Watu waliokuja kupenyeza rushwa na kuomba kupita

milango ya nyuma hawakuisha kila siku, pengine mpaka usiku

wa manane. Alimsihi kaka yake huku akilia. Jia alisema, "Didi

mjinga, kila siku unaishi kati ya vibanda, huelewi hata kidogo siri

ya mafanikio katika uwanja wa maofisa. Mamlaka ya kumuondoa

mtu kazini na kumpandisha cheo yamo mikononi mwa viongozi,

siyo katika mikono ya makabwela. Kiongozi akisema wewe una

uwezo, basi ndo una uwezo; akisema huna uwezo, basi ndo huna

uwezo. Ikiwa kila siku unaelewana na watu hahehohe tu utaweza

wapi kumpendeza kiongozi?" Didi yake aling'amua kuwa hawezi

【原文】

四人，甲聚敛臣也，将携入都。并搜决讫，始分赍入囊，骛驰而去。甲魂伏道旁，见一宰官过，问："杀者何人？"前驱者曰："某县白知县也。"宰官曰："此白某之子，不宜使老后见此凶惨，宜续其头。"即有一人掇头置腔上，曰："邪人不宜使正，以肩承领可也。"遂去。移时复苏。妻子往收其尸，见有馀息，载之以行。从容灌之，亦受饮，但寄旅邸，贫不能归。半年许，翁始得确耗，遣次子致之而归。

【今译】

翁姐姐的儿子为官清廉，这年被任命为御史，这些都和白翁的梦境相符。

　　异史氏说：我私下感叹，天下官如虎而吏如狼的情况，比比皆是。即使官不像虎，那些小吏也如同豺狼，何况有些还猛于虎呢！怕只怕人不考虑自己以后的情形，像白甲那样苏醒后能够看自己的后背，鬼神对人的训诫也够微妙的了！

　　邹平县的进士李匡九，做官很是廉正清明。曾经有一位富民被人诬陷，守门的衙役吓唬他说："县太爷让你交二百两银子，你要赶快准备好，不然的话，官司就输定了。"富民害怕了，答应给一半钱，衙役摇摇手说不行。富民苦苦哀求，衙役说："我不是不尽力，只怕县官不答应。等审问的时候，你可亲眼看到我为你说情，看县官是否允许，就

kumzuia kaka yake, basi alirudi kwao na kumwambia baba yake habari yote juu ya kaka yake. Baada ya kusikia habari hiyo mzee Bai alilia kwa huzuni. Hakuwa na njia yoyote nyingine ila kukusanya thawabu nyingi zaidi kwa kutoa sadaka ya pesa na vitu vyake vya nyumbani kwa watu maskini; na kila siku hakuacha kumwabudu Mungu, akiomba dua ya kuwa mwanambee wake atakapoadhibiwa, mke na watoto wake wasizongwe ndani ya janga. Mwaka wa pili, mtu fulani alimwambia mzee Bai kuwa Jia alipata fursa ya kupandishwa cheo kuwa ofisa wa bunge kabla ya wenzake. Watu waliokuja kumpa mzee hongera walizuiliwa nje ya mlango. Mzee alilala kitandani akipiga kite na kujifanya kupatwa na ugonjwa. Hakutaka kuonana na mgeni yeyote. Baada ya muda si mrefu, alisikia habari kwamba mwanambee wake alikumbana na majambazi katika safari ya kurudi nyumbani. Yeye na wafuasi wake wote waliuawa. Mpaka wakati huo tu ndipo mzee aliposhuka kitandani na kuwaambia wengine,

775

【原文】

甲虽复生，而目能自顾其背，不复齿人数矣。翁姊子有政声，是年行取为御史，悉符所梦。

异史氏曰：窃叹天下之官虎而吏狼者，比比也。即官不为虎，而吏且将为狼，况有猛于虎者耶！夫人患不能自顾其后耳，苏而使之自顾，鬼神之教微矣哉！

邹平李进士匡九，居官颇廉明。常有富民为人罗织，门役吓之曰："官索汝二百金，宜速办，不然败矣！"富民

【今译】

可以知道我没有别的意思。"一会儿，县官审问此案。衙役知道李县令戒了烟，走近问道："您抽烟吗？"李县令摇了摇头。衙役就走下去对富民说："我刚才说了你想交的银两数，县官摇头说不行，你看见了吗？"富民相信了，很害怕，同意如数交纳。衙役又知道李县令喜欢喝茶，走近问道："您喝茶吗？"县令点了点头。衙役假借去煮茶，快步走下来说："行了！刚才他点头，你看到了吧？"不久案子审完了，富民被无罪释放，衙役就收取富民的钱，并且还索要谢钱。唉！官员自以为廉洁，但骂他是贪官的人满街都是，这又是纵容如狼的衙役而自己还不知道的。世上像这样的官员更多，可以作为当官者的一个借鉴。

还有县令杨大人，性情刚烈耿直，触怒他的人必死无

"Alhamdulilahi! Fimbo ya Mungu wa kutulinda siwezi kusema si kubwa." Basi alichoma ubani kumshukuru Mungu. Baadhi ya watu walimpa mzee pole, wakidhani habari hiyo ya njiani si ya kweli. Mzee mwenyewe alisadiki kabisa na alichagua tarehe moja ya kumchimbia mwanambee wake kaburi.

Walakini kwa kweli Jia hakufa. Kabla ya hapo, mnamo Aprili Jia aliacha cheo chake cha ukuu wa wilaya, na wakati alipotoka tu kwenye wilaya hiyo alikumbwa na majambazi. Jia aliahidi kuwapa majambazi mizigo yake yote. Majambazi walisema, "Kusudi letu la kuja hapa ni kuwatolea hasira zetu wakazi wote wa wilaya, na si kwa ajili ya kupata mizigo yako tu!" Kisha walikata kichwa chake, wakawauliza wafuasi wa Jia, "Miongoni mwenu nani ni Si Dacheng?" Si Dacheng alikuwa mtu aliyemsaidia Jia kufanya maovu. Wafuasi wa Jia walimwelekeza kidole. Majambazi wakamkata kichwa chake pia. Licha ya watu hao wawili Jia na Si Dacheng, kulikuwa na watumishi wanne waovu waliomsaidia

【原文】

惧，诺备半数，役摇手不可。富民苦哀之，役曰："我无不极力，但恐不允耳。待听鞫时，汝目睹我为若白之，其允与否，亦可明我意之无他也。"少间，公按是事。役知李戒烟，近问："饮烟否？"李摇其首。役即趋下曰："适言其数，官摇首不许，汝见之耶？"富民信之，惧，许如数。役知李嗜茶，近问："饮茶否？"李颔之。役托烹茶，趋下曰："谐矣！适首肯，汝见之耶？"既而审结，富民某获免，役即收其苞苴，

【今译】

疑；他尤其痛恨那些行为不端的差役，即便有小过失也不宽恕。只要他威风凛凛地在大堂上一坐，下面的小官没有敢咳嗽的。这类小官中如果有人出主意，他就偏反着办。正好有一个城里人犯了重罪，怕被判处死刑。一名小官就向他索要一大笔贿赂金，以便为他去说情。城里人不信，而且说："如果能行，我为什么要吝惜酬金呢！"于是就与小官订立盟约。不久，杨大人审理此事。城里人不服。小官就在一旁大声呵斥说："还不赶快如实招来，大人就要用大刑整死你啦！"杨大人愤怒地说："你怎么知道我就一定要对他用大刑呢？想必是他给你的贿赂还没到手吧。"于是就处罚小官，释放了城里人。城里人事后就以百金酬报小官。要知道豺狼狡诈多端，稍微失去觉察，就为其所用，中了他的奸

Jia kuwanyonya wenyeji, nao pia walichinjwa. Majambazi waligawanya mali zao, wakapanda farasi na kuondoka fulifuli. Roho ya Jia ililala kando ya barabara. Baada ya muda, roho yake ilimuona ofisa mmoja wa wilaya akija.

"Aliyeuawa ni nani?" Huyo ofisa aliwauliza wafuasi wake.

"Ni Bai Jia, mkuu wa wilaya fulani. " Mfuasi aliyekuwepo mbele alijibu.

"Huyu ni mwana wa mzee Bai. Haifai kumwacha mzee huyo aone jinsi mwanawe alivyouawa. Inatubudi tuunganishe kichwa chake." Ofisa wa wilaya alisema. Mara mfuasi mmoja wa ofisa huyo alikiokota kichwa cha Jia na kukirudisha kwenye shingo yake. Huyo mfuasi alipoweka kichwa hicho alisema, "Huyo mtu ni mwovu, haifai kukirudisha kichwa chake sawasawa; hebu niweke taya lake lielekee bega." Baada ya kukiweka tayari, wote waliondoka. Muda si muda, Jia alipata fahamu. Mke wa Jia na watoto wake walipokuja kuchukua maiti yake waligundua yeye

779

【原文】

且索谢金。呜呼！官自以为廉，而骂其贪者载道焉，此又纵狼而不自知者矣。世之如此类者更多，可为居官者备一鉴也。

又，邑宰杨公，性刚鲠，撄其怒者必死；尤恶隶皂，小过不宥。每凛坐堂上，胥吏之属无敢咳者。此属间有所白，必反而用之。适有邑人犯重罪，惧死。一吏索重赂，为之缓颊。邑人不信，且曰："若能之，我何靳报焉！"乃与要盟。少顷，公鞫是事。邑人不肯服。吏在侧呵语曰："不速实供，大人械梏死矣！"公怒曰："何知我必械梏之耶？想其赂未到耳。"遂责吏，释邑人。邑人乃以百金报吏。要知狼诈多端，少释觉察，即为所用。正不止肆其爪牙以食人于乡而已也。此辈败我阴骘，甚至丧我身家。不知居官者作何心腑，偏要以赤子饲麻胡也！

【今译】

计。这种人正不止是凭借其爪牙在乡下吃人就算了。这种人会败坏我们的阴德，甚至会使人身败名裂，家破人亡。不知当官的用心何在，偏偏要用小孩子去喂这些残暴的恶人！

bado anapumua. Walimweka juu ya mkokoteni na kujaribu kumnywesha maji, Jia aliweza kumeza kidogo. Kwa kuwa walikuwa hawana nauli, iliwabidi wakae hotelini. Nusu mwaka ulipita, ndipo mzee Bai alipopata habari ya uhakika. Akamtuma mwanawe wa pili kwenda hotelini kuwachukua. Ingawa Jia alifufuka lakini hakuwa sawa na watu wa kawaida. Aliweza tu kuona mgongo wake kwa macho.

Baada ya kushika cheo cha ofisa, waisheng wa mzee Bai alikuwa na sifa bora. Mwaka huohuo, aliteuliwa kufanya kazi ya waziri wa usimamizi katika mji mkuu. Historia yake yote ililingana na ndoto ya mzee Bai.

象

【原文】

　　粤中有猎兽者，挟矢如山。偶卧憩息，不觉沉睡，被象来鼻摄而去，自分必遭残害。未几，释置树下，顿首一鸣，群象纷至，四面旋绕，若有所求。前象伏树下，仰视树而俯

【今译】

　　广东有位猎人带着箭往山里走去。他偶然躺下休息，不觉沉沉睡去，被大象用鼻子卷走了，他心想必然会遭到大象残害。不久，大象把他放在树下，然后低头一叫，一群象纷纷来了，都围绕着他，好像有事求他。那只卷他来的象伏在树下，抬头看看树又低头看看猎人，好像要让他爬上去。猎人明白了象的意思，就脚踏象背，爬到了树上。到了树顶，也不知象的目的是什么。不一会儿，有一只狻猊来了，众象都伏在地上。狻猊挑了一只肥象，想要吃掉。群象吓得哆嗦，没有敢逃走的，只是一起仰望树上，似乎请求猎人垂怜搭救。猎人会意，向狻猊射了一箭，狻猊立刻死了。众象

TEMBO

Katika miaka mingi iliyopita, palikuwa na mwindaji mmoja huko Mkoa wa Guangdong, ambaye siku moja aliingia milimani huku akibeba upinde na mishale. Baada ya kuchoka na kuamua kupumzika kwenye jabali, akachukuliwa na usingizi bila ya kujitambua. Wakati huohuo tembo mmoja akaja na kumchukua kwa mkonga wake. Mwindaji huyo alizinduka na kufikiri kimoyomoyo safari hii bila shaka atakufa. Baada ya muda wa dakika kadhaa, aliwekwa chini ya mti mkubwa, tembo akamsujudia mwindaji kwa paji la uso na kisha alitoa mngurumo mmoja, mara tembo wengine wengi wakaja na kumzunguka mwindaji. Kitendo hiki kilionekana kana kwamba walikuwa wakimwomba awasaidie kufanya jambo fulani. Yule tembo wa kwanza alipiga magoti chini ya mti, kwanza aliangalia kilele cha mti, halafu akamwangalia mwindaji kana kwamba anaomba mwindaji aparamie juu ya mti huo. Mwindaji alifahamu dhamira yake, basi akapanda juu ya mgongo wa tembo halafu akaanza kuparamia mti. Ingawa mwishowe alifikia kilele cha mti lakini bado hakuweza kufahamu kusudio lao.

Punde kidogo, mnyama mmoja mkali aliyeitwa suanni[1]

【原文】

视人，似欲其登。猎者会意，即足踏象背，攀援而升。虽至树巅，亦不知其意向所存。少时，有狻猊来，众象皆伏。狻猊择一肥者，意将搏噬。象战慄，无敢逃者，惟共仰树上，似求怜拯。猎者会意，因望狻猊发一弩，狻猊立殪。诸象瞻空，意若拜舞。猎者乃下。象复伏，以鼻牵衣，似欲其乘。猎者随跨身其上，象乃行。至一处，以蹄穴地，得脱牙无算。猎人下，束治置象背。象乃负送出山，始返。

【今译】

望着空中，好像在拜谢舞蹈。猎人就从树上下来了。象又趴下，用鼻子拉了拉猎人的衣裳，好像让他骑上。猎人于是跨在它身上，象这才往前行。走到一处，象用蹄子在地上扒开一个洞，得到了很多象牙。猎人从象背上下来，把象牙捆好放在象背上。象驮着猎人和这些象牙出了山，才返回去。

alijitokeza. Tembo wote walipiga magoti. Suanni alichagua tembo mmoja mnene akataka kumla. Tembo wote walianza kutetemeka bila ya hata mmoja kuthubutu kutoroka. Tembo wote waliinua vichwa vyao juu kana kwamba wanamwomba mwindaji awaokoe. Mwindaji alifahamu madhumuni yao, hivyo alimpiga suanni mishale na suanni akafa papo hapo.

Wakati huohuo, tembo wote wakaangalia juu, ilielekea kwamba wanamshukuru mwindaji. Baada ya mwindaji kuteremka, tembo wa kwanza alipiga magoti tena akaivuta nguo ya mwindaji kwa mkonga wake, akaonekana kana kwamba anamtaka mwindaji apande mgongoni mwake. Mwindaji akapanda kama tembo alivyotarajia na tembo akaanza safari. Baada ya kufika mahali fulani, tembo akafukua pembe nyingi kwa mguu wake kutoka kwenye shimo moja. Mwindaji aliteremka mgongoni mwake, na kuzifunga pembe hizo pamoja, akazipakia juu ya mgongo wa tembo. Tembo alimsindikiza mwindaji kutoka mlimani, na kisha tembo akarejea mlimani peke yake.

785

大鼠

【原文】

　　万历间，宫中有鼠，大与猫等，为害甚剧。遍求民间佳猫捕制之，辄被啖食。适异国来贡狮猫，毛白如雪。抱投鼠屋，阖其扉，潜窥之。猫蹲良久，鼠逡巡自穴中出，见猫，

【今译】

　　明朝万历年间，宫中发现一只大老鼠，长得和猫一般大，祸害四方。宫中遍求民间好猫捕捉制服它，却反被老鼠吃了。恰好这时外国进贡来一只狮猫，周身毛白如雪。宫人抱着猫放进有大老鼠的房间里，关上门，暗暗地观察它。狮猫蹲了很久，大老鼠警觉地从洞穴中出来，见到狮猫，怒气冲冲地向狮猫奔来。狮猫避开它跳到桌子上，老鼠也跳到桌子上，狮猫又跳下去。如此跳上跳下，不下百次。大家都认为狮猫胆小，没有什么能耐。不久，大老鼠的跳动渐渐慢下来，大肚子一鼓一鼓地好像在喘息，就蹲在地上稍稍休息。狮猫立刻飞快地跳下来，爪子抓住大老鼠的顶毛，一口咬在

PANYABUKU MKUBWA

Mnamo miaka ya utawala wa Mfalme Wanli (1563-1620), palitokea panyabuku mkubwa aliyekaa kama paka katika kasri ya mfalme. Panyabuku huyu aliwasumbua watu sana. Wafuasi wa mfalme walitafuta paka wakali kutoka kila mkoa kusudi waweze kumkamata, lakini paka wote hao waliliwa na panyabuku huyo.

Sadfa, mjumbe wa nchi moja ya nje alikuja kumtunukia mfalme huyo paka mmoja aliyekaa kama simba mdogo. Manyoya ya paka huyo yalikuwa meupe pee kama theluji. Wafuasi wa mfalme walimpeleka ndani ya chumba kile cha panyabuku mkubwa, wakafunga mlango, halafu wakawa wanachungulia kwa siri kutoka nje. Paka huyo alichuchumaa pembeni kwa muda mrefu. Panyabuku mkubwa alitoka nje ya pango lake hali akiangalia kwa makini chumba kizima. Alipomwona paka tu, mara akamvamia kwa hasira. Ili kumwepuka, paka alirukia mezani, lakini panyabuku mkubwa huyo akamfuata nyuma, nukta hiyohiyo paka alichupia chini tena. Walifanya vivyo hivyo kwa safari zisizopungua mia. Watu wote walidhani kuwa paka huyo ni mwoga. Lakini haukupita muda mrefu, mwendo wa panyabuku

787

【原文】

怒奔之。猫避登几上，鼠亦登，猫则跃下。如此往复，不啻百次。众咸谓猫怯，以为是无能为者。既而鼠跳掷渐迟，硕腹似喘，蹲地上少休。猫即疾下，爪掬顶毛，口龁首领，辗转争持，猫声呜呜，鼠声啾啾。启扉急视，则鼠首已嚼碎矣。然后知猫之避，非怯也，待其惰也。彼出则归，彼归则复，用此智耳。噫！匹夫按剑，何异鼠乎！

【今译】

它的脖子上，它们翻来覆去地争斗，狮猫呜呜地吼着，老鼠啾啾地叫着。宫人赶快开门去看，只见大老鼠的头已经被狮猫咬碎了。至此，人们才明白，狮猫避开老鼠，并不是因为胆怯，而是等待大老鼠疲惫。你出来我就回去，你回去我就出来，狮猫用的是这种计谋啊。啊！勇而无谋逞能的人，和这只大老鼠有什么区别！

mkubwa ulianza kupunguka kidogo kidogo, tumbo lake kubwa likaonekana kama linapumua, Panyabuku mkubwa akaanza kupumzika kwa uchofu. Wakati huohuo, paka alichupia chini mbiombio kama umeme, akapapura kwa makucha yake manyoya ya utosi wa yule panyabuku mkubwa, halafu akamwuma shingo, wakaanza kubimbirishana ardhini hali wakilialia. Watazamaji wa nje walifungua mlango na kuingia ndani haraka, wakaona kichwa cha panyabuku mkubwa kimesha tafunwa na kuwa vipande vidogovidogo.

Hapo ndipo watumishi wa mfalme walipoelewa kuwa kitendo cha paka kumkwepa panyabuku mkubwa hakikuwa cha woga bali kilikuwa ni ujanja wa kumchosha.

789

药僧

【原文】

济宁某，偶于野寺外，见一游僧，向阳扪虱，杖挂葫芦，似卖药者。因戏曰："和尚亦卖房中丹否？"僧曰："有。弱者可强，微者可巨，立刻见效，不俟经宿。"某喜

【今译】

济宁有个人，偶然在野寺外，见到一个游方的僧人，向着太阳在捉虱子，手杖上挂着一只葫芦，好像个卖药的。于是这个人开玩笑说："和尚也卖房中春药吗？"僧人回答："有。弱的可以变强，细小的可以变粗壮，服后立即见效，不必等上一宿。"这人一听很高兴，立刻向僧人求买此药。僧人解开僧袍一角，拿出一丸药，如同小米粒大小，让这人吞吃了。过了约半顿饭时间，这人的下部暴长，过了一刻自己一摸，比原来大了三分之一。此人心中还不满足，偷偷看着和尚起身上厕所，私自解开僧袍，抓了两三丸一起吞下去。过不多久，觉得皮肤像要裂开，筋像抽了起来，脖子也

SUFII MWUZA DAWA

Hapo zamani za kale, katika Mji wa Jining, Mkoa wa Shandong, paliondokea mtu mmoja, ambaye alimwona sufii mtembezi aliyekuwa akitafuta chawa mwilini akiwa amekaa juani nje ya hekalu. Juu ya fimbo yake palikuwa na kibuyu kinachoning'inia. Sufii huyo alionekana kama ni mwuza dawa.

"Sufii, je unauza dawa ya kutibu uhanithi?" Mtu huyo alimtania.

"Hasa! Ninauza, dawa yangu inaweza kufanya kile kidude kilichonywea kiwe na nguvu; kile kidogo kiwe kikubwa. Zaidi ya hayo, inaweza kuponesha maradhi kabla usiku kumalizika." Sufii alijibu.

Huyu mtu alifurahi na akaomba kupewa dawa. Sufii naye alitoa kidonge kimoja kama punje ya mtama kutoka katika mfuko wa vazi lake rasmi asilovaa. Sufii alimwambia akimeze. Baada ya muda wa nusu saa hivi, kidude chake kile kilianza kukua upesi. Punde si punde, mtu huyo alipoangalia uume wake aliona nao umesha ongezeka urefu wa theluthi moja kuliko kawaida yake,

【原文】

求之。僧解衲角，出药一丸，如黍大，令吞之。约半炊时，下部暴长，逾刻自扪，增于旧者三之一。心犹未足，窥僧起遗，窃解衲，拈二三丸并吞之。俄觉肤若裂，筋若抽，项缩腰橐，而阴长不已。大惧，无法。僧返，见其状，惊曰："子必窃吾药矣！"急与一丸，始觉休止。解衣自视，则几与两股鼎足而三矣。缩颈蹒跚而归，父母皆不能识。从此为废物，日卧街上，多见之者。

【今译】

缩了，腰也弯了，而阴茎却还不停地长。他非常害怕，却没有办法。僧人回来后，看到他的样子，吃惊地说："你一定偷吃了我的药！"急忙给他一丸药，吃后才觉得下部不再长了。他解开衣服一看，下部几乎和两腿呈三足鼎立之势了。这个人缩着脖子，蹒跚着走回家去，父母都认不出他来了。从此以后，他成了个废人，每天躺在街上，许多人都见过他。

lakini hakuridhika. Wakati alipomuona sufii akiinuka na kwenda kuweka akiba maliwatoni, akachukua kwa siri vidonge vyake viwili vitatu na kuvimeza, Dakika chache baadaye, alijisikia kama ngozi yake inakaribia kupasuka; misuli yake inashikwa kiharusi; shingo yake inajikunyata; kiuno chake kinajikunja; uume wake unarefuka na unanenepa bila ya kusita. Aliogopa kupita kiasi, bali hakuwa na la kufanya.

Wakati huohuo, sufii alirejea na alipoona jinsi mtu huyo alivyokuwa, akasema, "Haikosi uliiba dawa yangu!" Bila ya kukawia, alimpa kidonge kimoja cha kuzuia uume usiongezeke, baada ya kuimeza, mara mtu huyo akajisikia kidude chake kile hakirefuki tena. Alipofungua suruali na kuangalia ndani alikuta kidude chake kile kimekuwa kikubwa na kinaonekana kama ni mguu wake wa tatu. Sasa sufii alikuwa amesha ondoka, basi mtu huyo hakuwa na budi kurejea kwao taratibutaratibu huku akikunyata shingo na kukokota miguu, baada ya kufika nyumbani hata wazazi wake hawakuweza kumtambua.

793

Tangu hapo, akawa kilema kabisa. Mchana alikuwa mara kwa mara analala kando ya barabara. Wapitanjia wengi waliwahi kumwona mtaani.

张鸿渐

【原文】

张鸿渐，永平人，年十八，为郡名士。时卢龙令赵某贪暴，人民共苦之。有范生被杖，同学忿其冤，将鸣部院，求张为刀笔之词，约其共事。张许之。妻方氏，美而贤，闻其

【今译】

张鸿渐，永平人，十八岁，是郡里有名的读书人。当时，卢龙的赵县令贪婪又凶残，老百姓深受其苦。有个范生被他用棍棒活活打死了，范生的同学为他鸣不平，准备到巡抚那里去告赵县令，求张鸿渐给写张状纸，并邀他一同来打这个官司。张鸿渐同意了。张妻方氏，美貌又贤惠，她听说了这件事，便劝告张鸿渐说："大凡秀才做事，可以一块儿成功，但不能一起失败。成功了则人人都要争头功，失败了就纷纷逃避，不能团结起来。如今是个权势的世界，是非曲直难以用公理定论，你孤单一人，一旦有翻覆，急难时谁来救你！"张鸿渐信服她的话，感到后悔，于是婉言谢绝了各位书生，只是给他们写了状子的草稿。书生们告上去，巡抚审讯了一回，判断不出谁是谁非。赵县令拿出一大笔钱贿赂

ZHANG HONGJIAN

Zhang Hongjian alikuwa mwenyeji wa Jun ya Yongping, Mkoa wa Hebei. Alipofikia umri wa miaka 18 akawa anajulikana katika jun hiyo. Miaka hiyo, Zhao, ofisa wa Wilaya ya Lulong alikuwa mchoyo na mkatili. Wananchi walioishi katika wilaya hiyo waliteswa sana naye. Msomi mmoja aliyeitwa Fan, hakuwa na hatia yoyote, bali alikufa kwa kupigwa naye mbao. Kwa ajili ya kupinga dhuluma yake, wenzi wa Fan walishirikiana na kutaka kwenda ofisi ya inspekta iliyokuwepo mkoani kumshtaki ofisa huyo Zhao, hivyo walimwomba Zhang aandike barua ya mashtaka kwa niaba yao. Zhang alikubali. Bibi Fang, mke wa Zhang, alikuwa mrembo na mwema. Baada ya kujua nia ya mumewe na marafiki zake alishikwa na hangaiko la moyo. Alimshawishi mumewe, "Mara nyingi wasomi hushirikiana wakati wa faraja na hufarakana wakati wa dhiki. Wakifanikiwa kila mtu anagombea faida yake, wakifeli wao wote hutawanyika na kila mtu anashika njia yake. Hivi leo madaraka yanatawala dunia, mwenye madaraka hushinda. Haki na batili haviwezi kupambanuliwa na hoja. Unakaa hapo peke yako huna mtu wa kuweza kumtegemea. Ukipata balaa,

795

【原文】

谋，谏曰："大凡秀才作事，可以共胜，而不可以共败。胜则人人贪天功，一败则纷然瓦解，不能成聚。今势力世界，曲直难以理定，君又孤，脱有翻覆，急难者谁也！"张服其言，悔之，乃婉谢诸生，但为创词而去。质审一过，无所可否。赵以巨金纳大僚，诸生坐结党被收，又追捉刀人。

张惧，亡去。至凤翔界，资斧断绝。日既暮，踟蹰旷野，无所归宿。欻睹小村，趋之。老媪方出阖扉，见生，

【今译】

了审案的长官，给这些书生判了个结党的罪名，把他们抓了起来，又追查写状子的人。

张鸿渐害怕了，就从家里逃了出来。到了陕西凤翔境内，路费花光了。天已经黑了，他在旷野里走来走去，不知道去哪里好。突然看见前边有一个小村子，便赶快跑了过去。有个老太太正出来关门，看见张鸿渐，问他想干什么，张鸿渐把实情告诉了她。老太太说："留你吃饭、住宿都是小事，只是家里没有男人，不便留你。"张鸿渐说："我也不敢有什么奢望，只求允许我在门里头借住一宿，能够躲避虎狼也就足够了。"老太太才让他进来，关了门，给了他一个草垫子，嘱咐道："我可怜你无处可去，私自留你住在这里，天亮前你就得赶快离开，恐怕我家小姐听说了要怪罪

nani atakusaidia?" Zhang aliona maneno ya mke wake ni sawa, hivyo alijuta kwa kukubali kuandika barua ya mashtaka. Kwa hivyo baada ya kuandika barua hiyo hakutia saini yake. Barua ya mashtaka ilipelekwa mpaka mkoani. Maofisa walisoma ile barua lakini hawakuamua nani mwenye hatia wala kukuchukua hatua yoyote. Baadaye mkuu wa wilaya Zhao alitumia pesa nyingi kuwahonga maofisa hao, matokeo yake yakawa kwamba mshtaki amekuwa mshtakiwa. Wasomi wote waliotia saini walikamatwa kwa tuhuma ya kula njama ya kuanzisha chama na kupinga serikali, halafu walianza kumtafuta mtu aliyeandika barua ya mashtaka. Baada ya kusikia habari hiyo Zhang aliogopa na kutorokea mahali pengine.

Zhang alipofika Fu ya Fengxiang, Mkoa wa Shaanxi, alimaliza kutumia pesa zote kwa sababu ya kusafiri masafa marefu. Wakati wa usiku alitangatanga porini hata mahali pa kukaa hakupata. Ghafla, aligundua kijiji kimoja karibu yake, akaelekea huko kwa haraka. Bikizee mmoja alitoka nje kufunga mlango wao mkubwa, akamwona Zhang na kumwuliza anaweza kumsaidia nini. Zhang alimwambia hajapata mahali pa kukaa, bikizee akajibu, "Kula na kulala hapa ni jambo dogo, isipokuwa hatuna wanaume nyumbani mwetu, hivyo haifai kukuruhusu ukabaki hapa." Zhang alisema, "Sithubutu kutoa ombi kubwa ila niruhusu kukaa uani angalau kwa usiku mmoja kwa ajili ya

797

【原文】

问所欲为，张以实告。妪曰："饮食床榻，此都细事，但家无男子，不便留客。"张曰："仆亦不敢过望，但容寄宿门内，得避虎狼足矣。"妪乃令入，闭门，授以草荐，嘱曰："我怜客无归，私容止宿，未明宜早去，恐吾家小娘子闻知，将便怪罪。"妪去，张倚壁假寐。忽有笼灯晃耀，见妪导一女郎出。张急避暗处，微窥之，二十许丽人也。及门，见草荐，诘妪，妪实告之。女怒曰："一门细弱，何得容纳

【今译】

我。"老太太走了，张鸿渐靠着墙壁打盹。忽然一阵灯笼光闪亮，只见老太太引着一位女郎出来。张鸿渐急忙躲到暗处，偷偷看去，女郎是一位二十岁左右的美人。女郎走到门口，看见草垫子，问老太太是怎么回事，老太太如实回答了。女郎生气地说："一家子都是柔弱女子，怎么能收留来历不明的男人！"随即问："那人去哪儿了？"张鸿渐害怕了，出来跪伏在台阶下。女郎仔细地盘问了他的籍贯姓名，脸色稍稍缓和了，说："幸亏是知书识礼的人，留下也没关系。可是，这老奴竟然不来报告一声，这样随随便便，哪里是招待君子的礼节！"于是，叫老太太引客人进屋。不一会儿，便摆上了精美洁净的酒食，饭后又拿出绣花锦被，铺好床。张鸿渐心中十分感激，于是私下打听女郎的姓氏。老

kukwepa chui-milia na mbwamwitu." Bikizee alikubali Zhang aingie ndani, halafu akafunga mlango mkubwa. Alimpa mkeka mmoja na kusema, "Kwa vile nakuhurumia nitakuruhusu ubaki hapa. Lakini itakubidi uondoke mapema kabla ya alfajiri ili mwenyeji wa nyumba hiyo asije akanilaumu atakapojua jambo hilo."

Baada ya bikizee kuondoka, Zhang aliegemea ukutani akaanza kusinzia. Ghafla, aliona mwangaza wa fanusi na yule bikizee pamoja na bimdogo mmoja wanakuja mahali alipo. Zhang alijibanza upesi kwenye kona yenye giza na kuwachunguza kisirisiri, akaona yule bimdogo ni bibi mzuri mwenye umri wa miaka 20 hivi. Bibi yule alipofika katika mlango mkubwa akaona mkeka, akadadisi sababu. Bikizee hakuthubutu kuficha jambo hili. Alimweleza habari yote. Yule bimdogo alikasirika na kusema, "Sisi sote ni wanawake, tunawezaje kumruhusu mwanamume mgeni akae humu ndani!" Halafu aliendelea kuuliza, "Yule mgeni amekwenda wapi?" Zhang mara akatoka nje, akapiga magoti mbele ya vidato vya ngazi ya mawe. Baada ya kuuliza hali ya nasaba yake, bimdogo yule ukakunjuka uso wake kidogo. Alisema, "Bahati nzuri, wewe ni msomi latifu, hivyo unaweza kubaki hapa, lakini naona si vizuri kukutendea hivi bila ya kuniarifu mapema." Baada ya kumaliza kusema maneno hayo alimwambia bikizee ampeleke mgeni huyo chumbani. Muda si muda, bikizee alimletea

MASIMULIZI TEULE YA AJABU KUTOKA
KWENYE UKUMBI WA SOGA
ZHANG HONGJIAN

Mkusanyiko wa Vitabu
Maarufu vya China

799

【原文】

匪人！"即问："其人焉往？"张惧，出伏阶下。女审诘邦族，色稍霁，曰："幸是风雅士，不妨相留。然老奴竟不关白，此等草草，岂所以待君子！"命妪引客入舍。俄顷，罗酒浆，品物精洁，既而设锦裀于榻。张甚德之，因私询其姓氏。妪曰："吾家施氏，太翁、夫人俱谢世，止遗三女。适所见，长姑舜华也。"妪去。

张视几上有《南华经注》，因取就枕上，伏榻翻阅。忽

【今译】

太太说："我家姓施，老爷、太太都去世了，只剩下三个女儿。刚才见到的是大小姐舜华。"老太太走了。

张鸿渐看见桌上有部《南华经注》，就拿来放在枕头上，趴在床上翻阅。忽然，舜华推门进来。张鸿渐放下书，慌忙找鞋帽，准备迎接。舜华走到床边按他坐下，说："不用起来，不用起来！"于是靠着床坐下来，羞涩地说："我看你是个风流才子，想把这个家托付给你，所以不避嫌疑，自己向你提出来。你不会因此看不起我，拒绝我吧？"张鸿渐惊慌得不知说什么好，只是说："实不相瞒，我家里已经有妻子了。"舜华笑着说："这也看出你是个老实人，不过这没关系。既然你不嫌弃我，明天我就请媒人来。"说完，就要走。张鸿渐探起身拉住她，她也就留下了。第二天天

Zhang chakula kizuri na divai tamu. Baada ya kula Zhang aliona kitanda kimetandikwa tayari. Zhang alisisimka moyoni, kisha alimwuliza bikizee habari za ukoo wao. Bikizee alisema, "Jina letu la ukoo ni Shi, bwana na madamu walifariki, wakaacha mabinti watatu, hivi punde uliyemwona ni binti yake wa kwanza, anaitwa Shi Shunhua."

Baada ya bikizee kuondoka, Zhang akagundua Msahafu wa Nanhua[12] juu ya meza, akalala kifudifudi kitandani na kuusoma. Ghafla Shunhua alisukuma mlango na kuingia ndani. Zhang kwa haraka aliamka na kuvaa viatu na kofia. Shunhua alisema, "Usiwe na ugeni," huku akimsukuma akae kitandani. Yeye mwenyewe alikaa juu ya kiti kilicho karibu na kitanda. Alisema kwa haya, "Naona wewe ni msomi mpole, ningependa kuolewa nawe. Wewe unaweza kukaa kwetu, sijui kama utakubali?" Zhang aliposikia kwamba bimdogo huyo anataka kuolewa naye alihangaika hata hakujua la kusema, alijibu, "Sitaki kukudanganya, mimi nina mke na mtoto wa kiume nyumbani." Shunhua alisema kwa kicheko, "Kutokana na jambo hilo najua wewe ni mtu mnyofu. Ingawa wewe una mke lakini sijali. Kama unanipenda, basi kesho tuma mshenga aje kuposa." Baada ya kusema maneno hayo, Shunhua alisimama na kutaka kuondoka. Zhang alimwomba akae dakika chache zaidi na hatimaye usiku huohuo wakajamiiana. Siku ya pili, kabla ya jua halijachomoza, Shunhua alimpa Zhang kiasi cha pesa na kusema,

【原文】

舜华推扉入。张释卷，搜觅冠履。女即榻捉坐曰："无须，无须！"因近榻坐，觍然曰："妾以君风流才士，欲以门户相托，遂犯瓜李之嫌。得不相遐弃否？"张皇然不知所对，但云："不相诳，小生家中，固有妻耳。"女笑曰："此亦见君诚笃，顾亦不妨。既不嫌憎，明日当烦媒妁。"言已，欲去。张探身挽之，女亦遂留。未曙即起，以金赠张，曰："君持作临眺之资。向暮，宜晚来，恐傍人所窥。"张如其

【今译】

不亮，舜华就起来了，送给张鸿渐一些银子，说："你拿去做游玩的费用吧。到了晚上，你要晚点儿来，免得被别人看见。"张鸿渐按照她的吩咐，每天早出晚归，这样过了半年。

　　一天，张鸿渐回来得很早，到了那个地方，村庄、房屋全都没有了，他十分惊异。正徘徊不定时，听到老太太说："怎么回来得这么早！"一转眼间，院落就出来了，和往常一样，自己也已经在屋子中了，于是，他更加惊异。舜华从里间走出来，笑着说："你怀疑我了吧？实话对你说：我是狐仙，与你有前世的姻缘。如果你一定要见怪，那么我们马上分手吧。"张鸿渐贪恋她的美貌，也就安心地留了下来。晚上，张鸿渐对舜华说："你既是仙人，千里路程也

"Unaweza kutumia pesa hizi kuzuru na kuburudika kwenye
maeneo ya jirani. Baada ya giza kutanda urudi, usirudi mapema
ili watu wengine wasije wakakuona." Kwa kufuata maagizo ya
Shunhua, Zhang kila siku alitoka nje asubuhi na mapema na kurudi
nyumbani usiku. Alifanya hivyo kwa nusu mwaka na akazoea
maisha hayo. Siku moja, alirudi nyumbani mapema kidogo, lakini
alipofika mahali penye nyumba ya Shunhua hakuona hata kivuli
cha nyumba yake. Wakati alipokuwa akitazama huku na kule kwa
kustaajabu, ghafla alimsikia bikizee akisema, "Kwa nini umerudi
mapema?" Punde si punde, aliona nyumba ya awali imetokea na
yeye mwenyewe akajikuta amesimama chumbani. Alipokuwa
amepigwa na butwaa, Shunhua alikuja akitokea chumba kingine
na kumwambia kwa tabasamu, "Ulikuwa na mashaka juu yangu?"
Nakuambia maneno ya kweli, mimi ni mzimu wa mbweha,
tumejaliwa kufunga ndoa. Kama una mashaka tunaweza kuagana
sasa hivi." Zhang alimpenda Shunhua kutokana na uzuri wake,
kwa hivyo alikubali kuendelea kukaa pale.

803

Siku moja, Zhang alimwambia Shunhua, "Ilivyokuwa wewe
ni mzimu, unaweza kufika mahali popote kwa dakika chache tu.
Nimeondoka nyumbani kwangu kwa miaka mitatu, siku zote
ninamkumbuka mke wangu, unaweza kunipeleka hadi kwangu
nionane naye?" Baada ya kusikia hayo, Shunhua hakuona furaha
akasema, "Tukitaja mambo ya unyumba, najitahidi kukutendea

【原文】

言，早出晏归，半年以为常。

一日，归颇早，至其处，村舍全无，不胜惊怪。方徘徊间，闻媪云："来何早也！"一转盼间，则院落如故，身固已在室中矣，益异之。舜华自内出，笑曰："君疑妾耶？实对君言：妾，狐仙也，与君固有夙缘。如必见怪，请即别。"张恋其美，亦安之。夜谓女曰："卿既仙人，当千里一息耳。小生离家三年，念妻孥不去心，能携我一归乎？"

【今译】

能一口气走到吧。我离开家三年了，一直惦念我的妻子和孩子，你能带我回一趟家吗？"舜华听了好像不太高兴，说："从夫妻之情来说，我自信对你一往情深。可是，你守着我却想着别人，可见你对我的恩爱，都是假的！"张鸿渐道歉说："你怎么这样说！俗话说：'一日夫妻，百日恩义。'以后，我回了家，想念你的时候，也会像今天我想念她一样啊。如果我是个得新忘旧的人，你爱我什么呢？"舜华才笑着说："我的心胸很狭窄，于我，希望你永远不忘；于别人，希望你忘了她。然而你想暂时回家一趟，又有什么难的，你的家就在眼前啊。"

舜华于是拉起他的袖子走出门去，只见道路昏暗，张鸿渐畏畏缩缩不敢往前走。舜华拉着他走，不一会儿，说：

kwa moyo wote, lakini kumbe unakaa hapa huku moyo wako wote ukiwa kule. Naona hayo maneno matamu unayoniambia kila siku yote ni ya uwongo!" Zhang alijieleza kwa pupa, "Unawezaje kusema hivi? Kuna usemi usemao 'Mume na mke wa siku moja tu, mapenzi yao yatadumu siku mia moja'. Baada ya kufika kwangu nitakukumbuka kama ninavyomkumbuka mke wangu. Taraa mimi nikiwa mtu aliyependa mtu mpya na kudharau mtu wa siku nyingi, utaniheshimu?" Shunhua alicheka na kusema, "Nina moyo wa upendelevu. Natumaini hutanisahau milele, bali utamsahau mke wako haraka zaidi. Walakini, kama unataka kwenda nyumbani kumzuru, kwangu mimi si kazi kubwa, kwa kuwa nyumbani kwenu si mbali na hapa." Baada ya kusema maneno hayo, Shunhua alishika nguo ya Zhang na kutoka nyumbani pamoja. Kwa kuwa Zhang hakuweza kuona njia vizuri alisitasita na Shunhua alimburura kwa nguvu. Na haikuchukua muda mrefu, mara Shunhua alisema, "Umesha fika kwako. Nenda nyumbani, mimi naondoka."

Zhang alisimama na kuangalia kwa makini kwenye giza, akagundua kwamba amesimama mbele ya mlango wa nyumbani kwake. Hakugonga mlango mkubwa bali akakiuka ukuta na kuingia uani, akaona taa bado ikiwaka ndani ya chumba.

Alikwenda hadi mlangoni mwa chumba cha mkewe na kubisha hodi kwa vidole viwili. Palikuwa na mtu mmoja

805

【原文】

女似不悦，曰："琴瑟之情，妾自分于君为笃。君守此念彼，是相对绸缪者，皆妄也！"张谢曰："卿何出此言！谚云：'一日夫妻，百日恩义。'后日归念卿时，亦犹今日之念彼也。设得新忘故，卿何取焉？"女乃笑曰："妾有褊心，于妾，愿君之不忘；于人，愿君之忘之也。然欲暂归，此复何难，君家咫尺耳。"

遂把袂出门，见道路昏暗，张逡巡不前。女曳之走，

【今译】

"到了。你回去吧，我先走了。"张鸿渐停下来细细辨认，果然看见家门。他从倒坍的垣墙中跳进去，见屋中灯烛还亮着，靠上前用两个手指弹叩窗户。里面人问是谁，张鸿渐说自己回来了。屋里人拿着灯烛打开门，真是妻子方氏。两人相见，又惊又喜，手拉着手走进床帷。看见儿子睡在床上，感叹道："我离开时，儿子才有我膝头那么高，如今长这么大了！"夫妇依偎在一起，恍如在梦中。张鸿渐从头至尾说了出逃后的遭遇。又问到那件官司，才知道那些书生有的在狱中病死，有的流放远方，于是更加佩服妻子的远见。方氏扑到他怀里，说："你有了漂亮的新夫人，想来不会再惦记我这个终日哭泣、孤苦伶丁的人了吧！"张鸿渐说："不惦记你，怎么会回来呢？我和她虽说感情很好，但终究不是

chumbani aliyeuliza ni nani anapiga hodi, Zhang akajibu, halafu mtu huyo alishika mshumaa na kuja kufungua mlango. Zhang aliona aliyetoka kweli ni mke wake. Watu wawili walijawa na furaha ghafla, wakaingia chumbani mkono kwa mkono. Zhang aliona mtoto wake amelala kitandani akasema kwa msisimko, "Nilipoondoka mtoto wetu alikuwa mdogo wa kunifikia gotini tu, sasa amekuwa mkubwa kiasi hicho!" Walikaa uso kwa uso na kuona kana kwamba wamekutana kwenye njozi. Zhang alimsimulia hali yake ya miaka mitatu, halafu akauliza kesi ile, akaambiwa kwamba baadhi ya wasomi walikufa gerezani na wengine wametorokea mahali pengine, hivyo alizidi kumheshimu mkewe. Fang alijitupa kifuani mwa Zhang na kusema, "Hababi, umesha pata mwanamke mwingine mrembo, nafikiri bila shaka hukuwa na muda wa kunikumbuka mimi: mtu maskini anayelia peke yake ndani ya chumba."

"Kama kweli nimekusahau, basi kwa nini nimekuja hapa? Ingawa mimi na yeye tunasema kwamba tunapendana, kwa vyovyote yeye si mwanadamu. Sababu pekee ni kwamba naona taabu kusahau wema wake tu."

Fang aliuliza, "Maulana, unadhani mimi ni nani?"

Zhang alitazama kwa uangalifu, akagundua kumbe mtu aliyekaa mbele yake si mke wake bali ni Shunhua. Alimpapasa mtoto wake, kumbe kilikuwa kipande cha mwanzi tu. Wakati huo

【原文】

无几时，曰："至矣。君归，妾且去。"张停足细认，果见家门。逾埃垣入，见室中灯火犹荧。近以两指弹扉，内问为谁，张具道所来。内秉烛启关，真方氏也。两相惊喜，握手入帷。见儿卧床上，慨然曰："我去时儿才及膝，今身长如许矣！"夫妇依倚，恍如梦寐。张历述所遭。问及讼狱，始知诸生有瘐死者，有远徙者，益服妻之远见。方纵体入怀，曰："君有佳耦，想不复念孤衾中有零涕人矣！"张曰：

【今译】

同类，只是她的恩义难忘罢了。"方氏说："你以为我是谁？"张鸿渐仔细一看，竟然不是方氏，而是舜华，用手去摸儿子，却是一个消暑用的竹夫人。张鸿渐非常惭愧，说不出一句话。舜华说："你的心我算知道了！本应该自此分别，所幸你还未忘掉我的恩情，勉强还可以赎你的罪。"

过了两三天，舜华忽然说："我想一厢情愿地痴恋着你这个人，终究没什么意思。你天天抱怨我不送你，今天正好我要去京城，顺便可以送你回去。"于是从床头上拿过竹夫人，两人一起跨上去，让张鸿渐闭上眼睛，张鸿渐只觉离地不远，风声飕飕。不多时，就落到了地面。舜华说："我们从此分别吧。"张鸿渐刚要和她约定再见的日子，舜华就已经走得看不见了。张鸿渐失望地站了一会儿，就听见村中有

Zhang alitahayari sana na bila ya kuweza kusema chochote.

Shunhua akasema, "Moyo wako hasa nimesha jua sasa. Ni bora tuvunje uhusiano wetu, lakini kwa bahati njema bado hujasahau wema wangu, jambo hilo bado linaweza kukusaidia kujirudi wewe mwenyewe."

Siku tatu baadaye, ghafla Shunhua alisema, "Naona mapenzi ya upande wangu mmoja tu hayana maana. Muungwana, kila siku unalalamika kuwa sikukusindikiza kurejea nyumbani, leo kwa bahati nitakwenda kwenye mji mkuu, naweza kukupeleka hadi nyumbani kwako." Shunhua alisema maneno hayo huku akichukua mwanzi ule wa kitandani. Watu hao wawili walipanda mwanzi huo, Zhang akaambiwa afumbe macho. Zhang alijihisi anaruka hewani, lakini si juu sana kutoka ardhini, akasikia upepo ukivuma. Baada ya saa mbili walianza kushuka chini. Shunhua alisema, "Tutatengana tangu sasa." Ndipo Zhang alipotaka kumpa baadhi ya maagizo, lakini Shunhua amesha toweka. Alisimama pale akishikwa na bumbuwazi kwa muda. Alisikia mbwa wakibweka kijijini, aliona nyumba na miti, haya yote ni mazingira ya watani wake. Alifuata njia kuelekea nyumbani kwake. Kama safari iliyopita, alitambuka ukuta kuingia uani, halafu akapiga hodi mlango wa chumba. Fang alishtuka, kwa sababu hakuamini kuwa ni mumewe amerudi. Alimdodosa kwa muda mrefu ili kuhakikisha kwamba mtu huyu kweli ni mumewe. Alichukua funusi na kuja mlangoni kuufungua.

809

【原文】

"不念，胡以来也？我与彼虽云情好，终非同类，独其恩义难忘耳。"方曰："君以我何人也？"张审视，竟非方氏，乃舜华也。以手探儿，一竹夫人耳。大惭无语。女曰："君心可知矣！分当自此绝矣，犹幸未忘恩义，差足自赎。"

过二三日，忽曰："妾思痴情恋人，终无意味。君日怨我不相送，今适欲至都，便道可以同去。"乃向床头取竹夫人共跨之，令闭两眸，觉离地不远，风声飕飕。移时，

【今译】

狗叫声，模模糊糊看见树木房屋，都是故乡的景物，便顺着路向家走。跳过院墙，再敲门，一切和上次一样。方氏惊醒了爬起来，却不相信是丈夫回来了，隔门盘问确实，才点上灯，呜咽着出来迎接。一见面，方氏便哭得抬不起头来。张鸿渐还在怀疑是舜华戏弄他，又看见床上躺着一个孩子，像那天一样，于是笑着说："你把竹夫人又带来了？"方氏一听莫名其妙，生气地说："我盼望你回来，度日如年，枕头上的泪痕还在。刚刚相见，你却没有一点儿悲伤之情，真不知你长的是一副什么心肠！"张鸿渐看出她是真的方氏，才拉起她的手流下泪来，详详细细向她说明了一切。又问官司的结果，和舜华说的一样。

两人正相对感慨，忽然听见门外有脚步声，问是谁，

alipomwona mumewe alilia hata hakuweza kuinua kichwa chake, lakini Zhang bado alikuwa na hatihati na akadhani moyoni labda bado ni Shunhua anamchezea tena. Alipoona mtoto mmoja kalala kitandani na sura yake ni sawa na mtoto wa siku ile, alisema kwa kicheko, "Umeleta tena mwanzi ule?" Fang hakufahamu mumewe anasema nini, akahamaki na kumwambia, "Kila siku ninatamani urejee nyumbani. Ukiangalia alama za machozi yaliyobaki juu ya mto wangu wa kulalia utajua mambo yote hayo, lakini baada ya kuonana nami, huna hisia yoyote, moyo wako ni wa baridi namna hii!" Baada ya kusikia maneno hayo, Zhang akajua hisia ya mkewe ni ya kweli, mara akashika mkono wake na kuanza kulia, akamwambia habari yake ya miaka hiyo. Alipouliza juu ya kesi, matokeo yake yalikuwa kama aliyosema Shunhua. Ndiyo kwanza walikuwa wameanza kupiga kite kuhusu taabu ya maisha ya binadamu. Mara ghafla, walisikia vishindo vya viatu. Fang aliuliza ni nani, yule mtu hakujibu. Kumbe huyo alikuwa ni lofa wa kijiji hiki, ambaye alivutiwa na uzuri wa Fang na kuwa na nia mbaya moyoni mwake. Usiku huo alirejea kutoka kijiji kingine, kwa mbali aliona mtu mmoja aliyetambuka ukuta na kuingia uani mwa Fang. Alifikiri bila shaka ni hawara wa Fang aliyekuja kujamiiana naye, hivyo alimfuata kimyakimya na kuingia uani kwa kuparamia ukuta. Lofa huyo zamani hakumfahamu sana Zhang. Hivyo akatia sikio lake dirishani na kusikiliza, hakufahamu

811

大中华文库

寻落。女曰："从此别矣。"方将订嘱，女去已渺。怅立少时，闻村犬鸣吠，苍茫中见树木屋庐，皆故里景物，循途而归。逾垣叩户，宛若前状。方氏惊起，不信夫归，诘证确实，始挑灯呜咽而出。既相见，涕不可仰。张犹疑舜华之幻弄也，又见床卧一儿，如昨夕，因笑曰："竹夫人又携入耶？"方氏不解，变色曰："妾望君如岁，枕上啼痕固在也。甫能相见，全无悲恋之情，何以为心矣！"张察其情

【今译】

却没人应。原来乡里有个恶少，一直觊觎方氏的美貌，这天晚上他从别的村子回来，远远地看见一个人跳墙过去，以为一定是和方氏来约会的，就尾随着进来了。恶少甲本来不太认识张鸿渐，只是趴在外面听。等到方氏连连问外面是谁，他才说："屋里是谁？"方氏骗他："屋里没人。"甲说："我已经听了半天了，我是来捉奸的。"方氏不得已，告诉他是丈夫回来了。甲说："张鸿渐这桩大案还没了结呢，即便是他回来了，也该绑了送官。"方氏苦苦哀求他，甲却乘机逼她，话愈不堪入耳。张鸿渐怒火中烧，拿着刀直冲出去，一刀剁在甲的头上。甲倒在地上，还在叫喊，张鸿渐又连剁几刀，杀死了他。方氏说："事已至此，你的罪更加重了。你快逃吧，我来顶罪。"张鸿渐说："大丈夫死就死，

mambo yaliyozungumzwa mule ndani. Wakati Fang alipouliza ni nani aliyekuweko nje, huyo fidhuli badala ya kujibu aliuliza, "Umemficha nani chumbani?"

Fang hataki kumwambia, akasema, "Hakuna mwingine."

"Nimesha sikiliza kisirisiri kwa muda mrefu, nitaingia kumkamata mzinzi huyu!" Lofa alisema na akaingia ndani.

Fang hakuwa na njia ila kumwambia ukweli wa mambo. Lofa huyo alisema kishenzi, "Ala, kesi ya Zhang haijamalizika. Hata kama akirejea nyumbani anastahili kutiwa mbaroni na kupelekwa katika boma la ofisa."

Fang alimwomba tena na tena, lakini fidhuli huyo kwa kuwa amesha tia chanda atatia na mkono pia, alisema maneno mengi machafu na akataka kumnajisi. Zhang aliyekuwemo katika chumba cha kulalia alipandwa na hamaki kubwa akachukua panga, akatoka nje upesiupesi na kumkata kichwa. Fidhuli huyo alianguka chini na bado angali akipiga kelele, Zhang alimkata tena mara kadhaa mpaka akafa fee.

Fang alimwambia mumewe, "Umefanya hatia tena. Toroka chapuchapu na mimi nitachukua dhamana yote ya hapa."

Zhang alisema, "Mimi ni mwanamume ninawezaje kumfanya mke wangu atiwe hatiani kwa ajili ya kujiokoa mwenyewe? Usinitie jakamoyo wakati huu. Madhali tu utamlea mtoto wetu na kuwa msomi, mimi nitakuwa radhi ijapokuwa nitakufa."

【原文】

真，始执臂欷歔，具言其详。问讼案所结，并如舜华言。

方相感慨，闻门外有履声，问之不应。盖里中有恶少，久窥方艳，是夜自别村归，遥见一人逾垣去，谓必赴淫约者，尾之入。甲故不甚识张，但伏听之。及方氏亟问，乃曰："室中何人也？"方讳言："无之。"甲言："窃听已久，敬将以执奸耳。"方不得已，以实告。甲曰："张鸿渐大案未消，即使归家，亦当缚送官府。"方苦哀之，甲词益

【今译】

怎么能连累妻子、儿子，而求自己活命！你不要管我了，只要让这个孩子读书成才，我死也瞑目了。"天亮后，张鸿渐到县里去自首。赵县令因为他是朝廷追查的犯人，所以，只微微用了用刑。不久就由郡县押解到京城，一路上枷重铐紧，受尽折磨。

他们在路上遇到一个女郎骑马而过，一个老太太拉着马缰绳，原来是舜华。张鸿渐叫住老太太想说话，一开口眼泪就流下来了。舜华勒马回来，用手撩开面纱，惊讶地说："表兄，你怎么这样了？"张鸿渐把事情经过大致说了一遍。舜华说："如果按表兄往日的作为，我应当掉头不理你，但我还是不忍心。我家离这儿不远，也请两位差官一起过去，我也好多少帮助一点儿路费。"几个人跟着她走了

Siku ya pili kulipopambazuka tu, Zhang alikwenda kwenye ofisi ya wilaya kujisalimisha. Mkuu wa wilaya alikuwa yuleyule Zhao. Zhao alikuwa amesha peleka kesi ya zamani ya Zhang kwa mfalme na sasa hakuwa na budi kumpeleka kwa nguvu hadi mji mkuu, kwa hivyo hakuthubutu kumpa adhabu kali. Muda si muda, Zhang alipelekwa kwenye mji mkuu akiwa chini ya ulinzi. Alifungwa mkatale mzito, njiani aliteswa vibaya.

Siku moja njiani, Zhang alimuona msichana mmoja aliyepanda farasi akipita kando yake na bikizee mmoja alimwongoza farasi kwa hatamu. Yule msichana alikuwa ni Shunhua! Zhang alimwita bikizee na alipotaka kusema, machozi yakamtoka. Shunhua aligeuza nyuma kichwa cha farasi akafunua shela na kusema kwa mshangao, "Si biaoge yangu huyu? (Biaoge hurejelea bin aliyekutangulia kuzaliwa na dada/meimei wa baba yako na vilevile huweza kurejelea bin aliyekutangulia kuzaliwa na ndugu yeyote wa mama yako; biaodi hurejelea bin aliyezaliwa baada yako na dada/meimei wa baba yako na vilevile huweza kurejelea bin aliyezaliwa baada yako na ndugu yeyote wa mama yako.) Mbona umebadilika na kuwa namna hii?" Zhang alimweleza kwa ufupi jinsi alivyoingia hatiani. Shunhua alisema, "Kwa jinsi ulivyonitendea zamani, rohoni mwangu sipendi kukusaidia, lakini moyo wangu haukubali, basi uende nyumbani kwangu kupumzika. Ni karibu na hapa. Nyinyi walinzi

815

【原文】

狎逼。张忿火中烧，把刀直出，剁甲中颅。甲踣，犹号，又连剁之，遂死。方曰："事已至此，罪益加重。君速逃，妾请任其辜。"张曰："丈夫死则死耳，焉肯辱妻累子以求活耶！卿无顾虑，但令此子勿断书香，目即瞑矣。"天明，赴县自首。赵以钦案中人，姑薄惩之。寻由郡解都，械禁颇苦。

途中遇女子跨马过，一老妪捉鞚，盖舜华也。张呼妪欲语，泪随声堕。女返辔，手启障纱，讶曰："表兄也，

【今译】

二三里路，看见一座山村，楼阁高大整齐。女子下马走进去，让老太太开门请客人进去。一会儿，又摆上丰美的酒菜，好像早就准备好了的。又派老太太出去说："家里刚好没有男人，张官人就多劝差官喝几杯吧，今后路上还要二位多关照呢。已经打发人去张罗几十两银子给张官人做路费，并一起酬谢两位差官，还没回来呢。"两个差官暗自高兴，放开量喝酒，不再说赶路的事。天渐晚了，两个差官全都喝醉了。舜华走出来，用手一指枷锁，锁立即开了，拉着张鸿渐共跨一匹马，像龙一样飞腾而去。不一会儿，舜华让他下马，说："你就在这儿下吧。我和妹妹有青海之约，因为你耽误了一会儿，恐怕她已经等久了。"张鸿渐问："我们什么时候再见面？"舜华不答，再问她，她就把张鸿渐推下

wawili mtakwenda vilevile, nitawapeni pesa za kutumia safarini."
Walinzi wawili baada ya kusikia kwamba wataweza kupata pesa
wakafurahi. Watu hawa walifuatana na Shunhua kwa umbali wa
kilomita moja hivi wakaona kijiji kimoja cha mlimani, ambacho
mazingira yake ni mazuri. Shunhua alishuka kwenye farasi na
kuingia chumbani akamwamrisha bikizee kufungua mlango wa
chumba cha wageni ili kuwakaribisha. Muda si muda, pombe
tamu na chakula kizuri vimewekwa mezani. Shunhua alimtaka
bikizee kuwaambia, "Nyumbani mwetu hakuna wanaume, ila
bwana Zhang atawakaribisheni walinzi kunywa kileo badala yetu,
tena atahitaji nyinyi mumtunze safarini. Bibi yetu amesha tuma
mtu kuchukua pesa na sasa mtu huyo bado hajarudi, mnaweza
kula chakula huku mkisubiri." Walinzi hao wawili waliona si
kama wamepewa kileo na chakula kizuri bali pia watapata pesa,
wakafurahi na kuendelea kula bila kutaja kuendelea na safari yao.
Ilikuwa giza totoro, walinzi wawili walilewa chakari. Wakati huo
Shunhua alikuja, akaelekeza kidole mkatale uliopo mwilini mwa
Zhang, mara moja tu ukafunguka. Halafu walipanda pamoja juu
ya yule farasi. Farasi alipiga shoti kama lirukavyo joka, punde
tu amekwisha safiri maili elfu kadhaa. Muda si muda, Shunhua
alimsimamisha farasi na kumwambia Zhang ashuke na kumweleza,
"Hababi, unafaa kuishi hapa! Mimi na meimei yangu tumeahidiana
kwenda huko Qinghai. Sasa nimesha poteza adhuhuri nzima kwa

817

【原文】

何至此？"张略述之。女曰："依兄平昔，便当掉头不顾，然予不忍也。寒舍不远，即邀公役同临，亦可少助资斧。"从去二三里，见一山村，楼阁高整。女下马入，令妪启舍延客。既而酒炙丰美，似所夙备。又使妪出曰："家中适无男子，张官人即向公役多劝数觞，前途倚赖多矣。遣人措办数十金，为官人作费，兼酬两客，尚未至也。"二役窃喜，纵饮，不复言行。日渐暮，二役径醉矣。女出，以手指械，械

【今译】

马走了。天亮后，张鸿渐打听这里是什么地方，原来是太原县。于是他到了郡城，租了间屋子以开课教学为生。化名宫子迁。

　　张鸿渐在太原住了十年，打听到官府追捕他的事渐渐放松了，才又慢慢往家里走。走到村口，不敢马上进村，等到夜深后才进去。到了家门口，只见院墙又高又厚，再也爬不进去了，只好用马鞭敲门。过了很久，妻子才出来问是谁。张鸿渐低声告诉她。方氏高兴极了，连忙开门让他进来，却大声呵斥说："少爷在京城里钱不够用，就该早些回来，为什么打发你三更半夜地跑回来？"进了屋，两人互相说了分别后的情况，才知道那两个差官逃亡在外一直没回来。他们说话的时候，门帘外面有一个少妇走来走去，张鸿渐问

ajili yako, meimei yangu labda ananingoja sasa."

Zhang alimwuliza, "Lini tutaonana tena?"

Shunhua hakujibu. Zhang aliuliza tena, Ghafla Shunhua alimsukuma ardhini kutoka kwenye mgongo wa farasi kisha huyo akaenda zake.

Kulipopambazuka, Zhang aliuliza mahali alipo, akaambiwa kuwa palikuwa ni Jun ya Taiyuan, Mkoa wa Shanxi. Basi aliendelea kutembea mpaka mji mkuu wa jun, akapanga nyumba moja na kuanzisha shule ndogo ya msingi. Alibadilisha jina lake akaitwa Gong Ziqian na aliishi hapa kwa muda wa miaka kumi. Baada ya kuulizauliza akapata kujua kwamba jambo la kumkamata limesha legea, basi alianza kusafiri polepole kuelekea mashariki.

Baada ya kuwasili mbele ya kijiji, hakuthubutu kuingia. Giza limetanda na alikuja mbele ya nyumba yake. Aliona ukuta umekuwa mrefu kuliko zamani hivyo hakuweza kukauka tena, ilimbidi agonge mlango mkubwa polepole kwa mjeledi. Baada ya kupiga hodi kwa muda mrefu ndipo mkewe alipotoka nje na kuuliza ni nani. Zhang alimwambia kwa sauti ya chini kwamba ni yeye amerudi. Mke wake alifurahi sana akafungua mlango mkubwa kwa haraka na kujifanya kumlaumu, "Unapaswa kurudi nyumbani mapema iwapo huna pesa za kutosha za kukuwezesha kuishi mjini, kwa nini ukakaa huko hadi leo usiku ndio unarudi?" Waliingia nyumbani na kuanza kusimuliana habari zao baada

819

【原文】

立脱，曳张共跨一马，驶如龙。少时，促下，曰："君止此。妾与妹有青海之约，又为君逗留一晌，久劳盼注矣。"张问："后会何时？"女不答，再问之，推堕马下而去。既晓，问其地，太原也。遂至郡，赁屋授徒焉。托名宫子迁。

居十年，访知捕亡寝息，乃复逡巡东向。既近里门，不敢遽入，俟夜深而后入。及门，则墙垣高固，不复可越，只得以鞭挝门。久之，妻始出问。张低语之。喜极，纳入，作

【今译】

是谁，方氏答："是儿媳。"问："儿子呢？"答道："到省里赶考还没回来。"张鸿渐流着泪说："我在外面颠簸了这么多年，儿子已经长大成人了，想不到能接续我们家的书香，你也真是熬尽了心血啊！"话没说完，儿媳已经烫好了酒，做好了饭，满满地摆了一桌子。张鸿渐真是喜出望外。张鸿渐在家住了几天，都是藏在屋里不敢出门，惟恐别人知道。一天夜里，他们刚刚躺下，忽然听见外面人声嘈杂，有人用力捶打房门。两人吓坏了，一齐起来。听见有人说："有后门吗？"他们更加害怕，急忙用门扇代替梯子，送张鸿渐跳墙逃了出去，方氏然后到门口问是干什么的，才知道是儿子中举了，有人来报告的。方氏大喜，非常后悔让张鸿渐逃跑了，可是再追也来不及了。

ya kuachana kwa muda wa miaka kumi. Zhang alijua kwamba walinzi wawili wametoroka kabisa.

Walipozungumza, alikuwepo mwanamke mwingine kijana aliyepitapita nje ya pazia la mlango.

Zhang aliuliza, "Huyo ni nani?"

"Yeye ni mke wa mwenetu."

"Mwenetu amekwenda wapi?"

"Amekwenda mjini kufanya mtihani."

Zhang aliposikia maneno hayo machozi yalimtoka. Alisema, "Nimetangatanga nje kwa miaka kumi na kitu, mtoto wetu amesha kuwa mtu mzima sasa. Sikutarajia kwamba atakuwa msomi!" Umefanya kazi kubwa ya kumlea mtoto wetu."

Wakati huo, mkwe wao alisha waandalia chakula na kileo. Zhang alifurahi moyoni mwake. Alikaa nyumbani kwa siku kadhaa. 'Ukisha umwa na nyoka ukiona unyasi unashtuka.' Kila siku Zhang alijificha ndani ya chumba chake cha kulalia ili asije akagunduliwa.

Usiku mmoja, alipolala kitandani ghafla alisikia makelele nje ya mlango mkubwa, halafu walikuweko watu waliogonga mlango kwa nguvu. Zhang aliogopa akainuka haraka. Wakati huo, alikuweko mtu mmoja aliyeuliza, "Kuna mlango wa nyuma?" Zhang alizidi kuogopa. Mke wake alichukua ubao wa mlango na kuuegemeza ukutani ili uwe kama ngazi, kisha alimwambia

821

【原文】

呵叱声，曰："都中少用度，即当早归，何得遣汝半夜来？"入室，各道情事，始知二役逃亡未返。言次，帘外一少妇频来，张问伊谁，曰："儿妇耳。"问："儿安在？"曰："赴郡大比未归。"张涕下曰："流离数年，儿已成立，不谓能继书香，卿心血殆尽矣！"话未已，子妇已温酒炊饭，罗列满几。张喜慰过望。居数日，隐匿房榻，惟恐人知。一夜，方卧，忽闻人语腾沸，捶门甚厉。大惧，并起。闻人言曰："有

大中华文库

【今译】

　　这天夜里，张鸿渐在乱树荒林中奔逃，急不择路，天亮时，已经困乏到了极点。开始他本来想往西走，一问路上的行人，才知道离去京城的大路不远了。于是进了一座村子想要卖了衣服换碗饭吃。看到一所大宅门，墙上贴着报喜的条子，近前一看，知道这家姓许，是新中的孝廉。不一会儿，一个老翁从里面出来，张鸿渐迎上去行礼，说明自己想换碗饭吃。老翁见他文质彬彬，知道他不是那种来骗饭吃的，就请他进去招待他吃饭。老翁又问他要去哪里，张鸿渐随口编道："在京城教书，回家路上遇到了强盗。"老翁就把他留下教自己的小儿子。张鸿渐略略问了老翁的情况，原来是曾在京城做官的，现在告老还乡了，新举的孝廉是他的侄子。住了一个多月，孝廉带了一位和他同榜的举人回家，说是永

mumewe atoroke kwa kutambuka ukuta. Baada ya Zhang kufika nje ya ukuta, Fang alitulia kidogo akaenda kufungua mlango mkubwa na kuuliza wanataka nini. Wakati huo ndipo alipojua kumbe ni tarishi amekuja kupasha habari ya kuwa mwanawe amepita mtihani na kuwa juren mpya. Fang alijuta kwa kumtorosha mumewe, na hakuweza kumrudisha tena. Usiku uleule baada ya kutoroka nyumbani Zhang alikimbia ovyo, alipita makwekwe na mbayaya bila ya kuchagua njia. Kulipopambazuka alikuwa amechoka. Alitaka kukimbilia magharibi, lakini baada ya kuuliza wapitanjia akajua kumbe alikanganyika na akawa amekaribia barabara ya kuelekea mji mkuu. Aliingia kijiji kimoja na kutaka kubadilishana chakula kwa kutumia nguo yake. Alifika mbele ya mlango mkubwa wenye mnara juu yake, akaona karatasi nyekundu iliyobandikwa mlangoni. Alisogea kidogo na kuisoma, akajua ukoo huo unaitwa Xu, mvulana mmoja wa ukoo huo siku si nyingi zilizopita amepita mtihani na kuwa juren. Muda si muda, alikuja mzee mmoja kutoka katika mlango huo mkubwa. Zhang alikwenda kwake na kuomba chakula kidogo. Mzee huyo aliona Zhang ni mtu mpole na si kama mtu aliyetaka kudanganya chakula, akamkaribisha chumbani na kumwandalia chakula. Mzee alimwuliza anakwenda wapi. Zhang alitunga uwongo na kusema, "Katika mji mkuu nilianzisha shule moja ndogo na nilifundisha watoto; niliporudi nyumbani nikamkuta jambazi ambaye ameniibia vitu vyote." Mzee huyo

823

【原文】

后门否？"益惧，急以门扇代梯，送张夜度垣而出，然后诣门问故，乃报新贵者也。方大喜，深悔张遁，不可追挽。

　　张是夜越莽穿榛，急不择途，及明，困殆已极。初念本欲向西，问之途人，则去京都通衢不远矣。遂入乡村，意将质衣而食。见一高门，有报条黏壁上，近视，知为许姓，新孝廉也。顷之，一翁自内出，张迎揖而告以情。翁见仪貌都雅，知非赚食者，延入相款。因诘所往，张托言："设帐

【今译】

平人，姓张，是个十八九岁的年轻人。张鸿渐因他的家乡、姓氏都和自己一样，暗里怀疑他是自己的儿子，然而县里姓张的人很多，他就暂且保持沉默。到了晚上，许孝廉打开行李，拿出一本记载同科举人的齿录，张鸿渐急忙借过来仔细翻读，发现果然是自己的儿子，不由得流下泪来。大家都很吃惊，问他怎么回事，他才指着上面的名字说："张鸿渐就是我。"接着，他详细地讲述了自己的经历。张孝廉抱着父亲大哭。许家叔侄在一旁劝慰，两人才转悲为喜。许翁便给几位大官写信送礼，为张鸿渐的官司疏通，父子俩才得以一同回家。

　　方氏自从得了儿子的喜报后，整天因张鸿渐逃亡在外而悲伤，忽然有人说孝廉回来了，她心中更加难过。不一会

akamruhusu abaki ili amfundishe mziwanda wake. Baada ya kuuliza wadhifa na nasaba ya mzee, Zhang alijua kwamba yeye aliwahi kuwa ofisa wa serikali katika mji mkuu, sasa amesha staafu, na yule mvulana aliyepita mtihani na kuwa juren ni zhizi yake[Zhizi hurejelea bin wa kaka au wa didi na zhinü hurejelea binti wa kaka au wa didi.] Mwezi mmoja na zaidi baadaye, zhizi wa mzee huyo alirudi nyumbani pamoja na mwenzake, ambaye alipita mtihani juzijuzi na kuwa juren pia. Huyo kijana mwenye umri wa miaka 19 hivi ni mwenyeji wa watani wa Zhang na jina lake la ukoo ni sawasawa na lake. Zhang alifikiri kuwa labda yeye ni mwanawe, bali hakuthubutu kutaja jambo hilo kwa kuchelea angekosea. Jioni, kijana huyo alipofungua mizigo yake, alitoa orodha moja ya majina ya watahiniwa na ya wazazi wao. Kuiona tu, bila ya kuchelewa Zhang aliiazima na kuisoma, akafahamu kuwa huyo kijana kweli ni mwanawe. Alisisimka sana hata machozi yakamtoka. Watu walistaajabu na kuuliza sababu. Zhang aliwaonyeshea jina lake lililoandikwa katika daftari la orodha na kusema, "Zhang Hongjian ndo mimi!" Zhang aliwaelezea habari yake yote. Juren alimkumbatia baba yake na kulia kwa sauti kubwa. Baada ya shushu Xu na zhizi yake kuwafariji kwa muda mrefu, Zhang na mwanawe waliacha kulia na kubadilika kutoka wenye simanzi kuwa wenye ukunjufu wa moyo. Mzee Xu alitayarisha fedha na hariri na kuandika barua kwa waziri

825

【原文】

都门，归途遇寇。"翁留诲其少子。张略问官阀，乃京堂林下者，孝廉，其犹子也。月馀，孝廉偕一同榜归，云是永平张姓，十八九少年也。张以乡、谱俱同，暗中疑是其子，然邑中此姓良多，姑默之。至晚解装，出齿录，急借披读，真子也，不觉泪下。共惊问之，乃指名曰："张鸿渐，即我是也。"备言其由。张孝廉抱父大哭。许叔姪慰劝，始收悲以喜。许即以金帛函字，致告宪台，父子乃同归。

　　方自闻报，日以张在亡为悲，忽白孝廉归，感伤益痛。少时，父子并入，骇如天降，询知其故，始共悲喜。甲父见其子贵，祸心不敢复萌。张益厚遇之，又历述当年情状，甲父感愧，遂相交好。

【今译】

儿，却见父子二人一同走进来，惊奇不已，好像丈夫是从天上掉下来的一般，她问清了事情的经过，才同大家一样悲喜交集。甲的父亲看到张鸿渐的儿子中了举人，也不敢再有报复之心。张鸿渐格外优厚地照顾他，又从头到尾讲述当时的情况，甲父感到很惭愧，于是两人成了好朋友。

wa usimamizi aliyeshugulikia kesi hiyo, halafu alituma mtu kumzawadia. Alisadiki kwamba kesi ya Zhang itamalizika. Hivyo Zhang na mwanawe walirudi watani wao kwa pamoja.

Fang kila siku aliona majonzi kwa kumtorosha mumewe. Siku moja aliposikia kwamba mwanawe atarejea nyumbani alizidi kuhisi majonzi. Muda si muda mumewe na mwanawe waliingia nyumbani pamoja. Alishangaa kupindukia, akadhani wameshuka kutoka mbinguni. Baada ya kuuliza sababu, wote walicheka. Baba wa yule lofa aliyeuawa na Zhang alipoona mwanawe Zhang amepata ukuu hakuthubutu kutaja jambo lile la zamani tena. Zhang alimtendea mzee huyo vizuri zaidi, tena alimwambia jinsi alivyomwua mwanawe. Mzee huyo aliona ni kosa la mwanawe alihisi kufedheheka. Tangu hapo familia hizo mbili zilisikilizana vizuri.

折狱

【原文】

邑之西崖庄，有贾某被人杀于途。隔夜，其妻亦自经死。贾弟鸣于官。时浙江费公祎祉令淄，亲诣验之，见布袱裹银五钱馀，尚在腰中，知非为财也者。拘两村邻保审质一

【今译】

县城西崖庄，有个商人在路上被人杀死了。过了一夜，他妻子也上吊死了。商人的弟弟告到官里。当时，浙江人费祎祉在淄川做县令，亲自去验尸，发现包袱里裹着五钱多银子还在死者腰中，断定不是谋财害命。费公传来两村邻居，审问一番，也没有什么头绪，并没用刑，就都放了回去，只是让地保们仔细侦察，每十天报告一次。过了半年，事情渐渐松懈下来。商人的弟弟抱怨费公心慈手软，多次上公堂来吵闹。费公大怒，说："你既然不能指出凶手的姓名，难道想让我用枷锁伤害好人吗！"把他轰出了衙门。商人的弟弟无处申诉，只好气愤地安葬了兄嫂。一天，衙门因为拖欠赋税的事，抓来了几个人。其中有个叫周成的，害怕受

HAKIMU MWADILIFU

Sehemu ya Kwanza

Katika sehemu ya Yazhuang iliyokuwepo magharibi ya Zichuan, Mkoa wa Shandong, kulikuwa na mfanyabiashara mmoja ambaye jina lake la ukoo ni Jia, siku moja aliuawa njiani. Kesho yake mkewe alijinyonga pia. Ndugu yake mfanyabiashara alikwenda kushtaki katika mahakama ya wilaya. Kwa wakati huu bwana Fei Yizhi mzaliwa wa Mkoa wa Zhejiang, alikuwa mkuu wa wilaya. Baada ya kupata habari hiyo yeye mwenyewe alikwenda kujionea mahali alipouawa mfanyabiashara. Pale aligundua mfuko mmoja ulioshonwa kwa vitambaa ambamo fedha kiasi cha wakia tano zilifungiwa ndani nao bado ulikuwepo kwenye kiuno cha marehemu. Akaelewa kuwa mtu huyo hakuuawa kwa sababu ya fedha. Halafu aliwaita mabalozi wa vijiji viwili na kuwauliza lakini hakupata kidokezo chochote. Bwana Fei hakuwapiga bali aliwaachia kurudi nyumbani. Baadaye alimtuma mjumbe mmoja

829

【原文】

过，殊少端绪，并未搒掠，释散归农，但命地约细察，十日一关白而已。逾半年，事渐懈。贾弟怨公仁柔，上堂屡聒。公怒曰："汝既不能指名，欲我以桎梏加良民耶！"呵逐而出。贾弟无所伸诉，愤葬兄嫂。一日，以逋赋故，逮数人至。内一人周成，惧责，上言钱粮措办已足，即于腰中出银袄，禀公验视。公验已，便问："汝家何里？"答云："某村。"又问："去西崖几里？"答："五六里。""去年被杀贾某，

【今译】

到刑罚，上前说钱粮已经筹备够了，便从腰中拿出一个钱袋，呈上去请费公验看。费公验完，便问："你家在哪？"答道："某村。"又问："离西崖几里？"答道："五六里。""去年被杀的那个商人，是你的什么人？"答道："不认识。"费公勃然大怒，说："你杀了他，还说不认识！"周成极力辩解，费公不听，对他进行严刑拷打，他果然招认了。

原来，商人的妻子王氏准备去亲戚家，因为没有首饰，觉得没面子，就唠唠叨叨让丈夫去邻居家借。丈夫不肯去，妻子就自己去借了来，并且很珍惜它。回家路上，她把首饰摘下来包在钱袋里，放在袖子中，到了家，发现首饰丢了。

kuendelea kuchunguza kwa makini na kutoa taarifa kila baada ya siku kumi.

Nusu mwaka ulipita kesi hiyo ilikuwa ikiahirishwa siku hadi siku. Ndugu yake mfanyabiashara alilalamika kuwa mkuu wa wilaya haijui kazi yake. Mara kwa mara alikwenda kufanya fujo katika mahakama ya wilaya. Bwana Fei alisema kwa hasira "Wewe umeshindwa kunijulisha ni nani mwuaji sasa unataka kunishurutisha niwadhulumu watu wema?" Akamfukuza nje. Ndugu huyo alishindwa kupata mahali pa kushtaki ilimbidi azike maiti ya kaka na shemeji yake kwa hasira.

Siku moja watu wengi walifikishwa mahakamani kwa sababu ya kudaiwa kodi ya mashamba. Miongoni mwao alikuwepo mtu mmoja aliyeitwa Zhou Cheng. Zhou aliogopa kuadhibiwa akasema "Nimekwisha kutayarisha fedha na nafaka." Akatoa mfuko wa fedha kutoka kwenye kiuno chake akampa bwana Fei kuangalia. Bwana Fei alimwuliza,"Unakaa wapi?"

831

"Ninakaa katika kijiji fulani." Zhou akajibu.

"Kilomita ngapi toka Yazhuang?"

"Kilomita tatu hivi."

"Yule mfanyabiashara aliyeuawa mwaka jana alikuwa jamaa

【原文】

系汝何人？"答云："不识其人。"公勃然曰："汝杀之，尚云不识耶！"周力辨，不听，严梏之，果伏其罪。

先是，贾妻王氏，将诣姻家，惭无钗饰，聒夫使假于邻。夫不肯，妻自假之，颇甚珍重。归途，卸而裹诸袂，纳袖中，既至家，探之已亡。不敢告夫，又无力偿邻，懊恼欲死。是日，周适拾之，知为贾妻所遗，窥贾他出，半夜逾墙，将执以求合。时溽暑，王氏卧庭中，周潜就淫之。王氏

【今译】

她不敢告诉丈夫，自己又赔偿不起，后悔得要死。那天，周成恰好在路上捡了这个钱袋，知道是商人妻子丢的，就暗中趁商人外出，半夜跳墙到商人家，准备拿首饰逼商人妻子与他通奸。当时天很热，王氏睡在庭院里，周成悄悄过去奸污了她。王氏醒过来大喊。周成急忙制止她，把钱袋留下，还了她首饰。事完后，王氏叮嘱他说："以后不要来了，我家男人很厉害，被他发现，恐怕我们都活不成！"周成生气地说："我拿着够在妓院玩几宿的钱，怎么能玩一次就行了呢！"王氏安慰他说："我不是不愿意和你相好，我丈夫常患病，不如慢慢等他死后再说。"周成一听便走了，于是杀了商人，当夜又来到王氏那里，说："现在你丈夫已经被

yako?"

"Hapana! Na wala sikumfahamu."

"Ulimwua na sasa unajidai hukumfahamu!" Bwana Fei alisema kwa ukali.

Zhou alijitetea vya kutosha lakini bwana Fei hakumwamini. Baada ya Zhou kupigwa viboko vingi ndipo akaungama kuwa yeye ndiye aliyemwua yule mfanyabiashara.

Bi. Wang, mke wa mfanyabiashara, alitaka kuwatembelea jamaa zake lakini hakuwa na pete, akamng'ang'ania mumewe amwazimie kutoka kwa jirani. Mumewe hakukubali,basi yeye mwenyewe akaenda kuazima. Alipopata pete aliithamini kamani. Akiwa njiani anarejea aliivua pete na kuitia ndani ya mfuko wa fedha, halafu akauficha ndani ya mkono wa blauzi. Alipofika nyumbani aliutafuta lakini hakuuona mfuko wake. Wang hakuthubutu kumwambia mumewe, akabaki kusononeka kwa mawazo mazito maana yeye mwenyewe hakuwa na uwezo wa kumlipa jirani yake. Siku ileile Zhou alibahatika kuuokota mfuko ule. Alijuwa mfuko ule ni wa mke wa mfanyabiashara ambaye aliupoteza. Kwa bahati pia alipata habari kwamba mfanyabiashara alitoka kwa shughuli. Mnamo usiku wa manane Zhou alitambuka

833

大中华文库

【原文】

觉，大号。周急止之，留袂纳钗。事已，妇嘱曰："后勿来，吾家男子恶，犯恐俱死！"周怒曰："我挟勾栏数宿之贳，宁一度可偿耶！"妇慰之曰："我非不愿相交，渠常善病，不如从容以待其死。"周乃去，于是杀贾，夜诣妇曰："今某已被人杀，请如所约。"妇闻大哭，周惧而逃，天明则妇死矣。公廉得情，以周抵罪。共服其神，而不知所以能察之故。公曰："事无难办，要在随处留心耳。初验尸时，

【今译】

人杀了，请你履行你的话。"王氏听了大哭，周成害怕地跑了，天亮后，王氏也死了。费公查清了此案的前后经过，判周成抵罪。大家都很佩服费公的神明，却不知道他是怎么查清的。费公说："这不难办，只要时时处处留心就行。当时验尸时，我看见钱袋上绣着万字纹，周成的钱袋也一样，是出于同一人之手。等我审问周成时，他又说不认识死者，他言语支吾，神情多变，因此判定他就是真正的凶手。"

异史氏说：世上断案的人对待案件，不是漠然不顾，就是一下子抓来数十个人用刑折磨。公堂上拷打声不断，喧闹纷杂，断案人于是皱着眉说："我是尽心办事啊。"等到退堂下班，就花天酒地，沉湎于声色，哪里还会把难办的案

ukuta na kuingia ndani ya ua wa familia ya Wang. Alitarajia kwa kutumia mfuko ule angemshawishi Wang afanye naye mapenzi. Kwa wakati ule hali ya hewa ilikuwa ya joto, naye Wang alilala uani. Zhou akamtendea vibaya, Wang akagutuka na kupiga kelele. Bila ya kuchelewa Zhou alimzuia kwa kumpa ule mfuko na pete.

Shughuli yao ilipomalizika Wang alimwambia, "Siku nyingine usije hapa tena. Mume wangu ni mkali kama simba. Akitufumania huenda akatuua sote."

"Kwa nini nisije tena?" Zhou akamwuliza kwa hasira.

"Si kama mimi sipendi kufanya mapenzi nawe bali mume wangu ana maradhi mengi. Ni afadhali tumsubiri mpaka afe!" Hapohapo Zhou aliondoka, akaenda kumwua yule mfanyabiashara. Usiku huohuo Zhou alikuja tena kwa Wang, akamwambia, "Mume wako amesha uawa na mtu. Sasa afadhali ufanye kama ulivyoahidi." Mara Wang akalia kwa uchungu. Zhou akatoroka kwa hofu. Kulipopambazuka Wang alikufa vilevile. Bwana Fei alipomaliza kumhoji Zhou akaamua Zhou ayafidie maisha ya mfanyabishara.

Watu wote walimsifu bwana Fei kwa busara zake, lakini hawakuelewa jinsi alivyofahamu kuwa Zhou ndiye mwuaji.

【原文】

见银袱刺万字文，周袱亦然，是出一手也。及诘之，又云无旧，词貌诡变，是以确知其真凶也。”

异史氏曰：世之折狱者，非悠悠置之，则缧系数十人而狼籍之耳。堂上肉鼓吹，喧阗旁午，遂蹙曰：“我劳心民事也。”云板三敲，则声色并进，难决之词，不复置念，崇待升堂时，祸桑树以烹老龟耳。呜呼！民情何由得哉！余每曰：“智者不必仁，而仁者则必智，盖用心苦则机关出

【今译】

子放在心上，专等升堂时，胡乱判案，使众多无辜的人牵累受害。唉！这么办案，怎么可能真正了解民情呢！我常说："有智慧的人不一定仁爱，而仁爱的人则一定会有智慧，这是因为尽心竭力就一定能找到解决的办法。""处处留心"这句话，可以教导天下所有治理百姓的官员。

县里有一个叫胡成的，和冯安是同乡，两家世代不和。胡成父子强硬，冯安曲意与他们交好，但胡成始终不信任他。一天，两个人在一起喝了酒，微有醉意时，互相说了些心里话。胡成吹牛说："不用怕穷，百两银子的钱财不难弄到。"冯安知道胡家并不富裕，因此嘲笑他。胡成一本正经地说："实话告诉你：昨天路上遇见了一个大商人，带了很

Bwana Fei alisema,"Jambo lenyewe halitatanishi, muhimu uwe makini tu. Wakati nilipochunguza maiti ya marehemu, niligundua alama ya 'X' kwenye mfuko ule wa fedha, halafu nikabaini kuwa mfuko wa Zhou haukuwa na tofauti yoyote na mfuko wa marehemu. Nikafahamu kuwa bila shaka mifuko hiyo miwili ilishonwa na mtu mmoja. Zhou alipohojiwa, alikuwa akitetemeka huku akisema kuwa hakufahamiana na marehemu wale. Tena uso wake ulisawijika vibaya. Kwa hiyo nilikuwa na uhakika kwamba Zhou ndiye aliyemwua mfanyabiashara!"

Sehemu ya Pili

Hu Cheng na Feng An ni wazaliwa wa Mji wa Zichuan, nao walikuwa wakikaa katika sehemu moja. Watu wa familia hizi mbili hawakukaa kwa uelewano kizazi baada ya kizazi. Hu na mwanawe walikuwa na tabia ya kujivuna. Hivyo ikambidi Feng awe mnyonge na kujikalifu kufanya urafiki kwa shingo upande. Naye Hu siku zote hakumwamini Feng.

Siku moja, watu hawa wawili walikunywa pombe pamoja na walilewa kwa kiasi wakaanza kuzungumza vizuri. Hu alijigamba "Usiogope umaskini. Ikiwa mimi ninataka kupata mali yenye thamani ya dhahabu kiasi cha wakia mia moja basi hapatakuwa na

837

【原文】

也。"　"随在留心"之言，可以教天下之宰民社者矣。

　　邑人胡成，与冯安同里，世有隙。胡父子强，冯屈意交欢，胡终猜之。一日，共饮薄醉，颇倾肝胆。胡大言："勿忧贫，百金之产不难致也。"冯以其家不丰，故嗤之。胡正色曰："实相告：昨途遇大商，载厚装来，我颠越于南山眢井中矣。"冯又笑之。时胡有妹夫郑伦，托为说合田产，寄数百金于胡家，遂尽出以炫冯。冯信之。既散，阴以状报

【今译】

多行李，我把他推到南山的枯井里了。"冯安又嘲笑他。当时，胡成有个妹夫郑伦，托他说合购买田产，寄存了几百两银子在胡家，胡成于是拿出来向冯安炫耀。冯安就相信了。酒席一散，冯安便暗中写了状子告到官府。县令费公把胡成抓去对证，胡成说了实情，问郑伦和卖田产的人，都这样说。于是，一块儿去枯井那里检查。放一名差役下去看，果然有一具无头尸体在里面。胡成惊骇极了，没有话辩解，只说冤枉。费公大怒，打了胡成几十个嘴巴，说："证据确凿，还叫冤枉！"命令用死囚刑具拘禁他。又吩咐不要把尸体弄出来，只发告示到各村，让死者家属来认领。

　　过了一天，有一个妇人递上状子，自称是死者的妻子，

taabu yoyote!" Feng alifahamu kuwa familia yake haikuwa tajiri akamcheka. Hu aliendelea kujigamba "Nakuambia ukweli wa mambo kwamba jana njiani nilikutana na mfanyabiashara mkubwa aliyebeba mzigo wenye thamani kubwa nikamsukuma ndani ya kisima kilichokuwepo Mlima wa Nanshan." Feng alimcheka tena. Hu alikuwa na shemeji mmoja aliyeitwa Zheng Lun. Zheng alimwomba Hu amnunulie mashamba. Alimpa dhahabu kiasi cha wakia mia kadhaa. Wakati Hu akimhadithia Feng alizitoa zile dhahabu nje na kuziweka mbele ya Feng kwa majivuno. Ndipo Feng akamwamini. Baada ya kunywa pombe, Feng alikwenda kumshtaki Hu kisirisiri katika mahakama ya wilaya. Bwana Fei, mkuu wa wilaya, akamkamata Hu na kumhoji. Hu akaeleza ukweli wa mambo yote. Fei akawahoji Zheng na mwenye mashamba, wao wote vilevile walithibitisha kwamba maneno ya Hu hayakuwa ya uwongo. Halafu walikwenda kuchunguza katika kisima kile kilichokauka. Mtumishi mmoja aliteremka chini kwa kamba akaikuta maiti moja isiyokuwa na kichwa. Hu akapigwa na bumbuwazi na kushindwa kujitetea huku akipiga piga kelele kuwa amesingiziwa kwa dhambi isiyo yake. Bwana Fei aliwaka kwa hasira, akamtia viboko vingi huku akisema, "Ushahidi upo,

【原文】

邑。公拘胡对勘，胡言其实，问郑及产主皆不讹。乃共验诸
眢井。一役缒下，则果有无首之尸在焉。胡大骇，莫可置辨，
但称冤苦。公怒，击喙数十，曰："确有证据，尚叫屈耶！"
以死囚具禁制之。尸戒勿出，惟晓示诸村，使尸主投状。

逾日，有妇人抱状，自言为亡者妻，言："夫何甲，
揭数百金出作贸易，被胡杀死。"公曰："井有死人，恐
未必即是汝夫。"妇执言甚坚。公乃命出尸于井，视之，果

大中华文库

【今译】

说："丈夫何甲，带了几百两银子出去做买卖，被胡成杀死
了。"费公说："井中是有死人，恐怕未必就是你丈夫。"
妇人坚持说是。费公才命人将尸体弄出井，一看，果然是。
妇人不敢走近，只站在那里号哭。费公说："凶犯已经抓住
了，但尸体不全。你暂时先回去，等找到了死者的头，就
立刻告诉你，要他抵命。"于是从狱中把胡成传唤出来，
向他呵道："明天不拿头来，一定打断你的腿！"派人押着
胡成去找，转了一天回来，问他，只是号哭。于是费公把刑
具摆在前面，作出要动刑的样子，却又不动，说："想你当
天夜里扛着尸体很匆忙，不知头掉到哪里了，怎的不仔细
找找？"胡成哀求宽限些时候好好找。费公于是问妇人：

bado unajidai kuwa umesingiziwa. Hu akafungwa kwa mkatale ambao hutumiwa kwa wafungwa waliohukumiwa adhabu ya kifo, kisha akatiwa gerezani. Bwana Fei aliagiza kuwa maiti isitolewe nje haraka. Na alitoa tangazo kwa kila kijiji kuwa jamaa waliofiwa wanaweza kupeleka mashtaka yao katika wilaya.

Baada ya siku moja, mwanamke mmoja alileta mashtaka yake katika mahakama. Alijidai kuwa yeye ni mke wa marehemu. Alisema kuwa mumewe aliitwa He Jia ambaye alikwenda kufanya biashara akiwa na dhahabu kiasi cha wakia mia kadhaa na aliuawa na Hu. Bwana Fei alisema, "Ndani ya kisima kweli yuko marehemu mmoja sidhani kama ndiye mume wako." Mwanamke huyo alishikilia kwamba yule marehemu ndiye mume wake hasa. Bwana Fei akaamrisha kutoa ile maiti. Maiti ile ilipotolewa, mwanamke akabaini kuwa kweli yule marehemu alikuwa mume wake, lakini mwanamke huyo hakuthubutu kusogea mbele bali alisimama mbali kuhani. Bwana Fei alisema "Mwuaji halisi amesha patikana lakini maiti bado haijakamilika, bora urudi nyumbani kwanza. Kichwa cha marehemu kikipatikana tutamhukumu mwuaji afidie maisha ya marehemu." Kisha alimtoa Hu gerezani huku akimfokea "Kama kesho ukishindwa kuleta kichwa cha

841

【原文】

不妄。妇不敢近，却立而号。公曰："真犯已得，但骸躯未全。汝暂归，待得死者首，即招报令其抵偿。"遂自狱中唤胡出，呵曰："明日不将头至，当械折股！"押去终日而返，诘之，但有号泣。乃以械具置前作刑势，却又不刑，曰："想汝当夜扛尸忙迫，不知坠落何处，奈何不细寻之？"胡哀祈容急觅。公乃问妇："子女几何？"答曰："无。"问："甲有何戚属？""但有堂叔一人。"慨然曰：

【今译】

"你有几个子女？"答："没有。"问："何甲有什么亲戚？""只有一个堂叔。"费公感叹道："你年轻丧夫，孤苦伶仃地怎么生活啊！"妇人于是哭起来，叩头请求怜悯。费公说："杀人之罪已经定下来了，只等得到全尸，这个案子就结了，结案后，你可以马上再嫁。你一个年轻妇人，以后不要再抛头露面出入公门了。"妇人感动得哭了起来，叩了头便走下堂去。

费公马上签发文书，让乡里人代为寻找尸体的头。过了一天，就有同村王五报告说已经找到了。费公讯问，验看清楚后，赏了他千吊钱。又传唤何甲的堂叔到公堂，说："这个大案已经查清了，然而人命重大，不经过一些年月是不能

marehemu nitakuvunjilia mbali miguu yako!" Hu alikwenda kukitafuta kichwa siku nzima huku akichungwa na askari wa gerezani. Aliporudi aliulizwa. Hakujibu lolote ila alilia tu. Halafu bwana Fei aliweka vyombo vya gerezani mbele yake kumtishia lakini hakumwadhibu. Alisema, "Labda usiku ule ulibeba maiti kwa haraka na hukuwa na habari wakati kichwa kilipopotea kwa nini hukukitafuta kwa makini?" Hu alipiga kelele kwa uchungu kwamba amesingiziwa na aliomba apewe muda kukitafuta tena. Kisha bwana Fei alimgeukia yule mwanamke akamwuliza "Una watoto wangapi?"

"Sina."

"He Jia ana jamaa gani?"

"Ana baba mdogo mmoja tu."

Bwana Fei akiwa na masikitiko mengi alishusha pumzi na kusema, "Umefiwa na mume hali wewe bado ni kijana. Ukiwa peke yako utawezaje kuendelea na maisha yako?" Kusikia vile mwanamke yule akaanza kudondosha machozi, akamwomba amsaidie. Bwana Fei alisema, "Hatia ya kuua imesha julikana. Maiti ikikamilika, kesi hiyo itamalizika. Baada ya hapo utaweza kuolewa tena. Wewe u mwanamke kijana usijitokeze tena katika

【原文】

"少年丧夫，伶仃如此，其何以为生矣！"妇乃哭，叩求怜悯。公曰："杀人之罪已定，但得全尸，此案即结，结案后，速醮可也。汝少妇，勿复出入公门。"妇感泣，叩头而下。

公即票示里人，代觅其首。经宿，即有同村王五，报称已获。问验既明，赏以千钱。唤甲叔至，曰："大案已成，然人命重大，非积岁不能成结。侄既无出，少妇亦难存活，早令适人。此后亦无他务，但有上台检验，止须汝应身

【今译】

结案的。你侄子既然没有儿子，你侄媳妇年轻，也难以生活，早点儿让她嫁人吧。此后也没有其他事，如果有上级长官来复查，只须你来应付就行了。"何甲的叔叔不肯答应，费公立即发下两支动刑的竹签，何甲的叔叔还是不答应，费公又发下一签。何甲的叔叔害怕了，答应了就出来了。妇人听说了，便来向费公谢恩。费公极力安慰她，又宣布："有要娶这个妇人的，可以当堂说明。"这话传下去后，马上有要求婚娶的，就是那个报告找到人头的王五。费公传妇人上堂，说："杀人的真凶，你知道是谁吗？"妇人回答说："胡成。"费公说："不对。你和王五才是真凶。"两人大惊，极力说冤枉。费公说："我早就知道案子的真相，之所

ofisi za serikali hapo baadaye!" Mwanamke yule alilia baada ya kusikia maneno yale. Alimshukuru bwana Fei, kisha akaondoka. Bila ya kukawia, bwana Fei alipiga mbiu kwa wanakijiji akawaomba kukitafuta kichwa cha maiti. Siku iliyofuata Wang Wu ambaye alikuwa akikaa pamoja na mwanamke yule katika kijiji kimoja alikuja kutoa taarifa kuwa kichwa cha maiti ile kimepatikana. Baada ya kumhoji kwa makini bwana Fei alimtunukia fedha kiasi cha wakia elfu moja. Halafu alimwita baba mdogo wa He Jia kuja bomani, akamwambia, "Kesi hii kubwa imekwisha dhihirika. Mambo yanayohusu maisha ya watu hayawezi kuamuliwa haraka. Mpwa wako He Jia hana mtoto, mkewe bado ni kijana, iwapo hataolewa mapema basi hataweza kuendelea na maisha yake. Mpaka sasa hakuna tatizo jingine ila tu wakuu wa mkoa watakapokuja kuchunguza kesi hii, utahitajika kuja hapa kutoa ushahidi wako!" Lakini huyu baba mdogo wa He Jia hakukubali. Bwana Fei alimtishia mara mbili akisema kwamba atampa adhabu. Lakini baba mdogo wa He Jia hakutishika. Alikuwa bado anafanya ukaidi. Mpaka alipomtishia kwa mara ya tatu ndo akaanza kuogopa, hatimaye akakubali na kuondoka. Kusikia habari hiyo tu, mwanamke yule akamshukuru bwana

【原文】

耳。"甲叔不肯，飞两签下，再辩，又一签下。甲叔惧，应之而出。妇闻，诣谢公恩。公极意慰谕之，又谕："有买妇者，当堂关白。"既下，即有投婚状者，盖即报人头之王五也。公唤妇上，曰："杀人之真犯，汝知之乎？"答曰："胡成。"公曰："非也。汝与王五乃真犯耳。"二人大骇，力辩冤枉。公曰："我久知其情，所以迟迟而发者，恐有万一之屈耳。尸未出井，何以确信为汝夫？盖先知其死

【今译】

以迟迟不揭发出来，是恐怕万一冤枉了好人。尸体还未出井，你凭什么确信是你的丈夫？一定是事先知道他死了。而且何甲死的时候还穿得破破烂烂，哪里来的几百两银子？"又对王五说："头在什么地方，你是多么熟悉啊！之所以这么着急地找出了，就是为了你俩快些结合。"两人吓得面如土色，不能狡辩一句。对他俩一块儿用刑，果然都说了实话。原来王五与妇人私通很久了，两人谋杀了她的丈夫，恰好胡成开了这样的玩笑。于是放了胡成。冯安以诬告罪被重重打了一顿，判刑三年。案子了结，没有对一个人乱用刑罚。

异史氏说：我的先生一向有仁爱的名声，只此一件事就

Fei huku akiwa amemsujudia, bwana Fei alimpa faraja. Kisha alitangaza kuwa mtu yeyote anayetaka kumwoa mwanamke yule anaweza kufika katika mahakama na kujieleza. Akatokea mtu aliyeleta ombi la kutaka kumwoa yule mwanamke. Mtu huyo hakuwa mwingine bali ni Wang Wu aliyekiona kichwa cha maiti. Bwana Fei alimwita mwanamke yule kufika mahakamani na kumwuliza "Je umesha fahamu nani ni mwuaji halisi?"

"Ni Hu Cheng." Mwanamke yule alijibu.

"Hapana! Wewe na Wang Wu ndio wauaji hasa! " Bwana Fei alimkanusha.

Watu hao wawili walishangaa sana na kukana vikali wakijidai kuwa wamezuliwa uovu. Bwana Fei alisema,"Tangu mwanzoni nilielewa kesi hiyo ila tu nilichelea kuwadhulumu watu wema, kwa hivyo sikuwafichua kwa haraka. Kabla ya maiti kutolewa kisimani,kwa nini ulishikilia kusema aliyeuawa ni mume wako? Bila shaka kabla ya hapo ulikwisha jua kwamba mume wako aliuawa tayari. Zaidi ya hayo, He Jia alipokufa bado alikuwa amevaa maguo mabovu, inaonyesha yeye alikuwa maskini zaidi, basi aliwezaje kupata mamia ya dhahabu hizo?" Kisha alimgeukia Wang akamwuliza, "Ulijuaje kichwa kile kilipokuwepo? Ni

847

【原文】

矣。且甲死犹衣败絮，数百金何所自来？"又谓王五曰："头之所在，汝何知之熟也！所以如此其急者，意在速合耳。"两人惊颜如土，不能强置一词。并械之，果吐其实。盖王五与妇私已久，谋杀其夫，而适值胡成之戏也。乃释胡。冯以诬告，重笞，徒三年。事结，并未妄刑一人。

异史氏曰：我夫子有仁爱名，即此一事，亦以见仁人之用心苦矣。方宰淄时，松裁弱冠，过蒙器许，而驽钝不才，竟以不舞之鹤为羊公辱。是我夫子生平有不哲之一事，则松实贻之也。悲夫！

【今译】

可以看出仁人的用心良苦。我的先生担任淄川县令时，我刚刚成人，受到先生过分的夸奖和期许，但是愚笨缺乏才华的我，辜负了先生的厚望。假如我的先生生平有一件事情不明智的话，那就是我造成的。悲哀啊！

dhahiri kwamba madhumuni yako ya kukikabidhi kichwa cha maiti kwa haraka ni kutaka kumwoa huyo mwanamke!" Wote wawili waliduwaa na nyuso zao zikasawijika. Wakashindwa kujitetea. Bwana Fei aliamuru wacharazwe viboko, haraka wakaungama ukweli wa mambo ulivyokuwa. Kumbe Wang alikwisha kuzini na mwanamke huyo kwa muda wa siku nyingi. Na alipotaka kumwua mume wa mwanamke huyo, alibahatika kutimiza lengo lake kwa kutumia masihara aliyofanya Hu wakati alipokuwa amelewa. Baadaye Bwana Fei alimwachia huru Hu. Alimhukumu Feng apigwe viboko na kutumikia kifungo cha miaka mitatu kwa hatia ya kumfitini mtu. Kutokana na uzoefu wa kazi za Bwana Fei hapakutokea hata mtu mmoja aliyeadhibiwa kwa maonevu mpaka kesi hiyo ilipomalizika.

849

胭脂

【原文】

东昌卞氏，业牛医者，有女小字胭脂，才姿惠丽。父宝爱之，欲占凤于清门，而世族鄙其寒贱，不屑缔盟，以故及笄未字。对户龚姓之妻王氏，佻脱善谑，女闺中谈友

【今译】

东昌府有个姓卞的牛医，生得一个女儿，小名叫做胭脂。这胭脂姑娘才貌双全，既聪慧又美丽。她的父亲很是珍爱她，想把她许配给清贵的门第，但是那些名家世族却嫌他家出身低贱，不屑于结这门亲，所以胭脂已经长大成人，却还没有出嫁。卞家对门住着龚家，妻子王氏，生性轻佻，喜欢开玩笑，是胭脂闺房中一块儿聊天的伙伴。有一天，胭脂送王氏到门口，只见一个少年从门前走过，那少年身穿白色衣服，头戴白帽，风采动人。胭脂一见就动了心，一双水汪汪的大眼睛盯着那少年，上下打量。那少年低下头，急忙走了过去。他已经走得很远了，胭脂还在凝神眺望。王氏看出了她的心思，开玩笑地说："凭姑娘的才华美貌，能配上

MASIMULIZI TEULE YA AJABU KUTOKA
KWENYE UKUMBI WA SOGA
NI NANI MWUAJI ?

Mkusanyiko wa Vitabu
Maarufu vya China

851

NI NANI MWUAJI ?

Katika Fu ya Dongchang palitokea daktari mmoja wa ng'ombe aitwaye Bian. Alikuwa na binti mmoja ambaye jina lake alilopewa utotoni ni Yanzhi. Binti huyo alijaliwa werevu na uzuri wa ajabu. Baba yake alimpenda kama mboni ya jicho lake. Alitaka kumwoza katika familia ya wasomi. Kwa kuwa familia yao ilikuwa maskini, familia za nasaba bora zilikuwa hazipendelei kuchanganya damu na familia kama ya Bian. Kwa hiyo Yanzhi alifikia umri wa kuolewa lakini alikaa bila ya kuchumbiwa.

Mkabala na nyumba ya familia ya kina Yanzhi, alikuwa akikaa mwanamke mmoja aitwaye Wang, mke wa bwana Gong. Mwanamke huyo alikuwa na purukushani sana, na mwenye sihara mno. Mara kwa mara alikwenda chumbani kwa Yanzhi kupiga soga. Siku moja Yanzhi alipokuwa akimsindikiza Wang mlangoni, alimwona kijana mmoja akipita mbele ya nyumba yao

【原文】

也。一日，送至门，见一少年过，白服裙帽，丰采甚都。女意似动，秋波萦转之。少年俯其首，趋而去。去既远，女犹凝眺。王窥其意，戏之曰："以娘子才貌，得配若人，庶可无恨。"女晕红上颊，脉脉不作一语。王问："识得此郎否？"答云："不识。"王曰："此南巷鄂秀才秋隼，故孝廉之子。妾向与同里，故识之。世间男子，无其温婉。今衣素，以妻服未阕也。娘子如有意，当寄语使委冰焉。"女无

【今译】

这样的人才不觉得遗憾。"胭脂一片红云飞上脸颊，羞怯怯地一句话不说。王氏问："你可认识这位少年吗？"胭脂答道："不认识。"王氏告诉她："他是住在南巷的鄂秋隼，是个秀才，他父亲生前是个孝廉。我从前和他们家是邻居，所以我认得他。世上的男子没有比他更温柔体贴的了。他现在穿着一身白衣，是因为他老婆死了，丧期还没有结束。姑娘如果真有这份心，我可以捎个信儿叫他请人来说媒。"胭脂不说话，王氏笑着离去了。

过了几天，一直没有消息，胭脂心中怀疑王氏没空立即前去，又疑心鄂秀才是官宦人家的后代，不一定肯俯身低就。于是胭脂郁郁寡欢，终日徘徊，心中思念，颇为凄苦，

akiwa amevalia mavazi meupe hadi kofia. Kijana huyo alikuwa mzuri kupindukia. Bila ya kukawia Yanzhi alitokea kumpenda moyoni mwake. Alimchunguza toka kichwani hadi miguuni. Yule kijana alipowaona alitembea chapuchapu huku akiinamisha kichwa. Kijana alipofika mbali, Yan alikuwa bado akimwangalia kwa macho ya matamanio. Wang akizibuni fikra zake akamfanyia masihara, "U mwerevu na mzuri vya kutosha. Kama ukiolewa na yule kijana, hakika hutajutia hapo baadaye.!" Yan aliposikia hayo, mara uso wake ulimwiva kwa haya, hata la kumjibu alikuwa hana. "Unamfahamu yule kijana?" Wang alimwuliza. "Simfahamu!"Yan akamjibu. "Yule kijana anaitwa E Qiusun, ni xiucai na anakaa katika Mtaa wa Kusini. Baba yake alikuwa juren ila sasa yu marehemu. Zamani tulikuwa tukikaa na yule kijana katika kijiji kimoja, kwa hiyo namfahamu. Kijana yule ni latifu kuliko mwanamume yeyote. Mkewe alikufa juzi juzi tu, siku hizi amekuwa akikaa matanga. Kwa hiyo si shani kumwona amevalia mavazi meupe hadi leo. Kama ukimpenda niko tayari kwenda kumwambia amtume mshenga." Wang alimwambia. Yanzhi

【原文】

言，王笑而去。

数日无耗，心疑王氏未暇即往，又疑宦裔不肯俯拾。邑邑徘徊，萦念颇苦，渐废饮食，寝疾惙顿。王氏适来省视，研诘病因。答言："自亦不知。但尔日别后，即觉忽忽不快，延命假息，朝暮人也。"王小语曰："我家男子，负贩未归，尚无人致声鄂郎。芳体违和，非为此否？"女赪颜良久。王戏之曰："果为此者，病已至是，尚何顾忌？先

【今译】

渐渐地就不思茶饭，病倒在床上，有气无力了。一天，王氏恰好前来看望，见她这样，便追问她为什么得病。胭脂回答道："我自己也不知道。但自从那天与你分别以后，我就觉得闷闷不乐，现在就是苟延残喘，早晚性命不保了。"王氏想起此事，小声对她说道："我家老公出门做生意，还没有回来，所以还没有人传话给鄂秀才。姑娘的身体不适，莫非就是为了这件事？"胭脂红着脸，半天不说话。王氏开玩笑说："要真是为了这件事，你都已经病成这样了，还有什么好顾忌的？先叫他今天晚上来聚一聚，他怎么会不肯呢？"胭脂叹了口气，说："事已至此，已经不能怕什么害羞了。只要他不嫌弃我家门第低贱，马上派媒人前来，我的病自然

MASIMULIZI TEULE YA AJABU KUTOKA
KWENYE UKUMBI WA SOGA
NI NANI MWUAJI?

Mkusanyiko wa Vitabu
Maarufu vya China

aliposikia hayo alikaa kimya kana kwamba hakuyasikia maneno yake, kisha Wang aliondoka huku akitabasamu.

Siku nyingi zilipita. Yanzhi hakupata habari yoyote kutoka kwa Wang. Akafikiri kuwa labda yule mwanamke amebanwa na shughuli nyingi, hivyo amekosa nafasi ya kwenda kupeleka ujumbe kwa yule kijana. Yanzhi pia alifikiri kwamba yule kijana alikuwa mwana wa juren, yawezekana ujumbe aliopewa na Wang haukumfurahisha. Yanzhi akawa hana raha. Akawa kwenye dimbwi la mawazo, alikuwahawezi kula wala kulala. Hatimaye akapatwa na ugonjwa, na ugonjwa wake ulikuwa mzito siku hadi siku. Siku moja, Wang alikuja kumtembelea akamwuliza chanzo cha ugonjwa wake. "Hata mimi mwenyewe sielewi chanzo chake. Tangu siku ile tulipoagana, nikajisikia unyong'onyo, sijiwezi wala sina raha. Kwa sasa Ninasukuma siku tu. Labda siku si nyingi nitaaga dunia." Yanzhi akamjibu. "Mume wangu amekwenda mbali kufanya biashara, naye bado hajarudi, kwa hiyo sijapata nafasi kumpeleka mtu wa kwenda kuzungumza na yule kijana. Kumbe! Hali yako imekuwa mbaya hivyo, au labda kwa sababu

855

【原文】

令夜来一聚，彼岂不肯可？"女叹息曰："事至此，已不能
羞。但渠不嫌寒贱，即遣媒来，疾当愈，若私约，则断断不
可！"王颔之，遂去。

王幼时与邻生宿介通，既嫁，宿侦夫他出，辄寻旧好。
是夜宿适来，因述女言为笑，戏嘱致意鄂生。宿久知女美，
闻之窃喜，幸其机之可乘也。将与妇谋，又恐其妒，乃假无
心之词，问女家闺闼甚悉。次夜，逾垣入，直达女所，以

【今译】

会痊愈；如果是偷偷地约会，那可万万使不得！"王氏点点
头，就走了。

王氏年轻时就和邻居一个叫宿介的秀才私通，她出嫁
以后，宿介只要听说她男人不在家，就来重叙旧好。这天
夜里，宿介正好来到王氏家，王氏就把胭脂说的话当作笑话
讲给宿介听，并且开玩笑地嘱咐他带信给鄂秀才。宿介早就
听说胭脂长得很漂亮，听王氏说完，心里暗暗高兴，认为有
机可乘实在是很幸运。他本想与王氏商议一番，又怕她嫉
妒，于是假装说些无心的话，借机打听胭脂家的门径，问得
一清二楚。第二天夜里，宿介翻墙进入卞家，一直走到胭脂
的闺房，用手指轻叩窗户。只听里面问道："谁呀？"宿介

ya jambo hilo?" Yanzhi aliposikia maneno yake mara uso wake ukang'aa mfano wa nuru. Wang aliendelea kumtania, "Kama ugonjwa wako umesababishwa na jambo hilo, naona huna haja ya kuwa na wasiwasi. Kwa nini tusimwite msomi E aje hapa kuonana na wewe wakati wa usiku, kwani atakataa?"

"Sikutegemea kwamba jambo lingekuwa baya namna hii, sasa siwezi tena kuificha siri yangu. Kama msomi E hatajali umaskini wetu basi amtume mshenga tu. Bila ya shaka ugonjwa wangu utapona. Lakini tukikutana kisirisiri, itakuwa haifai kabisa." Yanzhi alisema huku akishusha pumzi nzito. Wang alitikisa kichwa, kisha akaondoka.

Wakati Wang alipokuwa kigori, aliwahi kufanya mapenzi na msomi mmoja aliyekuwa jirani yake, akiitwa Su Jie. Baada ya Wang kuolewa, Su hakuacha kufanya naye mapenzi kila alipofahamu kuwa mumewe alikuwa hayupo nyumbani. Siku ile jioni Su alikwenda kwa Wang. Wang akamwambia mambo ya Yanzhi kama masihara na kutaka Su afikishe ujumbe huo kwa msomi E.

MASIMULIZI TEULE YA AJABU KUTOKA KWENYE UKUMBI WA SOGA
NI NANI MWUAJI ?

Mkusanyiko wa Vitabu
Maarufu vya China

857

【原文】

指叩窗。内问："谁何？"答以"鄂生"。女曰："妾所以念君者，为百年，不为一夕。郎果爱妾，但宜速倩冰人，若言私合，不敢从命。"宿姑诺之，苦求一握纤腕为信。女不忍过拒，力疾启扉。宿遽入，即抱求欢。女无力撑拒，仆地上，气息不续，宿急曳之。女曰："何来恶少，必非鄂郎。果是鄂郎，其人温驯，知妾病由，当相怜恤，何遂狂暴如此！若复尔尔，便当鸣呼，品行亏损，两无所益！"宿

【今译】

答"是鄂生"。胭脂说："我之所以想念你，是为了百年好合，并不是为了这一夜。你如果真心地爱我，只应该赶紧请媒人来提亲，如果说私下相会，我不敢从命。"宿介假装答应，却又苦苦请求握一握她的手，作为信约。胭脂不忍心过分拒绝他，就勉强撑起身来，开了房门，宿介马上进了门，就抱住胭脂求欢。胭脂无力阻挡，跌倒在地上，累得上气不接下气，宿介赶紧将她拉起来。胭脂说："你是哪里来的恶少，肯定不是鄂郎。如果真是鄂郎，他长得温柔文静，知道我是为他才病成这样，应当怜爱体恤我，怎么会这样的粗暴！要是再这样，我就要叫喊起来，坏了品行，对你我都没有好处！"宿介担心自己冒名顶替的行为败露，便不敢再勉

MASIMULIZI TEULE YA AJABU KUTOKA KWENYE UKUMBI WA SOGA
NI NANI MWUAJI ?

Mkusanyiko wa Vitabu
Maarufu vya China

Toka zamani Su alipata kusikia sifa za uzuri wa Yanzhi. Wakati huo alipoyasikia maneno ya Wang alifurahi kichinichini, akaona kuwa labda angeweza kufaidika na fursa hiyo. Alitaka kushauriana na Wang lakini akachelea kuwa Wang angeona wivu. Bila ya kueleza nia yake Su alimwuliza kwa makini njia za kuelekea nyumbani kwa kina Yanzhi.

Usiku uliofuata, Su aliamua kumwendea akakwea ukuta, akaruki anyumbani kwa kina Yanzhi. Moja kwa moja akakinyemelea chumba chake, na kugonga dirisha taratibu. "Nani wewe?" Yanzhi aliuliza. "Mimi ni msomi E." Su akamdanganya. "Mimi nakupenda sana, lakini si kwa starehe ya usiku mmoja bali kwa maisha yote. Kama kweli unanipenda, inakupasa umtume mshenga. Kama nia yako ni kukutana nami kisirisiri, basi sithubutu kufanya hivyo." Su alijitia kumkubalia maneno yake, lakini akang'ng'ania kumwomba Yanzhi angalau apeane naye mkono. Yanzhi aliona si vema kumkatalia. Akajikokota kwenda kumfungulia mlango. Bila ya kuchelewa Su alijitoma ndani, akamkumbatia kiwendawazimu. Yanzhi akajitutumua kumkatalia lakini kwa sababu ya unyonge

859

【原文】

恐假迹败露，不敢复强，但请后会。女以亲迎为期。宿以为远，又请之。女厌纠缠，约待病愈。宿求信物，女不许，宿捉足解绣履而去。女呼之返，曰："身已许君，复何吝惜？但恐'画虎成狗'，致贻污谤。今亵物已入君手，料不可反。君如负心，但有一死！"宿既出，又投宿王所。既卧，心不忘履，阴揣衣袂，竟已乌有。急起篝灯，振衣冥索。诘之，不应，疑妇藏匿，妇故笑以疑之。宿不能隐，实以情

【今译】

强，只是请求下一次再会面。胭脂约定要在结亲的那一天。宿介认为太远，再三请求。胭脂讨厌他这样纠缠，就只好说等她病好以后。宿介又要讨要信物，胭脂不答应，他就将胭脂的脚捉住，脱下一只绣鞋，转身就走。胭脂把他叫回来，说："我已经以身相许，还有什么舍不得的呢？只怕'画虎成狗'，事情不成被人家耻笑。如今这花鞋已经落在你手里，料想也收不回来了。你如果负心，我只有一死！"宿介从下家出来，又投宿到王氏家。他虽然已经躺下了，心里还记挂着那只绣鞋，暗地里摸了摸衣袖，却不见了那绣鞋。他急忙起身，点了灯笼，抖动衣服，四处寻找。王氏问他找什么，他也不回答，疑心是王氏把绣鞋藏起来了，王氏故意笑

MASIMULIZI TEULE YA AJABU KUTOKA KWENYE UKUMBI WA SOGA NI NANI MWUAJI?

Mkusanyiko wa Vitabu Maarufu vya China

wake akaanguka chini huku akipumua kwa taabu sana. Haraka Su akamwinua. "Kijana mhuni we! Umetoka wapi? Hakika wewe si msomi E. Kama ni msomi E, bila ya shaka ungelikuwa mtu latifu. Tena ikiwa unakifahamu chanzo cha ugonjwa wangu hakika ungelinionea huruma na kunipenda zaidi. Umewezaje kuwa mshenzi namna hiyo? Ukiendelea kufanya ushenzi wako, nitapiga mayowe; bila ya shaka nikifanya hivyo utaaibika. Tena haitakuwa na faida yoyote kwetu sote." Su kwa kuogopa kutambuliwa, aliacha ushenzi wake, lakini alimwomba Yanzhi akubali kuweka siku watakayokutana tena. Yanzhi hakukawia bali alijibu, "Itakapofika siku ya arusi ndipo tutakapokutana tena." Su aliona bado siku hiyo iko mbali sana, akamwomba Yanzhi achague siku nyingine tena. Yanzhi alikuwa amechoshwa na kuchagizwa namna hiyo akamwambia, "Basi baada ya ugonjwa wangu kupona tutakutana."Kisha Su alimwomba Yanzhi amzawadie kitu kimoja kiwe kama ahadi. Yanzhi akamkatalia katakata. Ghafla Su alimshika mguu, akakivua kiatu chake kimoja kilichotariziwa kwa ustadi, akaondoka nacho. Yanzhi alimwita arudi na kumwambia,

【原文】

告。言已，遍烛门外，竟不可得，懊恨归寝。窃幸深夜无人，遗落当犹在途也。早起寻之，亦复杳然。

先是，巷中有毛大者，游手无籍。尝挑王氏不得，知宿与洽，思掩执以胁之。是夜，过其门，推之未扃，潜入。方至窗外，踏一物，耎若絮帛，拾视，则巾裹女舄。伏听之，闻宿自述甚悉，喜极，抽身而出。逾数夕，越墙入女家，门户不悉，误诣翁舍。翁窥窗，见男子，察其音迹，知为女来

【今译】

笑，让他更加猜疑不定。宿介知道隐瞒不过去，就把实情告诉了她。说完以后，他又打着灯笼到门外，找遍了也没有找到，他只得懊恨地回到床上睡下，心中还寄希望半夜里不会有人，即使丢掉了也应该还在路上。第二天一早就去寻找，还是杳然无踪。

在这以前，巷子里有个叫毛大的人，游手好闲，没有固定的职业。曾经想挑逗王氏却没有得手，他知道宿介跟王氏相好，总想能撞上一次，好以此来胁迫王氏。那天夜里，毛大走过王氏家门前，一推门，发现没上闩，便悄悄地摸进去。刚到窗下，忽然脚下踩着一件东西，软绵绵的好像是棉布一样，捡起来一看，却是一条汗巾裹着一只绣鞋。他伏

MASIMULIZI TEULE YA AJABU KUTOKA
KWENYE UKUMBI WA SOGA
NI NANI MWUAJI ?

Mkusanyiko wa Vitabu
Maarufu vya China

"Nimeahidi kuwa tutaoana, hakuna kitu chochote ninachoweza kukuhini ila nachelea kuwa utaghairi, jambo hili la kuchukua kiatu changu likijulikana tutachekwa na watu. Kwa sasa kiatu kiko mkononi mwako, najua hutakubali kunirudishia. Basi kama ukighairi ndoa nitajiua." Su baada ya kutoka kwa Yanzhi akaenda kufanya mapenzi na mwanamke wake Wang. Alipojitupa kitandani tu, akakikumbuka kile kiatu. Akapapasapapasa, lakini hakukipata, haraka akatoka kitandani na kuwasha taa, akavua kanzu yake na kuikung'uta, lakini wapi. Alimwuliza Wang kama alikiona. Wang alinyamaza kimya tu. Su akamshuku kuwa amekificha kiatu kile. Wang alipoona jinsi anavyohangaika kama kuku anayetaka kutaga, akabaki kucheka, naye Su akazidi kumshuku. Su alipoona hawezi kuibana siri yake, akamweleza mambo yote yaliyotokea huko nyumbani kwa Yanzhi, kisha akachukua taa, akatoka nje kukitafuta kile kiatu, hakukipata. Kwa masikitiko mengi alirudi chumbani kulala. Akiwa kitandani alifikiri kuwa kama kiatu kilianguka njiani, hakika atakipata, kwa maana njia ile hawapiti watu wakati wa usiku, akaenda kukitafuta tena, kwa bahati mbaya

863

【原文】

者。心忿怒，操刀直出。毛大骇，反走。方欲攀垣，而卞追已近，急无所逃，反身夺刃。媪起大呼，毛不得脱，因而杀之。女稍痊，闻喧始起。共烛之，翁脑裂不复能言，俄顷已绝。于墙下得绣履，媪视之，胭脂物也。逼女，女哭而实告之，但不忍贻累王氏，言鄂生之自至而已。天明，讼于邑，邑宰拘鄂。鄂为人谨讷，年十九岁，见客羞涩如童子。被执，骇绝，上堂不知置词，惟有战栗。宰益信其情真，横加

【今译】

在窗下听了听，将宿介所说的经过听了个一清二楚，大为高兴，便抽身走了出来。过了几天，毛大翻过墙头，进到胭脂家，但他不熟悉卞家的门径，竟然撞到了卞老汉的屋前。卞老汉从窗里看见是一个男人，看他那副鬼鬼祟祟的样子，知道是为女儿而来。卞老汉心里冒火，操起一把刀就冲出来。毛大一见，大为害怕，转身就走。刚要爬上墙头，卞老汉已经追到跟前，毛大急得无路可逃，便转身去夺卞老汉手中的刀。这时，卞氏也起了床，大声喊叫起来，毛大脱不了身，便杀死了卞老汉。胭脂的病刚有好转，听到院子里的吵闹声，才起了床。母女二人点上蜡烛，出来一看，发现卞老汉的脑壳已被劈开，说不出话来，很快就气绝身亡。两人在墙

akarudi mikono mitupu.

Katika mtaa aliokaa bibi Wang palitokea lofa mmoja aitwaye Mao Da. Mao aliwahi kumshawishi Wang afanye naye mapenzi lakini hakufaulu. Mao alifahamu kuwa Su alikuwa akifanya mapenzi na Wang, akajiwa na wazo la kuwafumania na kumtishia Wang. Usiku huo kilipopotea kiatu, alipitia nyumbani kwa Wang, akabisha hodi kwenye mlango wa ua, akakuta kuwa haukufungwa, akanyemelea ndani. Alipofika nje ya dirisha la chumba cha Wang, akakanyaga kitu fulani laini. Akakiokota, na kubaini kilikuwa kiatu cha mwanamke kilichofungwa kwa leso. Akajibanza dirishani kusikiliza mazungumzo ya humo ndani. Wakati huo huo Su alikuwa akimsimulia Wang juu ya safari yake ya nyumbani kwa Yanzhi. Mao alifurahi sana kupata habari hizo, kisha akageuka nyuma, akaondoka.

Siku kadha baadaye, Mao alijipenyeza nyumbani kwa Yanzhi kwa kukwea ukuta. Kwa vile hakuelewa habari za huko, akakosea na kunyemelea nje ya chumba cha mzee Bian. Mzee Bian alipochungulia nje ya dirisha alimwona mwanamume mmoja

MASIMULIZI TEULE YA AJABU KUTOKA KWENYE UKUMBI WA SOGA NI NANI MWUAJI ?

Mkusanyiko wa Vitabu Maarufu vya China

865

【原文】

梏械。书生不堪痛楚，以是诬服。既解郡，敲扑如邑。生冤气填塞，每欲与女面相质，及相遭，女辄诟詈，遂结舌不能自伸，由是论死。往来覆讯，经数官无异词。

后委济南府复案。时吴公南岱守济南，一见鄂生，疑不类杀人者，阴使人从容私问之，俾得尽其词。公以是益知鄂生冤。筹思数日，始鞫之。先问胭脂："订约后，有知者否？"答："无之。""遇鄂生时，别有人否？"亦答：

【今译】

根下找到一只绣鞋，胭脂娘一看，认出是胭脂的，便逼问女儿。胭脂哭着将实情告诉了母亲，只是不忍心连累王氏，便只说鄂秀才自己前来的。天亮以后，母女告到县里去，县官于是派人将鄂秋隼抓来。这鄂秋隼为人谨慎，不太爱说话，今年十九岁，但见了生人还像个小孩子一样羞怯，一被抓便吓得要死。他走上公堂，却不知说什么是好，只是战战兢兢的。县官看他这个模样，越发相信案情是真，便对他重刑相加。这书生忍受不了痛苦，只得屈打成招。鄂秋隼被解送到州衙，又像在县里一样被严刑拷打。鄂秀才满腔冤气，每次都想和胭脂当面对质；但一见了面，胭脂就痛骂不已，他只有张口结舌，不能为自己辩解，因此，他被判了死刑。这样

akinyemelea. Akafahamu kuwa mwanamume huyo amekuja kwa ajili ya binti yake. Bila ya kupoteza wakati, akachukua kisu, akatoka nje huku hasira zikimjaa. Mao alipomwona yule mzee ametoka akiwa na kisu mkononi, akaogopa sana. Akageuka nyuma na kutaka kutoroka. Alipotaka kuuparamia ukuta, yule mzee tayari ameshafika nyuma yake, Mao akawa hana la kufanya. Akageuka nyuma, akamvamia mzee na kumnyang'anya kile kisu mkononi. Saa hiyohiyo, mke wa mzee Bian aliamka na kupiga kelele. Mao alipoona kuwa hangeweza kutoroka akamwua yule mzee na kutoroka.

Siku hizo ugonjwa wa Yanzhi ulikuwa umepona kidogo tu, aliposikia mikiki mikiki iliyokuwa nje, alizinduka kitandani, akawasha taa huku akitweta, akatoka nje pamoja na mamaye. Wakamwona mzee Bian akiwa amelala chini, kichwa chake kimepasuka. Wakati huo, alikuwa hawezi kusema, muda si muda akafa. Mama mtu alikiokota kiatu kile kilichotariziwa pale uani. Bila ya kukosea akatambua kuwa kiatu kile kilikuwa cha binti yake, akamwuliza binti yake jinsi mambo yalivyokuwa. Yanzhi

MASIMULIZI TEULE YA AJABU KUTOKA KWENYE UKUMBI WA SOGA NI NANI MWUAJI ?

Mkusanyiko wa Vitabu Maarufu vya China

867

【原文】

"无之。"乃唤生上，温语慰之。生自言："曾过其门，但见旧邻妇王氏与一少女出，某即趋避，过此并无一言。"吴公叱女曰："适言侧无他人，何以有邻妇也？"欲刑之。女惧曰："虽有王氏，与彼实无关涉。"公罢质，命拘王氏。数日已至，又禁不与女通，立刻出审，便问王："杀人者谁？"王对："不知。"公诈之曰："胭脂供言，杀卞某汝悉知之，胡得隐匿？"妇呼曰："冤哉！淫婢自思男子，我

【今译】

反反复复地被审讯，经过好几个官员审问，都没有不同的招供。

后来，这个案子交由济南府复审。当时吴南岱公正担任济南太守，他一见鄂秀才，就怀疑他不像个杀人犯，暗中派人慢慢地盘问他，让他能够把实情都说出来。吴太守于是更加坚信鄂秀才是被冤枉的。他认真考虑了几天，才开堂审问。吴太守先问胭脂说："你和鄂秋隼订约以后，有没有别人知道？"胭脂答道："没有。""遇到鄂秀才时，还有别人在场吗？"胭脂还是回答说："没有。"吴太守再传鄂秀才上堂，用好言好语安慰他。鄂秀才说："我曾有一次经过她家门口，只见旧邻居王氏和一个女子从里边出来，我急

MASIMULIZI TEULE YA AJABU KUTOKA
KWENYE UKUMBI WA SOGA
NI NANI MWUAJI ?

Mkusanyiko wa Vitabu
Maarufu vya China

huku akilia kwa uchungu mwingi, alimweleza mama yake mambo yote yaliyompata, lakini hakutaka kumwingiza bibi Wang katika kesi hiyo ila alisema kuwa msomi E aliwahi kuingia chumbani kwake, akatoka na kiatu kile.

Kulipopambazuka, kesi hiyo ilipelekwa kwa mkuu wa wilaya. Moja kwa moja mkuu wa wilaya aliwatuma matarishi kwenda kumkamata msomi E. Siku zote msomi E alikuwa mtu mpole na mtaratibu sana. Umri wake ulikuwa miaka kumi na tisa tu, hata alipokutana na mtu asiyemfahamu mara nyingi alitahayari kama mtoto. Baada ya kukamatwa, aliogopa sana. Alipofikishwa mahakamani hakuweza kusema lolote, akawa amebaki kutetemeka kama mtu aliyeshikwa na pepo mbaya. Mkuu wa wilaya alipoona jinsi alivyokuwa akitetemeka, akazidi kuamini kuwa msomi E ndiye mwuaji, akatoa amri ya kumpa adhabu ya kucharazwa viboko. Msomi E akiwa msomi angewezaje kuyavumilia mateso hayo! Aliungama kuwa yeye ndiye mwuaji. Alipofikishwa katika mkoa, alitendewa vivyo hivyo. Msomi E alifahamu kuwa amezuliwa hatia, akaomba kukabiliana na Yanzhi ana kwa ana

869

【原文】

虽有媒合之言，特戏之耳。彼自引奸夫入院，我何知焉！"
公细诘之，始述其前后相戏之词。公呼女上，怒曰："汝
言彼不知情，今何以自供撮合哉？"女流涕曰："自己不
肖，致父惨死，讼结不知何年，又累他人，诚不忍耳。"公
问王氏："既戏后，曾语何人？"王供："无之。"公怒
曰："夫妻在床，应无不言者，何得云无？"王供："丈夫
久客未归。"公曰："虽然，凡戏人者，皆笑人之愚，以炫

【今译】

忙避开，并没有说过一句话。"吴太守一听就呵斥胭脂说：
"刚才你说旁边没有别人，怎么又有一个邻居妇人呢？"说
完，就要对胭脂动刑。胭脂一害怕，忙说："虽然王氏在旁
边，但跟她实在没有关系。"吴太守马上停止讯问，命令将
王氏拘捕到堂。几天后，王氏就被拘到，吴太守又不许她和
胭脂见面，防止串通，立刻升堂提审，便问王氏说："谁是
杀人凶手？"王氏答道："不知道。"吴太守骗她说："胭
脂都已经招供了，杀卞老汉的事情你都知道，你还想隐瞒
吗？"王氏大喊道："冤枉啊！那小淫妇自己想男人，我
虽然跟她说过要给她做媒，但只不过是开玩笑罢了。她自
己勾引奸夫进家，我哪里知道啊！"吴太守仔细盘问，王

mahakamani, lakini kila alipokutana na Yanzhi, msomi E alikuwa akitupiwa matusi makubwa. Msomi E akashindwa kujitetea, hatimaye akahukumiwa adhabu ya kifo.

Baadaye, kesi hiyo ilichunguzwa mara kadhaa na wakuu wengine, maneno aliyoungama msomi E hayakuwa na tofauti. Halafu kesi hiyo ilipelekwa katika Fu ya Jinan kuchunguzwa zaidi. Kwa wakati huo, bwana Wu Nandai alikuwa mkuu wa Fu Jinan . Mkuu Wu alipomwona msomi E kwa mara ya kwanza, ilionekana msomi E si mwuaji, mkuu Wu alishuku moyoni. Kisirisiri alimtuma mtu kumwuliza msomi E habari zake, akiamini kuwa msomi E angeweza kujieleza ukweli ulivyokuwa. Kutokana na maelezo aliyopata, bwana Wu alithibitisha kuwa msomi E hakuwa mwuaji na kweli amezuliwa hatia. Aliwaza na kuwazua kwa siku kadhaa, halafu alianza kufanya kazi yake. Kwanza alimhoji Yanzhi, "Baada ya kuwekeana miadi na msomi E uliwahi kumfahamisha mtu mwingine habari hizi?" "Hapana!" Yanzhi alijibu. "Ulipokutana na msomi E alikuwepo mtu mwingine?" "Hapana!"

MASIMULIZI TEULE YA AJABU KUTOKA
KWENYE UKUMBI WA SOGA
NI NANI MWUAJI ?

Mkusanyiko wa Vitabu
Maarufu vya China

871

【原文】

己之慧，更不向一人言，将谁欺！"命梏十指。妇不得已，实供："曾与宿言。"公于是释鄂拘宿。宿至，自供："不知。"公曰："宿妓者必无良士！"严械之。宿自供："赚女是真。自失履后，未敢复往，杀人实不知情。"公怒曰："逾墙者何所不至！"又械之。宿不任凌籍，遂以自承。招成报上，无不称吴公之神。铁案如山，宿遂延颈以待秋决矣。

然宿虽放纵无行，故东国名士。闻学使施公愚山贤能

【今译】

氏才说出前前后后开玩笑的话。吴太守便叫将胭脂传上来，大怒道："你说她不知情，如今她为什么反而招供给你做媒的话呢？"胭脂哭着说："我自己不成器，致使父亲惨死，不知道何年何月才能结案，再要连累别人，实在不忍心。"吴太守问王氏："你开玩笑后，曾经跟什么人说过？"王氏供称："没有跟谁说过。"吴太守发怒说："夫妻俩在床上，应该是无所不言的吧，怎么能说没有讲过？"王氏供称："我丈夫长久在外，还没回来。"吴太守说："虽说如此，凡是戏弄别人的人，都要笑话别人的愚蠢，炫耀自己的聪明，你说再没有对谁说过，想骗谁啊！"便下令将王氏的十个指头夹起来。王氏没办法，只好如实招供："曾经跟宿

MASIMULIZI TEULE YA AJABU KUTOKA
KWENYE UKUMBI WA SOGA
NI NANI MWUAJI?

Mkusanyiko wa Vitabu
Maarufu vya China

Baadaye bwana Wu aliamrisha msomi E afikishwe mahakamani, akamwuliza kwa upole, naye msomi E akamwambia, "Niliwahi kupita mbele ya nyumba ya kina Yanzhi, lakini nilipoona jirani yangu wa zamani, bibi Wang akitoka nje pamoja na msichana mmoja, nikawakwepa. Sikuwahi kuzungumza nao hata neno moja." "Sasa hivi ulisema hakukuwepo mtu mwingine, mbona msomi E alisema jirani yake, bibi Wang alikuwepo siku hiyo?" Mkuu Wu alimgeukia Yanzhi akamwuliza. Wakati Mkuu Wu alipotaka kuamrisha Yanzhi acharazwe viboko, Yanzhi aliogopa, akasema,"Ingawa bibi Wang alikuwepo lakini hakuhusika na jambo hilo." Mkuu Wu alipomaliza mahojiano, alitoa amri ya kumkamata bibi Wang . Siku chache baadaye, Wang alitiwa mbaroni, akawekwa rumande mbali na Yanzhi. Wang hakuruhusiwa kuonana na Yanzhi. Baada ya kuchukuliwa maelezo yake Wang alipelekwa mahakamani. "Nani alikuwa mwuaji?" Mkuu Wu alimwuliza Wang moja kwa moja. "Sijui!" "Yanzhi alikwisha ungama kuwa wewe unamfahamu mtu aliyemwua baba yake, kwa hiyo huna haja ya kuficha siri." Mkuu Wu alimhadaa.

873

【原文】

称最，又有怜才恤士之德，因以一词控其冤枉，语言怆恻。公讨其招供，反覆凝思之，拍案曰："此生冤也！"遂请于院、司，移案再鞫。问宿生："鞋遗何所？"供言："忘之。但叩妇门时，犹在袖中。"转诘王氏："宿介之外，奸夫有几？"供言："无有。"公曰："淫乱之人，岂得专私一个？"供言："身与宿介，稚齿交合，故未能谢绝。后非无见挑者，身实未敢相从。"因使指其人以实之。供

【今译】

介说过。"吴太守便释放了鄂秋隼，而派人拘捕宿介。宿介到案后，招供说："确实不知道。"吴太守说："夜晚宿妓的人决不是好人！"便下令大刑伺候。宿介只好招供："到卞家去骗胭脂是实有其事。但自从绣鞋丢失以后就不敢再去了，杀人的事确实不知道。"吴太守大怒道："爬人墙头的人有什么事干不出来！"又命人动刑。宿介受不了酷刑，只好承认杀了人。吴太守将招供记成案卷，呈报到上级衙门，没有人不称吴太守判案如神。铁案如山，宿介只有伸着脖子等待秋后处斩了。

宿介虽然生性放纵，品行不正，却是山东一带有名的才子。他听说学使施愚山的德才都是最好的，又有怜悯士人的

MASIMULIZI TEULE YA AJABU KUTOKA KWENYE UKUMBI WA SOGA
NI NANI MWUAJI ?

Mkusanyiko wa Vitabu
Maarufu vya China

Wang alisema kwa sauti kubwa, "Nimesingiziwa kosa. Binti yule ni mwasherati. Yeye mwenyewe alimtamani yule mwanamume. Ingawa niliwahi kusema kuwa nitakuwa mshenga wake, lakini nilikuwa ninamtania tu. Yeye mwenyewe alimwongoza mhuni kisirisiri hadi nyumbani kwake. Mimi ningeliwezaje kulijua jambo hili?" Mkuu Wu alimhoji kwa makini zaidi, ndipo hapo Wang aliposimulia jinsi alivyomfanyia Yanzhi masihara. Mkuu Wu aliamrisha Yanzhi aletwe mahakamani. "Ulisema kuwa mwanamke Wang hakulijua jambo hilo. Ya nini aliungama kuwa alitaka kuwa mshenga wako?" Mkuu Wu akamaka. "Mimi mwenyewe nimekosea, nikasababisha baba yangu kufa kwa uchungu. Sijui kesi hiyo itaendelea mpaka lini. Kwa kweli sipendelei kuwaingiza watu wengine katika kesi hiyo." Yanzhi alisema huku akidondosha machozi. "Baada ya kutaniana na Yanzhi uliwahi kuwaambia akina nani?" Mkuu Wu alimwuliza Wang. "Sikuwahi kumwambia mtu yeyote." "Mume na mke wakiwa kitandani huwa hawafichani siri, inawezekanaje kwamba hukumwambia mume wako?" Mkuu Wu akiwa na hasira nyingi

875

云："同里毛大，屡挑而屡拒之矣。"公曰："何忽贞白如此？"命搒之。妇顿首出血，力辨无有，乃释之。又诘："汝夫远出，宁无有托故而来者？"曰："有之，某甲、某乙，皆以借贷馈赠，曾一二次入小人家。"盖甲、乙皆巷中游荡子，有心于妇而未发者也。公悉籍其名，并拘之。

既集，公赴城隍庙，使尽伏案前，便谓："曩梦神人相告，杀人者不出汝等四五人中。今对神明，不得有妄言。

【今译】

仁德，就写了一份状词申诉自己被冤枉了，措辞非常悲怆沉痛。施学使取来了宿介的案卷，反复凝神思考，拍着桌子喊道："这个书生是冤枉的！"他于是向巡抚、按察使请求，将案子移交给他，重新审理。他问宿介说："绣鞋丢在什么地方了？"宿介供道："忘记了。只是记得在敲王氏家门时，还在袖筒里。"施学使又转身问王氏说："除了宿氏，你还有几个奸夫？"王氏供说："没有了。"施学使说："淫乱的女人，怎么可能只偷一个呢？"王氏供说："小妇人跟宿介小时候就认识，所以一直没有断绝。后来倒不是没有人来勾引，我实在不敢再跟从了。"施学使于是让她交代那些男人的姓名。王氏说："街坊毛大屡次来勾引，我都拒

MASIMULIZI TEULE YA AJABU KUTOKA KWENYE UKUMBI WA SOGA NI NANI MWUAJI?

Mkusanyiko wa Vitabu Maarufu vya China

alimfokea. "Mume wangu alikuwa ametoka nyumbani kwa siku nyingi, na alikuwa bado hajarudi." Wang akamweleza. "Ingawa ni hivyo, lakini mtu yeyote aliyemtania mtu mwingine nia yake hasa ni kumcheka mwenziwe kuwa yu mjinga na kujisifu yeye mwenyewe yu mwerevu. Ulijidai kuwa hukumwambia mtu yeyote jambo hilo, je unamdanganya nani?" Kisha bwana Wu akaamrisha kuvibana vidole vyake vyote. Wang alikuwa hana la kufanya, akalazimika kuungama maneno aliyomwambia Su. Baada ya hapo, bwana Wu akamwachilia huru msomi E na kumtia Su nguvuni. Su alipofikishwa mahakamani, alisema hakufahamu kisa cha kuuawa kwa mzee Bian. "Mwasherati siku zote hawi mwungwana!" Mkuu Wu alisema. Baada ya kuonja vya kutosha uchungu wa viboko, Su aliungama, "Niliwahi kwenda kumdanganya Yanzhi lakini tangu kiatu kile kilipopotea, sikuthubutu kwenda huko tena. Kamwe sikufahamu kisa cha kuuawa kwa mzee Bian." "Mtu anayekwea ukuta na kuingiliana na wanawake wahuni, anaweza kutenda uovu wa kila aina!" Mkuu Wu alimkemea. Mkuu Wu aliamrisha aadhibiwe vikali zaidi. Su alishindwa kuyavumilia

877

【原文】

如肯自首，尚可原宥；虚者，廉得无赦！"同声言无杀人之事。公以三木置地，将并加之，括发裸身，齐鸣冤苦。公命释之，谓曰："既不自招，当使鬼神指之。"使人以毡褥悉幛殿窗，令无少隙。袒诸囚背，驱入暗中，始授盆水，一一命自盥讫，系诸壁下，戒令："面壁勿动。杀人者，当有神书其背。"少间，唤出验视，指毛曰："此真杀人贼也！"盖公先使人以灰涂壁，又以烟煤濯其手：杀人者恐神来书，

【今译】

绝了。"施学使问："怎么忽然这样的贞洁起来了？"便叫人将王氏摁倒抽打。王氏吓得连连磕头，磕得鲜血直流，竭力辩白再也没有别人了，施学使才放过她。接着又问："你丈夫出远门，难道就没人借口有事上门吗？"王氏说："有的，某人、某人，都因为借钱、送礼什么的来过小妇人家一两次。"原来这某人、某人都是街巷中的二流子，对王氏有意而没有表现出来。施学使将这些人的名字都记下来，并且将他们拘捕到案。

等人犯到齐后，施学使前往城隍庙，命令他们跪在香案前，对他们说："前几天我梦见城隍神告诉我，杀人凶手就在你们四五个人中。现在对着神明，不许有一句假话。

MASIMULIZI TEULE YA AJABU KUTOKA KWENYE UKUMBI WA SOGA NI NANI MWUAJI ?

Mkusanyiko wa Vitabu Maarufu vya China

mateso ya viboko, akaungama kuwa ndiyo yeye aliyemwua mzee Bian. Maneno aliyoungama Su yaliandikwa na yakapelekwa katika utawala wa daraja ya juu. Kila mtu alikuwa akimsifu mkuu Wu kwa busara yake. Ikambidi Su asubiri hukumu ya kifo pindi majira ya kipupwe yatakapofika.

Ingawa Su alikuwa mtu wa purukushani na hakuwa na tabia safi, lakini alikuwa msomi maarufu huko Shandong. Akiwa kifungoni, alisikia sifa za bwana Shi Yushan （1619-1683）, ofisa mashuhuri aliyejulikana kwa uhodari wake, kipaji cha kusimamia mitihani na huruma kwa wasomi. Su alimwandikia barua, nayo ikapelekwa kwa bwana Shi kwa kumpitia mtu mwingine. Katika barua hiyo Su alijielezea dhuluma yote aliyotendewa. Watu waliosikia habari za barua hiyo walihuzunika na kusisimka. Baada ya bwana Shi kuyasoma kwa makini maungamo ya Su huko wilayani akajizamisha katika mawazo. Alipopata uyakini alipiga meza kwa ngumi, akasema, "Mtu huyo amezuliwa hatia." Akamwomba mkuu wa daraja ya juu ampe ruhusa ya kuchunguza upya kesi hiyo. "Je, kiatu kile kilipotelea wapi?" Bwana Shi alimwuliza

879

【原文】

故匿背于壁而有灰色；临出，以手护背，而有烟色也。公固疑是毛，至此益信。施以毒刑，尽吐其实。判曰：

宿介：蹈盆成括杀身之道，成登徒子好色之名。只缘两小无猜，遂野鹜如家鸡之恋；为因一言有漏，致得陇兴望蜀之心。将仲子而逾园墙，便如鸟堕；冒刘郎而至洞口，竟赚门开。感帨惊尨，鼠有皮胡若此？攀花折树，士无行其谓何！幸而听病燕之娇啼，犹为玉惜；怜弱柳之憔悴，未似莺

【今译】

如果肯自首，还可以从轻发落；说假话的，一经查明，绝不宽恕！"众人齐声说绝没有杀人的事。施学使吩咐将三木放在地上，准备动刑，将人犯的头发都扎起来，扒光衣服，他们齐声喊冤枉。施学使命令先停下来，对他们说道："既然你们不肯自己招供，只好让神明指出真凶了。"他让人用毡子褥子将大殿的窗户遮严实了，不留一点儿缝隙。又让那几个嫌疑人光着脊背，赶到黑暗中，先给他们一盆水，命令他们一个个洗过手，再把他们用绳子拴在墙下，命令道："各人面对墙壁不许乱动。是杀人凶手，神灵就会在他脊背上写字。"过了一会儿，将他们叫出来，逐个检查，指着毛大

Su. "Hata mimi mwenyewe sijui, ninakumbuka kuwa wakati nilipokuwa nikibisha mlango wa nyumba ya Wang, kilikuwa bado kimo ndani ya kanzu yangu." Halafu bwana Shi aligeuka kumhoji Wang, "Licha ya Su, ulikuwa na wapenzi wangapi?" "Sikuwa na mpenzi mwingine yeyote." "Mwanamke aliyezoea kufanya mapenzi ya kihuni angewezaje kuingiliana na mhuni mmoja tu!" Bwana Shi alimkanusha. "Mimi na Su tulikuwa wapenzi tangu utotoni, kwa hiyo sikuweza kumkatalia. Baadaye, siyo kwamba hakukuwepo mhuni mwingine aliyepata kunishawishi, bali ni kuwa sikukubali kushawishiwa na mwingine." "Haya taja jina la mhuni aliyewahi kukushawishi." Bwana Shi akaamrisha. "Mao Da niliyekuwa nikikaa naye kwenye mtaa mmoja, mara kadha alifika kwangu kunipembejea, lakini nilimkatalia." "Mbona sasa umejifanya kuwa msafi kama paka?"

Kisha bwana Shi akaamrisha Wang apigwe tena. Wang aliposikia hayo aliogopa sana, akamsujudia bwana Shi mpaka damu zikamtoka katika paji lake la uso huku akijitetea kuwa hakuwahi

MASIMULIZI TEULE YA AJABU KUTOKA KWENYE UKUMBI WA SOGA
NI NANI MWUAJI ?

Mkusanyiko wa Vitabu
Maarufu vya China

881

【原文】

狂。而释幺凤于罗中，尚有文人之意；乃劫香盟于袜底，宁非无赖之尤！蝴蝶过墙，隔窗有耳；莲花卸瓣，堕地无踪。假中之假以生，冤外之冤谁信？天降祸起，酷械至于垂亡；自作孽盈，断头几于不续。彼逾墙钻隙，固有玷夫儒冠；而僵李代桃，诚难消其冤气。是宜稍宽笞扑，折其已受之惨；姑降青衣，开其自新之路。

　　若毛大者：刁猾无籍，市井凶徒。被邻女之投梭，淫

大中华文库

882

【今译】

说："这就是杀人凶手！"原来，施学使预先让人把石灰涂在墙上，又用烟煤水让他们洗手；杀人犯害怕神灵写字，所以将脊背贴着墙，沾上了白灰；临出来前又用手遮住脊背，又染上了煤烟色。施学使本来就怀疑毛大是杀人犯，至此更加确信。于是对他施以大刑，毛大说出了犯罪实情。施学使判决道：

　　宿介，重蹈盆成括无德被杀的覆辙，酿成登徒子贪好女色的恶名。只因为两小无猜，便有了偷鸡摸狗的私情；只因为泄露了一句话，便有了得陇望蜀的淫心。像仲子一样爬过园墙，如鸟一般落在地上；冒充刘郎来到洞口，竟然将闺门

kufanya mapenzi na mhuni mwingine. Bwana Shi alimwonea huruma, akaamrisha asipigwe. Punde kidogo, aliendelea kumhoji.

"Pindi mume wako alipokuwa safarini, hakuwahi kutokea mtu mwingine yeyote aliyekuja kwako kwa kisingizio fulani?" "Walitokea watu wawili ambao walikuja kwangu mara moja au mbili hivi kwa visingizio vya kukopa fedha au kuniletea zawadi." Wang akamjibu. Watu hao wawili walikuwa wazururaji katika ule mtaa aliokaa Wang, na wote walikuwa na nia ya kutaka kufanya mapenzi na mwanamke huyo. Bwana Shi akaamrisha majina ya hao watu yaandikwe na wakamatwe ili wahojiwe.

Watu hao walipokamatwa, bwana Shi aliwafikisha watuhumiwa wote katika hekalu la malaika wa ulinzi. Akawaamrisha wapige magoti mbele ya malaika huyo. "Hamruhusiwi kusema uwongo!. Yeyote atakayeungama mwenyewe, atasamehewa; yeyote atakayefanya ujanja atakiona cha mtema kuni!" Kusikia vile, watu wote walitoa kauli kuwa hawakuwahi kumwua mtu. Bwana Shi alitoa amri kuleta vyombo vya adhabu, Nywele za watuhumiwa wote zilifungwa

883

【原文】

心不死；伺狂童之入巷，贼智忽生。开户迎风，喜得履张生
之迹；求浆值酒，妄思偷韩掾之香。何意魄夺自天，魂摄于
鬼。浪乘槎木，直入广寒之宫；径泛渔舟，错认桃源之路。遂
使情火息焰，欲海生波。刀横直前，投鼠无他顾之意；寇穷
安往，急兔起反噬之心。越壁入人家，止期张有冠而李借；
夺兵遗绣履，遂教鱼脱网而鸿离。风流道乃生此恶魔，温柔
乡何有此鬼蜮哉！即断首领，以快人心。

【今译】

骗开。对胭脂粗暴无忌，有脸皮的人怎么能干出这种事？攀
折花木，身为士人却没德行还能让人说什么！幸好听到病中
的胭脂一番婉转陈述，还能够怜香惜玉；像怜惜憔悴的细柳
枝的鸟儿一样，不至于过分淫狂。总算放开了落在网中的小
鸟，还流露出一点儿文人的雅意；但却抢去胭脂的绣鞋作为
信物，难道不是无耻之尤！两人只顾私下谈话，却没想到隔
窗有耳被毛大听去；那绣鞋像莲花花瓣落下，便再没有了踪
迹。假中之假已经产生了，冤外之冤谁又会相信呢？灾祸从
天而降，身受酷刑差点儿死去；自作的罪孽已经满盈，已被
破下的脑袋几乎接不上去。这种翻墙钻穴的行为，固然有辱

kwa kamba na walivuliwa nguo zote. Bwana Shi atawatia adhabu, lakini wakati huu watuhumiwa wote walisema kwa pamoja kuwa wameadhibiwa bila ya hatia yoyote. Basi bwana Shi alitoa amri kurudisha vile vyombo na kusema, "Kama hamtaki kuungama nyinyi wenyewe , nitamwambia malaika amsoze kidole yule mwuaji."

Halafu bwana Shi aliamrisha watumishi wazibe madirisha yote ya ukumbi wa hekalu kwa mablanketi mazito na mifarishi ili mwanga usiingie ndani, na kuwaingiza watuhumiwa wote katika hekalu hilo lenye giza shadidi. Kila mtuhumiwa alipewa maji ndani ya dishi ili anawe mikono; kisha kila mmoja alifungwa kwa kamba karibu na ukuta. Bwana Shi akatoa amri kila mtu auelekee ukuta na haruhusiwi kujitingisha pale anaposimama. Bwana Shi alisema, "Malaika wa ulinzi ataandika maneno kwenye mgongo wa mwuaji." Punde si punde, bwana Shi aliwaambia watuhumiwa wote watoke nje mmoja baada ya mwingine. Baada ya wote kutoka nje, bwana Shi alimwonyesha Mao Da na kusema "Huyu ndiye mwuaji!" Kumbe kabla ya kugundua nani ni mwuaji, bwana

885

【原文】

胭脂：身犹未字，岁已及笄。以月殿之仙人，自应有郎似玉；原霓裳之旧队，何愁贮屋无金？而乃感《关雎》而念好逑，竟绕春婆之梦；怨摽梅而思吉士，遂离倩女之魂。为因一线缠萦，致使群魔交至。争妇女之颜色，恐失"胭脂"；惹鸳鸟之纷飞，并托"秋隼"。莲钩摘去，难保一瓣之香；铁限敲来，几破连城之玉。嵌红豆于骰子，相思骨竟作厉阶；丧乔木于斧斤，可憎才真成祸水！葳蕤自守，幸白璧之无瑕；缧绁

【今译】

读书人的声名，但是代人受罪，确实难以消除心中的冤气。因此稍稍放宽对他的刑罚，来折消他已经受的酷刑；姑且罚他由蓝衫改穿青衫，不准参加今年的科考，给他一条悔过自新的生路。

毛大，刁蛮奸猾，没有固定职业，是一个流窜在市井中的恶徒。挑逗王氏遭到拒绝，却淫心不死；趁着宿介到王氏家偷情，忽然产生了邪恶念头。胭脂本来想着迎来鄂生，却让宿介喜得越墙而入的机会；毛大本想到王氏家捉奸却听到了胭脂的消息，让毛大产生了诱奸胭脂的企图。不料魄被天夺去，魂被鬼摄走。欲火烧身地凭着绣花鞋，直奔胭脂的

MASIMULIZI TEULE YA AJABU KUTOKA
KWENYE UKUMBI WA SOGA
NI NANI MWUAJI ?

Mkusanyiko wa Vitabu
Maarufu vya China

Shi aliwahi kuwaambia watumishi wapake chokaa ukutani na
kuwaamuru watuhumiwa wanawe mikono yao kwa maji ya masizi
ya makaa ya mawe. Bila shaka, mwuaji aliogopa kuandikwa
mgongoni, akaubana mgongo wake ukutani, mgongo wake
ukajipakaza chokaa. Mwuaji alipokuwa akitoka nje, aliufunika
mgongo wake kwa mikono. Kwa hiyo mgongo wake ulikuwa na
masizi. Hapo awali, bwana Shi aliwahi kumshuku Mao kwamba
alikuwa mwuaji; baada ya vituko hivyo, akapata uhakika zaidi.
Shi aliamrisha Mao aadhibiwe vibaya. Baada ya kuchapwa viboko
Mao akaungama madhambi yake yote ya kumwua mzee Bian.

Hatimaye bwana Shi alitoa hukumu, "Su Jie: alijitakia kifo
kwa kutumia ujanja kama Pen Chengkuo pamoja na kupewa
sifa ya mwasherati mfano wa Deng Tuzi. Kwa kuwa alizoeana
na kuaminiana sana na Wang tangu utotoni hata akalala naye
kwenye kitanda kimoja; ingawa Wang alimwangukia kifuani na
kumdokezea siri za moyoni mwa Yanzhi lakini Su Jie hakuridhika
na hayo badala yake alitamani kumpata Yanzhi. Alimwiga Jiang

887

【原文】

苦争，喜锦衾之可覆。嘉其入门之拒，犹洁白之情人；遂其掷果之心，亦风流之雅事。仰彼邑令，作尔冰人。

案既结，遐迩传诵焉。

异史氏曰：甚哉！听讼之不可以不慎也！纵能知李代为冤，谁复思桃僵亦屈？然事虽暗昧，必有其间，要非审思研察，不能得也。呜呼！人皆服哲人之折狱明，而不知良工之用心苦矣。世之居民上者，棋局消日，纨被放衙，下情民

【今译】

闺房；错认了胭脂的闺房，却来到了卞老汉的房前。于是使得情火被扑灭了火焰，欲海掀起了波澜。卞老汉横刀向前，毫无顾忌；毛大穷途末路，像被追急的兔子产生了反咬的念头。翻墙跳到人家里，只希望能冒充鄂生，诱奸胭脂；毛大夺过卞老汉的刀却遗下绣履，于是使得真凶漏网，无辜遭祸。风流道上才会产生这样的恶魔，温柔乡中怎么能容忍这样的鬼怪残存！马上砍下他的脑袋，让人心大快。

胭脂，已经长大成人，却还没有出嫁。长得像月宫里的仙女，自然应该有俊美的儿郎相配；本来就是霓裳队中的一员，还愁没有富贵人家来迎娶吗？感念爱情而思念好的配

Zhongzi kwa kuruka ukuta kuteremka chini kimya kimya kama ndege: Aliingia chumba cha Yanzhi kwa kudanganya na kujifanya msomi E; Humo ndani alifanya uhuni na hakuona aibu hata kidogo; Alifanya uasherati wa kila aina na kuvunja mila na desturi hata alivunjilia mbali adabu za msomi. Bahati nzuri ni kwamba alimhurumia Yanzhi baada ya kusikia kite hafifu alichokitoa katika ugonjwa; Na vile vile hakumdhulumu kinyama msichana aliyekuwa na mwili dhaifu kutokana na ugonjwa. Ama kweli ndege maridadi aliyefunguliwa tunduni alikuwa na huruma kidogo kama mwungwana msomi; Lakini kitendo cha kumvua kiatu cha kutarizi mwanamke na kukifanya kuwa amana si ni ujambazi! Kama kipepeo alivyorukia ukuta, siri za ndani zikasikika kupitia dirisha; Kama maua ya yungiyungi yalivyopukutika majini, kiatu cha kutarizi kikapotea baada ya kudondoka ardhini. Uwongo ukazuka na kuwa kitendawili. Kisa hiki si kama kilimdhulumu msomi E bali pia kilimdhulumu Su Jie nani angeweza kukiamini? Majanga makubwa yalianguka kutoka angani, nusura apoteze

MASIMULIZI TEULE YA AJABU KUTOKA KWENYE UKUMBI WA SOGA NI NANI MWUAJI ?

Mkusanyiko wa Vitabu Maarufu vya China

889

【原文】

艰，更不肯一劳方寸。至鼓动衙开，巍然高坐，彼哓哓者直以桎梏静之，何怪覆盆之下多沉冤哉！

　　愚山先生吾师也。方见知时，余犹童子。窃见其奖进士子，拳拳如恐不尽，小有冤抑，必委曲呵护之，曾不肯作威学校，以媚权要。真宣圣之护法，不止一代宗匠，衡文无屈士已也。而爱才如命，尤非后世学使虚应故事者所及。尝有名士入场，作《宝藏兴焉》文，误记"水下"，录毕而后悟

【今译】

偶，竟然产生了春梦；哀怨落梅而爱慕男子，于是因思念而生病。只因为这一份感情的萦绕，招得群魔纷纷而至。竞相争夺美丽的容颜，唯恐失去"胭脂"；惹得鸷鸟纷飞，都假冒为"秋隼"。绣鞋被宿介脱去，难保自身的贞洁；铁门被敲响，女儿身差点儿失去。就因一片思念，竟然招来祸害；卞老汉惨遭砍杀，心爱的女儿真成了祸水！虽然被人挑逗，还能坚守贞节，未被玷污；在监狱中苦苦抗争，幸喜现在美好的结局可以遮盖一切过错。本府嘉奖她能力拒淫徒，还是个洁白的情人；愿意成全她倾慕鄂生的心愿，也是一桩风流雅事。希望该县县令做他们的媒人。

maisha yake kutokana na mateso makali. Mwili wake na kichwa

chake vilikaribia kuachana si ni msiba aliojitakia atamlilia nani.

Hakika kuruka ukuta na kuvuka mashimo tayari kumeshavunjilia

mbali heshima ya msomi; Kwa kweli ni vigumu kuondoa uchungu

uliopo kifuani kwa kunyanyaswa kwa ajili ya mtu mwengine.

Hivyo basi atafutiwa adhabu ya kupigwa mijeledi ili kufidia

mateso aliyoyapata hapo awali. Na atapewa njia ya kujirudi baada

ya kufutwa hadhi ya msomi na kuwa mtumishi wa kawaida.

Mtu kama Mao Da: ni mjanja, mzururaji na ni mhuni wa

mtaani. Ingawa alishindwa kumtongoza mwanamke wa jirani bibi

Wang, moyo wake wa kiasherati ulikuwa bado haujafa. Usiku ule

alipoingia uani kwa bibi Wang, alisikia kisirisiri maongezi ya bibi

Wang na Su Jie kuhusu Yanzhi na kiatu kile cha kutarizi. Ghafla

akajiwa na wazo la kumdanganya na kumpata msichana mrembo

Yanzhi. Usiku mmoja baada ya siku kadhaa, aliingia nyumbani

kwa Yanzhi kwa kukwea ukuta, wakati huo roho yake imekwisha

kuchukuliwa na ibilisi na kusudi lake la mwanzo lilikuwa kuingia

MASIMULIZI TEULE YA AJABU KUTOKA KWENYE UKUMBI WA SOGA
NI NANI MWUAJI ?

Mkusanyiko wa Vitabu
Maarufu vya China

【原文】

之，料无不黜之理。作词曰："宝藏在山间，误认却在水边。山头盖起水晶殿。瑚长峰尖，珠结树颠。这一回崖中跌死撑船汉！告苍天，留点蒂儿，好与友朋看。"先生阅文至此，和之曰："宝藏将山夸，忽然见在水涯。樵夫漫说渔翁话。题目虽差，文字却佳，怎肯放在他人下。尝见他，登高怕险；那曾见，会水淹杀？"此亦风雅之一斑，怜才之一事也。

愚山先生吾师也。方见知时，余犹童子。窃见其奖进

【今译】

自从吴太守审问以后，胭脂才知道鄂秀才被冤枉了。偶尔在堂下遇到他，胭脂总是满脸的羞愧，两眼含着泪水，似乎有好多疼爱他的话要说，却又说不出来。那鄂生被她的痴情感动，也深深地爱慕她，但是鄂生又想到她出身微贱，而且每天都上公堂对证，被众人窥视、指点，担心娶了她会被人耻笑，所以他日思夜想，拿不定主意。到了判决书下达后，鄂生的心才安定下来。县令替他们准备了彩礼，又找来乐队替他们办了喜事。

异史氏说：确实啊！审理案件不可以不慎重啊！纵使能够知道像鄂秋隼这样代人受过的人是冤枉的，又有谁会想到

MASIMULIZI TEULE YA AJABU KUTOKA
KWENYE UKUMBI WA SOGA
NI NANI MWUAJI ?

Mkusanyiko wa Vitabu
Maarufu vya China

chumbani kwa Yanzhi lakini kwa bahati mbaya alikosea na kufikia

mbele ya chumba cha mzee Bian, mara moto wa mapenzi yake

ukazimika, matamanio yake ya kimwili yakakabiliwa na kivumbi

maana mzee Bian alisimama mbele yake akiwa ameshika upanga

kikakamavu; Mao Da hakuwa na la kufanya akamnyang'anya

upanga na kumwua mzee Bian. Awali alitaka kumdanganya na

kumnajisi Yanzhi kwa kujifanya mtu mwingine halafu akajihusisha

na mkasa wa kunyang'anya upanga pamoja na kupoteza kiatu cha

kutarizi, yeye mwenyewe alijinusuru baada ya kutoroka lakini

akamfanya Su Jie adhurike. Shetani mwovu aliyezuka katika

mazingira machafu angewezaje kuruhusiwa kuwepo katika

watani wa uungwana? Inambidi akatwe kichwa mara moja ili

kuwafurahisha watu. Yanzhi: amesha fikia umri wa makamo

lakini bado hajapata mchumba. Kusema kweli yeye ameumbika

kama malaika. Hakika anapendwa na kila mwanamume maridadi.

Tayari yeye ni mmojawapo kati ya malaika katika timu ya

wachezaji dansi ana haja gani ya kuhofia kutopendwa na kutunzwa

893

【原文】

士子，拳拳如恐不尽，小有冤抑，必委曲呵护之，曾不肯作威学校，以媚权要。真宣圣之护法，不止一代宗匠，衡文无屈士已也。而爱才如命，尤非后世学使虚应故事者所及。尝有名士入场，作《宝藏兴焉》文，误记"水下"，录毕而后悟之，料无不黜之理。作词曰："宝藏在山间，误认却在水边。山头盖起水晶殿。瑚长峰尖，珠结树颠。这一回崖中跌死撑船汉！告苍天，留点蒂儿，好与友朋看。"先生阅文

【今译】

像宿介这样的人也是代人受过冤屈的呢？但是，事情虽然暗昧不清，其中必有破绽，如果不是仔细地思考观察，是不可能发现的。呜呼！人们都佩服贤明而有智慧的人断案神明，却不知道技艺高明的人如何费尽心思地构思。世间那些做官的人，只知道下棋消遣时光，好逸贪睡荒废政务，民情再怎么艰苦，他们也不会费一点儿心思。到了该鸣鼓升堂之时，官员高高地坐在大堂上，对那些争辩的人径直用刑具来使他们安静下来，难怪百姓多有沉冤得不到昭雪啊！

施愚山先生是我的老师。刚被他赏识的时候，我还是个童生。我看见他奖励推荐学生，费尽心力，唯恐自己还不够

kama mboni na mwanamume mwungwana? Lakini fikra zake zimevutiwa sana na wapenzi wale waliosimuliwa katika shairi la Guan Sui, alitamani sana kukutana na mwanamume mzuri; hata akaota ndoto inayohusiana na mambo ya mapenzi mara kwa mara na kushusha pumzi kwamba wakati unaruka kama mbawa, alipokutana mara ya kwanza na msomi E akajisikia moyo wake umetekwa na kuwa mgonjwa kwa kumwazia. Kutokana na mapenzi hayo yanayomwandama, maasherati wakaja kumvamia. Kwa ajili ya kufurahia urembo wake, Su Jie na Mao Da kwa kuhofia kushindwa kumpata wakajifanya kama E Qiusun. Kisa cha kuvuliwa kiatu cha kutarizi nusura kivunje hadhi yake, viboko vya magongo vilipoanza kufanya kazi vilikaribia kumfanya msomi E akate roho. Hisia za kumwaza mtu ni chungu, lakini hisia za aina hii zikiingia mfupani zinaweza kuleta janga; Na matokeo yake yakasababisha baba yake kuuawa kwa upanga, mtu mpendwa akawa kisirani. Yanzhi alijitakasa hata aliweza kujihifadhi na kuwa msafi. Gerezani alijitahidi kujitetea na mwishowe ukweli wa kesi

MASIMULIZI TEULE YA AJABU KUTOKA KWENYE UKUMBI WA SOGA
NI NANI MWUAJI?

Mkusanyiko wa Vitabu
Maarufu vya China

895

【原文】

至此，和之曰："宝藏将山夸，忽然见在水涯。樵夫漫说渔翁话。题目虽差，文字却佳，怎肯放在他人下。尝见他，登高怕险；那曾见，会水淹杀？"此亦风雅之一斑，怜才之一事也。

愚山先生吾师也。方见知时，余犹童子。窃见其奖进士子，拳拳如恐不尽，小有冤抑，必委曲呵护之，曾不肯作威学校，以媚权要。真宣圣之护法，不止一代宗匠，衡文无屈士已也。而爱才如命，尤非后世学使虚应故事者所及。

【今译】

全心全意，学生有一点儿委屈，他都心疼地呵护，从来不在学校耍威风，来讨好当官的。他真可以说是至圣文宣王的护法神，不止是一代的宗师，主持科举考试从来不委屈一个读书人而已。而他爱才如命，尤其不是后世那些敷衍了事的学使们所比得了的。曾经有一位名士下场参加科考，做《宝藏兴焉》的题目时，把"宝藏"两个字的涵义误记成"水下"了，等他抄录完毕，才省悟过来，自己料定没有不被黜退的理由。于是，他在后面又作了一首词道："宝藏在山间，误认却在水边。山头盖起水晶殿。瑚长峰尖，珠结树颠。这一回崖中跌死撑船汉！告苍天，留点蒂儿，好与友朋看。"愚

ulianikwa hadharani. Anatakiwa kusifiwa kwa kumkataza Su Jie

kuingia chumbani kwake; Yeye bado ni mtu safi mwenye mapenzi.

Inatubidi tuyabariki mapenzi yake moto moto kwa msomi E na

hakika hili ni jambo la baraka. Sasa basi tumwombe mkuu wenu

wa wilaya awe mshenga wako." Kesi hii ilipomalizika ikasambaa

upesi kama moto katika nyika kavu. Tangu bwana Wu alipoanza

kuchunguza kesi hii Yanzhi akafahamu kuwa msomi E alikuwa

amezuliwa hatia. Kila alipokuwa akimwona katika mahakama, uso

wake ulikuwa ukiwaka kwa tahayari. Alikuwa akimtazama kwa

macho yaliyojaa huruma nyingi huku machozi yakimlengalenga.

alionekana mwenye maneno tele lakini alishindwa kufumbua

mdomo. Msomi E alivutiwa sana na mapenzi ya Yanzhi, akaja

kumpenda, lakini alifikiri kuwa Yanzhi alizaliwa katika familia

maskini, na kila alipojitokeza mahakamani, watu walikuwa

wakimsoza kidole, msomi E alichelea kuwa akimwoa binti yule

atachekwa na watu. Hofu hizo zikamfanya azame katika dimwi

la mawazo kutwa kucha, alimradi hakujua la kufanya. Baada ya

MASIMULIZI TEULE YA AJABU KUTOKA KWENYE UKUMBI WA SOGA NI NANI MWUAJI ?

Mkusanyiko wa Vitabu Maarufu vya China

897

【原文】

尝有名士入场，作《宝藏兴焉》文，误记"水下"，录毕而后悟之，料无不黜之理。作词曰："宝藏在山间，误认却在水边。山头盖起水晶殿。瑚长峰尖，珠结树颠。这一回崖中跌死撑船汉！告苍天，留点蒂儿，好与友朋看。"先生阅文至此，和之曰："宝藏将山夸，忽然见在水涯。樵夫漫说渔翁话。题目虽差，文字却佳，怎肯放在他人下。尝见他，登高怕险；那曾见，会水淹杀？"此亦风雅之一斑，怜才之一事也。

【今译】

山先生看完，和了一首词："宝藏将山夸，忽然见在水涯。樵夫漫说渔翁话。题目虽差，文字却佳，怎肯放在他人下。尝见他，登高怕险；那曾见，会水淹杀？"这也可见愚山先生风雅情调的一斑，也是他爱惜人才的一件逸事。

uamuzi ule kutolewa akatulia tuli. Mkuu wa wilaya alimtayarishia

mahari. Siku ya arusi, ngoma na muziki vilipigwa kucha, msomi

E akamwoa Yanzhi kwa hoihoi kubwa.

MASIMULIZI TEULE YA AJABU KUTOKA
KWENYE UKUMBI WA SOGA
NI NANI MWUAJI ?

Mkusanyiko wa Vitabu
Maarufu vya China

899

王者

【原文】

　　湖南巡抚某公，遣州佐押解饷六十万赴京。途中被雨，日暮愆程，无所投宿，远见古刹，因诣栖止。天明，视所解金，荡然无存。众骇怪，莫可取咎。回白抚公，公以为妄，

【今译】

　　湖南巡抚某公，派遣州佐押解六十万两饷银前往京城。途中遇到下雨，到天黑时耽误了路程，已经找不到投宿的地方，远远地看见一座古刹，于是就到那里休息。等到天亮，一看押解的银两已经荡然无存。众人惊骇奇怪，但也找不到什么蛛丝马迹。州佐回去禀告巡抚，巡抚认为他撒谎，要对他实行惩罚。等到问那些差役时，他们也没有不同的说法。巡抚责令州佐返回到丢银子的地方，搜查线索。

　　州佐来到庙前，见一个盲人，形貌很是奇特，声称："能知道别人的心事。"于是州佐就请他给自己算一卦。那盲人说："你来是为了丢失银子的事吧。"州佐回答道：

BWANA MKUBWA

Siku moja, mkuu wa Mkoa wa Hunan alimtuma naibu mkuu fulani wa wilaya kumsaidia kupeleka mishahara kiasi cha wakia laki sita za fedha hadi mji mkuu. Njiani naibu mkuu huyo wa wilaya na msafara wake walinyeshewa na mvua wakati wa magharibi na walichelewesha safari na kukosa malazi. Kwa mbali, waliona hekalu moja la kale, wakachapua miguu ili kujikinga na mvua na kupumzika. Siku ya pili alfajiri, waligundua fedha zote zimetoweka. Wakashtuka na kustaajabu lakini hawakuweza kumlaumu mtu yeyote. Naibu mkuu huyo wa wilaya akawa hana budi kuongoza wafuasi wake kurejea na kumwambia mkuu wa mkoa jambo hilo. Mkuu wa mkoa aliona maneno aliyoyasema naibu mkuu wa wilaya ni ya uongo. Akataka kumwadhibu, lakini wakati mkuu wa mkoa alipowauliza wafuasi wa naibu mkuu wa wilaya, walitoa maelezo sawa na yale aliyotoa naibu mkuu wa wilaya, basi akawaamrisha waende pale tena kutafuta waone kama watapata dalili yoyote.

901

Naibu mkuu wa wilaya na wafuasi wake walipofika mbele ya hekalu lile walimwona kipofu mmoja aliyeumbika kiajabu na

【原文】

将置之法。及诘众役，并无异词。公责令仍反故处，缉察端绪。

至庙前，见一瞽者，形貌奇异，自榜云："能知心事。"因求卜筮。瞽曰："是为失金者。"州佐曰："然。"因诉前苦。瞽者便索肩舆，云："但从我去，当自知。"遂如其言，官役皆从之。瞽曰："东。"东之。瞽曰："北。"北之。凡五日，入深山，忽睹城郭，居人

【今译】

"是。"接着就诉说丢失饷银的经过。盲人让他弄来一顶轿子，说："你只要跟着我走，到时候你就知道了。"于是州佐按照他的吩咐做了，其他官役都跟在后面。盲人说："向东。"他们就向东。盲人说："向北。"他们就向北。这样走了五天，进入深山，忽然看见一座城，居民很多。他们进了城，走了不大一会儿，盲人说："停下。"说完就下了轿子，用手向南一指："看见有一个向西的高门，可以敲门自己问去吧。"说完，他拱拱手就走了。

州佐按照盲人的指点，果然看见一个高大的门楼，慢慢地走进去。有一个人走出来，穿戴着汉朝的衣帽，不说自

kwenye kibao chake palikuwa pameandikwa maneno yafuatayo: "Naweza kujua mawazo ya mtu yeyote." Basi naibu mkuu wa wilaya alimwomba ampigie ramli. Kipofu alisema,"Nina hakika umekuja kwa ajili ya kutafuta fedha ulizopoteza, ama sivyo?" Naibu mkuu wa wilaya alijibu,"Ndiyo!" Kisha akasimulia uchungu wake wa kulaumiwa kwa sababu ya kupoteza fedha. Kipofu alisema,"Mkinifuata mimi mtaweza kujua fedha zenu zimepotea wapi. Sasa mtafute machela moja ya kunibeba, tutakwenda pamoja." Hivyo naibu mkuu wa wilaya akakubali ombi lake, naye pamoja na wafuasi wake walimfuata nyuma ya machela. Kipofu alisema,"Elekea mashariki!" Wakaelekea mashariki; kipofu akasema tena,"Elekea kaskazini!" Wakaelekea kaskazini.

Walikuwa wamesafiri kwa siku tano mpaka walipofika katika milima mikubwa. Pale milimani waliona mji mmoja uliokuwa na wakazi wengi, wakaingia mjini na kutembea tena kwa muda, kipofu akasema,"Simameni!" Baadaye aliteremka kwenye machela, akielekeza kidole chake upande wa kusini alisema,"Mkiona mlango mmoja, mrefu na mkubwa, mnaweza kupiga hodi na kuulizia kuhusu hilo jambo la fedha zenu. Baada ya kusema maneno hayo, alijikunja mikono kifuani, akaondoka.

Naibu mkuu wa wilaya na wafuasi wake wakatembea kuelekea upande alioonyesha kipofu. Baada ya kutembea muda

903

【原文】

辐辏。入城，走移时，暬曰："止。"因下舆，以手南指："见有高门西向，可款关自问之。"拱手自去。

州佐如其教，果见高门，渐入之。一人出，衣冠汉制，不言姓名。州佐述所自来，其人云："请留数日，当与君谒当事者。"遂导去，令独居一所，给以食饮。暇时闲步，至第后，见一园亭，入涉之。老松翳日，细草如毡。数转廊榭，又一高亭，历阶而入，见壁上挂人皮数张，五官俱备，

【今译】

己姓甚名谁。州佐说明了自己的来意，那人说："请留下住几天，我一定引你去见当事者。"说完，就领着州佐进去。让他一个人住一间屋子，给他提供饮食。州佐闲暇时散步，来到宅子的后面，看见一座带着亭台的花园，便走了进去。花园内苍老的松树遮天蔽日，地上的小草细如毛毡。他转过几处廊榭，眼前又是一座高亭，沿着台阶走进去，只见墙壁上挂着几张人皮，五官都在，一股血腥味熏人。州佐不由得毛骨悚然，急忙退出园子，回到住处。他料想留在这挂人皮的异地他乡，已经没有生存的希望了，但转念一想，不管进退都是死，也就姑且听之任之吧。第二天，那人召他前去，

si mrefu, kweli waliona mlango mmoja uliokuwa mrefu na mkubwa. Walisogelea mbele hatua kadhaa, wakaona mtu mmoja akitoka nje, mavazi na kofia yake vilikuwa vya mtindo wa Enzi ya Han (206 K.K.-- 220 B.K.). Mtu huyo hakumwuliza naibu mkuu wa wilaya jina, basi naibu mkuu wa wilaya alijitambulisha kwake: jina lake, alitoka wapi na kusudi lake la kuja hapa ni nini. Mtu yule alisema,"Tafadhali kwanza subiri siku kadhaa, halafu nitakuongoza kwa mtu yule anayeshughulikia jambo hilo." Baada ya kusema maneno hayo, alimwongoza naibu mkuu wa wilaya mpaka ndani na kumpatia chumba kimoja ili akae peke yake, baada ya hapo akaleta chakula na chai.

Kwa kuwa naibu mkuu wa wilaya hakuwa na shughuli yoyote, alitoka katika chumba na kutembea huku na huko, baada ya kufika nyuma ya nyumba alikuta kitalu kimoja, akaingia ndani. Katika kitalu hicho, matawi ya misonobari yalikuwa yametandawaa kama miavuli, hata mionzi ya jua ilikuwa haiwezi kupenya; ukoka ulikuwa umetambaa kama blanketi lililotandikwa chini. Alipopanda ngazi za banda moja zuri akaona ngozi kadhaa za binadamu ambazo zilikuwa zimetundikwa ukutani. Kila mlango unahisi, si macho, si pua wala si midomo, vimekaa pahala pake na ngozi hizo zilikuwa zinatoa harufu kali ya uvundo. Naibu mkuu wa wilaya aliogopa hata malaika yake yote ya mwilini yakasimama

905

【原文】

腥气流熏。不觉毛骨森竖，疾退归舍。自分留鞭异域，已无生望，因念进退一死，亦姑听之。明日，衣冠者召之去，曰："今日可见矣。"州佐唯唯。衣冠者乘怒马甚驶，州佐步驰从之。俄，至一辕门，俨如制府衙署，皂衣人罗列左右，规模凛肃。衣冠者下马，导入。又一重门，见有王者，珠冠绣绂，南面坐。州佐趋上，伏谒。王者问："汝湖南解官耶？"州佐诺。王者曰："银俱在此。是区区者，汝抚军

【今译】

说："今天可以见了。"州佐唯唯听命。那人骑着快马跑得飞快，州佐跑步跟在后面。过了一会儿，来到一座衙门外，看上去像是总督衙门，身穿皂衣的衙役站列两边，显得庄严肃穆。那人下了马，领着州佐进去，又穿过一道门，只见一位王者，头戴珠冠，身穿绣袍，面南背北而坐。州佐急忙上前，跪倒叩头。王者问道："你就是湖南的那个押银官吧？"州佐回答说是。王者说："银子都在这里。这么一点点银子，你家巡抚既然慷慨相赠，收下也不是不可以的。"州佐哭诉道："我的期限已满，回去肯定会被杀死，我向他禀告时拿什么证明呢？"王者说："这倒不难。"于是交给

wima, akarudi chapu chapu chumbani mwake. Alifikiri kuwa huenda ngozi yake vilevile itabakizwa hapa, lakini alikuwa hana la kufanya isipokuwa kusubiri kitakachotokea.

Siku iliyofuata, mtu yule aliyevaa mavazi ya mtindo wa Enzi ya Han alikuja kumwita, akasema,"Leo unaweza kuonana na yule mtu." Naibu mkuu wa wilaya akajibu,"Vizuri." Mtu aliyevaa mavazi ya mtindo wa Enzi ya Han alipanda juu ya farasi mmoja maridadi mwenye afya njema na kutoa shoti. Naibu mkuu wa wilaya alifuata nyuma huku akipiga mbio kwa miguu. Haukupita muda walifika mbele ya mlango mkubwa ambapo palionekana kama boma la gavana, Watumishi waliovaa mavazi meusi walijipanga kwenye pande mbili za mlango na walikuwa wamesimama kwa kufuata taratibu hasa. Mtu yule aliteremka kwenye farasi, akamwongoza naibu mkuu wa wilaya kuingia ndani. Baada ya kuupita mlango mwingine naibu mkuu wa wilaya aliona mtu mmoja aliye kama mfalme amekaa kwenye kiti hali uso wake ukielekea upande wa kusini. Alikuwa amevaa kofia iliyopambwa kwa vito na mavazi ya kiofisa yaliyotariziwa. Naibu mkuu wa wilaya alimsogelea hima na akapiga magoti mbele yake.

"Wewe ndiye yule ofisa aliyemsaidia mkuu wa mkoa kupeleka fedha?" Bwana Mkubwa aliuliza.

"Ndiyo bwana! "

【原文】

即慨然见赠，未为不可。"州佐泣诉："限期已满，归必就刑，禀白何所申证？"王者曰："此即不难。"遂付以巨函云："以此复之，可保无恙。"又遣力士送之。州佐慑息，不敢辨，受函而返。山川道路，悉非来时所经。既出山，送者乃去。

数日，抵长沙，敬白抚公。公益妄之，怒不容辨，命左右者飞索以缳。州佐解襆出函，公拆视未竟，面如灰土，

【今译】

一个大信函，说："你拿这个回复他，可保你安然无恙。"然后又派了一个力士送他出去。州佐恐惧得屏住呼吸，不敢声辨，接过信函就回去了。山川道路，全部不是来的时候经过的。把他送出山后，送他的力士就回去了。

几天以后，州佐回到长沙，恭敬地向巡抚禀告。巡抚更加认为他是说谎，愤怒得不容他争辩，就命令左右用绳子套住了他。州佐解开包袱，取出那份信函，交给巡抚，巡抚拆开来，没等看完，就已经面如灰土，命人替他松绑，只是说道："银子也只是小事，你先出去吧。"于是巡抚急忙命令下属官员，让他们设法补齐丢失的银两。几天以后，巡抚生

"Fedha zile zipo hapa. Ni kiasi kidogo tu. Maadamu mkuu wa mkoa atapenda kunitunukia kwa ukarimu wake zawadi hiyo, basi halitakuwa jambo baya." Bwana Mkubwa alisema.

"Muda niliopewa wa kutafuta fedha hizo utamalizika. Nikirudi hivihivi, bila ya ushahidi wowote, bila shaka nitaadhibiwa."

"Usiwe na wasiwasi."

Kisha alimpa barua moja kubwa na nene, akasema,"Nenda ukampe barua hii, nayo itaweza kuhakikisha usalama wako."

Baada ya hapo, aliwaamrisha walinzi wake wamsindikize. Naibu mkuu huyo wa wilaya hakuthubutu hata kupumua pumzi kwa nguvu seuze kubishana na Bwana Mkubwa. Basi aliipokea ile barua, akaondoka kwa haraka, lakini aligundua kuwa milima na njia zilizokuweko mbele yake hazikuwa zile alizopita wakati alipokuja. Walinzi wale wakarudi baada ya kumfikisha nje ya milima.

909

Siku kadhaa zilipita, naibu mkuu huyo wa wilaya alirejea katika Mji wa Changsha. Akasimulia kwa mkuu wa mkoa habari za safari yake. Mkuu wa mkoa akazidi kudhani maelezo yake ni udanganyifu. Alikasirika na kuwaamrisha watumishi wake kumfunga kwa kamba. Kabla ya watumishi hawajamfunga, naibu mkuu huyo wa wilaya alifungua furushi lake, akatoa ile barua na

【原文】

命释其缚，但云："银亦细事，汝姑出。"于是急檄属官，设法补解讫。数日，公疾，寻卒。先是，公与爱姬共寝，既醒，而姬发尽失。阖署惊怪，莫测其由。盖函中即其发也。外有书云："汝自起家守令，位极人臣，赇赂贪婪，不可悉数。前银六十万，业已验收在库。当自发贪囊，补充旧额。解官无罪，不得加谴责。前取姬发，略示微警。如复不遵教令，旦晚取汝首领。姬发附还，以作明信。"公卒后，家

【今译】

了病，不久就死了。原来，巡抚和他的爱妾一起睡觉，醒来后却发现爱妾的头发全没了。全衙门都感到吃惊奇怪，猜不出其中的缘由，那封信函里装的就是爱妾的头发，另外还写道："你从做县令太守起家，现在已经做上了大官，你贪婪无比，收受的贿赂已经数不胜数。前次的六十万两银子，已经验收完毕，存在库里。你应该打开自己贪赃的钱袋，拿钱出来补充旧额。解银官没有罪，你不许加以谴责。上次割取你爱妾的头发，只是略微向你表示点儿警告。如果你还不遵从教令，早晚会来取你的首级。爱妾的头发附在信里送还，以作为明证。"巡抚死后，家人才将这封信传了出来。后

kumkabidhi mkuu wa mkoa. Baada ya kufungua barua, mkuu huyo alianza kuisoma. Jambo la kustaajabisha ni kuwa kabla ya mkuu wa mkoa kumaliza kuisoma, uso wake ukabadilika kuwa wa rangi ya kijivu na akawaamrisha watumishi kuacha kumfunga na akasema,"Kupoteza fedha ni jambo dogo, sasa ondoka basi." Halafu aliwatolea maofisa wengine wadogo waraka mmoja wa haraka ambao aliwaamuru wakusanye tena wakia laki sita za fedha na kuzipeleka hadi mji mkuu. Siku kadhaa zilipita, mkuu wa mkoa alipatwa na ugonjwa; muda zaidi ulipita, akakata roho.

Kabla ya fedha zile hazijapotea, usiku mmoja mkuu wa mkoa alilala pamoja na suria wake, lakini siku ya pili asubuhi akatahamaki nywele zote za suria zimechegwa. Watu wote wa bomani walishangaa na kutojua sababu ya mkasa huo. Kumbe kitu kilichokuwemo ndani ya bahasha kubwa kilikuwa ndo zile nywele zilizochegwa. Zaidi ya nywele hizo, ndani ya bahasha bado mlikuwa na ujumbe ulioandikwa maneno yafuatayo:"Ulipoanza kufanya kazi ulitii sheria na kufuata amri, hivyo ulipandishwa cheo kimoja baada ya kingine, mpaka ukapata cheo cha ngazi ya juu, lakini baada ya kupata cheo cha juu ulianza kuwa na ulafi na ukaanza kula rushwa. Fedha ulizokula rushwa zimekuwa hazihesabiki. Zile wakia laki sita za fedha zilichekiwa na kuwekwa tayari katika hazina. Sasa inakubidi utoe kiasi cha

911

【原文】

人始传其书。后属员遣人寻其处，则皆重岩绝壑，更无径路矣。

异史氏曰：红线金合，以儆贪婪，良亦快异。然桃源仙人，不事劫掠，即剑客所集，乌得有城郭衙署哉？呜呼！是何神钦？苟得其地，恐天下之赴愬者无已时矣。

大中华文库

【今译】

来，巡抚的下属派人去寻找那个地方，只见都是悬崖峭壁，根本没有路可走。

异史氏说：当年红线盗走田承嗣枕边的金盒，是为了警告田承嗣不许再贪婪，确实也很痛快很诡异。但桃花源中的仙人，不从事劫掠，即使是剑客聚集的地方，又怎么会有城廓衙门呢？呜呼！这是个什么神呢？如果真能找到这个地方，恐怕前去告状的人就会没完没了了。

fedha kutoka katika mfuko wako wa fedha na kuzipeleka hadi mji mkuu. Yule ofisa aliyekusaidia kupeleka fedha hana hatia, usimkemee. Tulinyoa nywele za suria wako safari iliyopita, lile lilikuwa ni onyo dogo tu. Ikiwa unathubutu kupinga amri yangu safari hii, iko siku moja ambayo haikosi nitakata kichwa chako. Sasa ninakurudishia nywele hizo za suria wako, nazo zitakuwa ushahidi wa ahadi yangu."

Baada ya mkuu wa mkoa kufariki dunia tu, jamaa zake ndo walipoanza kupeana na kusoma ujumbe huo. Na maofisa waliofanya kazi chini ya mikono yake waliwahi kutuma watu kwenda kule kutafuta makazi ya Bwana Mkubwa, lakini hawakuona njia yoyote ila walikuta magenge makali na mabonde yasiyopitika.

913

石清虚

【原文】

　　邢云飞，顺天人。好石，见佳石，不惜重直。偶渔于河，有物挂网，沉而取之，则石径尺，四面玲珑，峰峦叠秀。喜极，如获异珍。既归，雕紫檀为座，供诸案头。每值

【今译】

　　邢云飞是顺天人，喜欢收藏石头，见到好的石头，不惜花大价钱买下。偶然有一次，他在河边捕鱼，感觉到有个东西挂住了渔网，他就潜到水里将它取出来，原来是一块一尺多长的石头，四面玲珑剔透，山峦叠嶂秀丽。他高兴极了，如获至宝。回到家里，他用紫檀木雕了一个底座，将石头供在案头。每到天要下雨的时候，山石的孔窍里就会生出云气，远远望去，好像塞进了新棉花。

　　有个有权势的恶霸上门请求观赏，看完以后，便拿起来交给健壮的仆人，然后骑马飞奔而去。邢云飞无可奈何，只能跺着脚表示心中的悲愤罢了。仆人背着石头来到河边，到了桥上从肩上往下放，忽然失手将它掉入河中。恶霸大怒，用鞭子抽打仆人，然后马上花钱雇善于游泳的人，千方百计

Mkusanyiko wa Vitabu
Maarufu vya China

JIWE QINGXU

Xing Yunfei alikuwa mzaliwa wa Shuntian (Beijing ya leo).
Siku zote alipenda kukusanya aina mbalimbali za mawe. Kila
alipoona jiwe zuri alilinunua bila ya kujali gharama. Safari moja,
alikwenda mtoni kuvua samaki, wavu wake ulivutwa na kitu
fulani, akapiga mbizi na kukisogelea kitu hicho, akaona ni jiwe
moja ambalo lilikuwa na upana wa futi moja kila upande, nalo
lilikuwa na vijilima kila pembe ambavyo vilionekana vya kuvutia
macho. Xing alifurahi kama mtu aliyeokota johari ya thamani.
Baada ya kufika nyumbani alilichongea kiti kimoja cha msandali,
akaliweka hilo jiwe juu yake na baada ya hapo alilichukua na
kuliweka mezani. Ilipofikia wakati wa mvua, mawingu yalikuwa
yanatokea kwenye matundu ya hilo jiwe. Ukitazama kwa mbali
jiwe hilo lilionekana kama limezibwa na sufu ya pamba. Mandhari
yake ilipendeza sana.

Palikuwa na dhalimu mmoja ambaye alifika nyumbani mwa
Xing, aliomba kuliangalia jiwe hilo; baada ya kuliona tu, alilishika
na kumpa mtumishi wake aliyekakawana, na yeye mwenyewe

915

【原文】

天欲雨，则孔孔生云，遥望如塞新絮。

有势豪某，踵门求观。既见，举付健仆，策马径去。邢无奈，顿足悲愤而已。仆负石至河滨，息肩桥上，忽失手，堕诸河。豪怒，鞭仆。即出金，雇善泅者，百计冥搜，竟不可见。乃悬金署约而去。由是寻石者日盈于河，迄无获者。后邢至落石处，临流於邑，但见河水清澈，则石固在水中。邢大喜，解衣入水，抱之而出。携归，不敢设诸厅所，洁治

【今译】

地四处搜寻，竟然找不到。于是他贴出悬赏告示就走了。从此，搜寻石头的人每天挤满了河道，但没有一个人找到。后来，邢云飞来到石头掉落的地方，望着河水伤心地哽咽，只见河水清澈见底，那石头竟然就在水里。邢云飞十分高兴，脱下衣服跳到水里，把石头抱出了河。他带着石头回家，不敢再把它放在客厅里，而是将内室打扫干净供奉石头。

一天，有个老头敲门进来，请求看那块石头，邢云飞推辞说石头已经丢了很久。老头笑着说："不就在客厅里吗？"邢云飞便请他进了客厅，想证明石头确实不在。等到进了客厅，发现石头果然供在桌子上，邢云飞惊愕得说不出话来。老头抚摸着石头说："这原本就是我家的东西，已经丢了很久，没想到它就在这里。既然已经看见了，就请

akawa amepanda kwenye farasi na kuondoka. Xing alikuwa hana njia yoyote ya kufanya, akabaki kupiga kite palepale tu. Mtumishi huyo wa dhalimu akibeba jiwe, alifikia ukingo wa mto. Alipotaka kupumzika, ghafla hilo jiwe lilimponyoka begani na kutumbukia mtoni. Dhalimu alikasirika, alimchapa mtumishi huyo kwa kiboko. Baada ya hapo, aliamua kutafuta watu wawezao kuogelea kuingia mtoni kulitafuta. Ingawa wanaojua kuogelea walitafuta kwa uangalifu, hawakufanikiwa. Ilimbidi dhalimu aandike tangazo ambapo yeyote atakayepata jiwe hilo atampa kiasi kikubwa cha fedha, baada ya kulibandika darajani akaondoka. Tangu hapo, kila siku watu waliokuja kulitafuta jiwe walijaa mtoni, bali hakukuwa na mtu aliyelipata. Siku moja, Xing alifika mahali ambapo jiwe liliangukia, akisimama mkabala wa mkondo wa maji akihuzunika.

917

Wakati huo maji ya mtoni yalikuwa safi. Ndipo hapo, ghafla aligundua lile jiwe bado lipo mtoni. Xing alichangamka bila kifani, akavua nguo zake na kupiga mbizi majini, kwa muda wa dakika kadhaa tu akatoka hali akibeba lile jiwe pamoja na kile kiti cha msandali ambacho kilikuwa bado kizima. Baada ya kurudi nyumbani hakuthubutu kuliweka katika ukumbi; alisafisha chumba cha ndani, akaliweka lile jiwe ndani yake.

Siku moja, shaibu mmoja alibisha hodi mlangoni, akiomba

【原文】

内室供之。

一日，有老叟款门而请，邢托言石失已久。叟笑曰："客舍非耶？"邢便请入舍，以实其无。及入，则石果陈几上，愕不能言。叟抚石曰："此吾家故物，失去已久，今固在此耶。既见之，请即赐还。"邢窘甚，遂与争作石主。叟笑曰："既汝家物，有何验证？"邢不能答。叟曰："仆则故识之。前后九十二窍，巨孔中五字云：'清虚天石

【今译】

你还给我吧。"邢云飞窘困极了，便和老头争当石头的主人。老头笑着说："既然说是你家的东西，那么有什么证据呢？"邢云飞不能回答。老头说："我倒是早就了解它。它前后共有九十二个小孔，其中一孔中刻着五个字'清虚天石供'"。邢云飞仔细一看，发现孔里确实有像米粒大小的字样，睁大了眼睛才可以辨认，他再数石头上的孔，果然是老头说的九十二个。邢云飞无言以对，就是坚决不把石头还给老头。老头笑着说："到底是谁家的东西，非得由你做主不成吗！"说完，向邢云飞拱拱手就出门而去。邢云飞将老头送到门外，等他回到屋里一看，石头已经不见了。邢云飞急忙追赶老头，却见老头慢慢地走着，还没有走远，他奔上前去，拉住老头的衣襟，苦苦哀求他把石头还给自己。老头

kuliangalia lile jiwe. Xing alisema kwa udhuru kuwa jiwe lilipotea siku nyingi zilizopita. Shaibu alicheka, akasema, "Lile lililowekwa katika sebule ya kukaribisha wageni siyo jiwe lenyewe?" Xing alimwongoza wakaingia katika sebule yake ya kukaribisha wageni ili kuthibitisha maneno yake ni ya kweli, lakini baada ya kuingia ndani ya sebule Xing alishangaa, hata kufumbua kinywa alishindwa, kwani aliona lile jiwe alilolificha katika chumba cha ndani kweli lipo juu ya meza moja ndefu ya sebule hiyo. Shaibu akipapasapapasa hilo jiwe alisema, "Jiwe hili ni mali ya kwangu, limepotea muda mrefu, leo hii nimejua kumbe liko hapa. Basi tafadhali nirudishie." Xing alifadhaika na kuanza kubishana na shaibu, aling'ang'ania kusema kuwa jiwe hilo ni la kwake. Shaibu alicheka kwe-kwe-kwe na kusema, "Je, unaweza kutaja alama yake yoyote ambayo inaweza kuthibitisha jiwe hili ni la kwako?" Xing alishindwa kujibu. Shaibu aliongeza, "Mimi nakumbuka jiwe hili kwa jumla lina matundu 92, miongoni mwa matundu hayo kuna tundu moja kubwa zaidi ambalo ndani yake mmeandikwa maneno ya "Sadaka ichongwayo kwa kutumia jiwe la Kasri ya Qingxu iliyoko mbinguni." Xing aliangalia kwa uangalifu ndani ya lile tundu kubwa zaidi, kumbe kweli mlikuwa na maneno aliyoyataja shaibu, herufi zake zilikuwa ndogo kuliko chembe ya

【原文】

供'。"邢审视，孔中果有小字，细如粟米，竭目力裁可辨认，又数其窍，果如所言。邢无以对，但执不与。叟笑曰："谁家物，而凭君作主耶！"拱手而出。邢送至门外，既还，已失石所在。邢急追叟，则叟缓步未远，奔牵其袂而哀之。叟曰："奇哉！径尺之石，岂可以手握袂藏者耶？"邢知其神，强曳之归，长跽请之。叟乃曰："石果君家者耶，仆家者耶？"答曰："诚属君家，但求割爱耳。"叟曰：

【今译】

说："这倒奇怪了！一尺见方的石头，怎么可能拿在手上、藏在袖筒里呢？"邢云飞知道老头是神仙，便强行把他拉回家，直挺挺地跪在地上请求。老头于是说："石头果真是你家的呢，还是我家的呢？"邢云飞回答道："确实是您家的东西，只请求您割爱相让。"老头说："既然这样，石头还在这里。"进入内室，石头已在原来的地方了。老头说："天下的宝贝，当然应该给爱惜它的人。这块石头能够自己选择主人，我也很高兴它选择了你。但它急于出来表现自己，因为出来得太早，所以它命中的灾难还没有消除。我要把它带走，等三年以后，再把它赠送给你。既然你要把它留下，就应当减少三年的寿命，这样才可以让它与你相始终，你愿意吗？"邢云飞说："愿意。"老头于是用两根手指捏

uwele, usipotazama kwa makini huwezi kuyaona. Halafu alianza kuhesabu idadi ya matundu, hakika ililingana na idadi aliyosema shaibu. Xing hakuwa na la kusema lakini hakukubali kumpa. Shaibu alicheka tena akasema, "Nani anaweza kukuruhusu uichukue mali yake!" Baada ya kusema maneno hayo, mara alianza kuondoka. Xing alimsindikiza mpaka mlangoni, lakini aliporejea sebuleni aligundua kuwa lile jiwe limesha tokomea. Xing aliduwaa, alituhumu ni ujanja wa yule shaibu. Alimkimbilia chapuchapu, baada ya kumfikia aliung'ang'nia ng'ang'anu mkono wa shati la shaibu hali akimsairi. Shaibu alisema, "Loo, ajabu! Jiwe lenye upana wa futi moja linaweza kushikwa kwa mkono au kufichwa ndani ya shati?" Xing alijua huyo shaibu ni shen, basi alimvuta hadi nyumbani, halafu alipiga magoti mbele yake na kumbembeleza amrudishie jiwe.

"Je, jiwe hili ni la kwako au la kwangu?" Shaibu aliuliza.

"Kusema kweli ni la kwako lakini nakuomba unipe." Xing alijibu.

"Kama ni hivyo basi nitakupa. Nenda ukatazame! Lile jiwe si bado limo ndani ya chumba chako cha ndani?"

Xing aliingia katika chumba cha ndani, aliona lile jiwe kweli bado lipo palepale lilipokuwepo awali.

【原文】

"既然，石固在是。"入室，则石已在故处。叟曰："天下之宝，当与爱惜之人。此石能自择主，仆亦喜之。然彼急于自见，其出也早，则魔劫未除。实将携去，待三年后，始以奉赠。既欲留之，当减三年寿数，乃可与君相终始。君愿之乎？"曰："愿。"叟乃以两指捏一窍，窍软如泥，随手而闭。闭三窍，已，曰："石上窍数，即君寿也。"作别欲去。邢苦留之，辞甚坚，问其姓字，亦不言，遂去。

【今译】

一个小孔，小孔软得像泥一样，随着他的手指就闭上了。等他封完三个孔，老头说："石头上小孔的数量就是你的寿命。"说完，就告别要走。邢云飞苦苦地挽留他，老头去意非常坚决，问他的姓名，他也不肯说，就走了。

　　过了一年多的时间，邢云飞因为有事外出，有个贼夜里闯进他家行窃，其他东西都没有丢，只是将那块石头偷走了。邢云飞回到家，不由得悲痛欲绝。他四处寻找，拿钱收买，但没有一点儿踪迹。过了几年，邢云飞偶然到报国寺，见到一个人正在卖石头，那石头正是他丢掉的，他便上前要认领。卖石头的人不服，于是背着石头和邢云飞一同来到官府。长官问道："怎么证明石头是你们谁的呢？"卖石头的能说出石头上的小孔数，邢云飞问他还有什么特征，他就茫

"Inafaa dafina zote za duniani zimilikiwe na watu wanaozipenda. Jambo ambalo limenifurahisha ni kwamba jiwe hili linaweza kujichagulia mwenyeji, lakini nalo lina pupa ya kujionyesha, limejitokeza kabla ya wakati wake, kwa hivyo litakumbwa na janga. Mawazo yangu ya awali yalikuwa: kwanza nilichukue hadi kwangu, na baada ya miaka mitatu nikupe tena. Iwapo sasa hukubali, unataka kulibakiza hapa, basi lazima nifupishe umri wako kwa muda wa miaka mitatu, la sivyo, jiwe hili halitaweza kukaa pamoja nawe kuanzia sasa mpaka mwisho wa maisha yako. Unakubaliana nami?"

"Nakubali!"

Shaibu alinyoosha vidole vyake viwili na kuminya kitundu kimoja; hicho kitundu kilionekana laini kama tope. Kwa jumla aliziba vitundu vitatu. "Idadi ya vitundu vya jiwe ndiyo idadi ya umri wako." Baada ya kusema maneno hayo, alitaka kuondoka. Xing alimwomba abaki siku kadhaa zaidi, shaibu hakukubali; Xing akamwuliza jina, shaibu pia hakumwambia, mwishowe akaenda zake.

Baada ya mwaka mmoja na kitu, kwa ajili ya shughuli fulani Xing alikwenda mahali pengine. Usiku mmoja, mwizi alijipenyeza ndani ya chumba cha Xing. Huyo mwizi hakuiba vitu vingine vyovyote ila hilo jiwe. Baada ya kurejea, Xing aligundua

923

【原文】

积年馀，邢以故他出，夜有贼入室，诸无所失，惟窃石而去。邢归，悼丧欲死。访察购求，全无踪迹。积有数年，偶入报国寺，见卖石者，则故物也，将便认取。卖者不服，因负石至官。官问："何所质验？"卖石者能言窍数，邢问其他，则茫然矣。邢乃言窍中五字及三指痕，理遂得伸。官欲杖责卖石者，卖石者自言以二十金买诸市，遂释之。邢得石归，裹以锦，藏椟中，时出一赏，先焚异香而后出之。

【今译】

然不知了。邢云飞于是说出小孔里的五个字和三个指痕，真相终于大白。长官还要打卖石头的棍子，卖石头的声称自己是用二十两银子从集市上买回来的，长官便把他释放了。邢云飞拿着石头回家，用锦缎把石头裹起来，藏在匣子里，时不时地拿出来欣赏一下，每次都要先烧香，再拿石头出来。

有一个尚书想用一百两银子买这块石头。邢云飞说："即使是一万两银子也不卖。"尚书大怒，暗中用别的事情来中伤邢云飞。邢云飞被关进监狱，家里的田产也被抵押。尚书托别的人向邢云飞的儿子暗示，要拿那块石头换人。儿子告诉了邢云飞，邢云飞宁死也不肯交出石头。妻子私下和儿子商量，把石头献给了尚书家。邢云飞出狱以后才知道这事，对妻子儿子又打又骂，好几次要自杀，都被家里人发觉

jiwe lake limeibiwa, alihuzunika kama mtu aliyepoteza wazazi.
Xing Alilitafuta kila mahali, hakupata fununu kuhusu jiwe hilo
hata kidogo. Baada ya miaka kadhaa, siku moja Xing aliingia
katika Hekalu Baoguo, kwa bahati nasibu alikuta mtu mmoja
akiuza jiwe. Alisogea karibu, akatambua lile jiwe ndo jiwe lake
lililoibiwa. alilichukua na kutaka kuondoka nalo. Mwuza jiwe
hakukubali, basi wakabeba jiwe hadi bomani. Ofisa alimwuliza
huyo mwuza jiwe, "Katika jiwe hili kuna alama gani zinazoweza
kuthibitisha kuwa ni lako?" Mwuza jiwe alitaja idadi ya vitundu.
Xing alimwuliza licha ya hayo bado kuna alama gani? Mwuza
jiwe alishindwa kutaja. Xing alisema kuwa ndani ya tundu kubwa
zaidi mna maneno kadhaa na isitoshe kuna alama tatu za vidole,
hivyo alipata ushindi. Ofisa alitaka kumchapa mwuza jiwe kwa
fimbo. Mwuza jiwe alimwambia ofisa kuwa alilinunua sokoni
kwa fedha wakia 20, basi akaachiliwa huru. Baada ya kulipata
jiwe, Xing alirudi nyumbani akalifunga kwa hariri na kulihifadhi
ndani ya kikasha. Mara moja moja alilitoa nje kujifurahisha, na
kila mara kabla kulitoa alikuwa anawasha uvumba.

Palikuwa na waziri fulani aliyetaka kulinunua jiwe hilo
kwa gharama ya fedha wakia 100. Xing alisema, "Hata kama
anakubali kulipa wakia 10,000 sitakubali kuliuza." Huyo waziri

MASIMULIZI TEULE YA AJABU KUTOKA
KWENYE UKUMBI WA SOGA
JIWE QINGXU

Mkusanyiko wa Vitabu
Maarufu vya China

925

【原文】

有尚书某，购以百金。邢曰："虽万金不易也。"尚书怒，阴以他事中伤之。邢被收，典质田产。尚书托他人风示其子。子告邢，邢愿以死殉石。妻窃与子谋，献石尚书家。邢出狱始知，骂妻殴子，屡欲自经，家人觉救，得不死。夜梦一丈夫来，自言"石清虚"。戒邢勿戚："特与君年馀别耳。明年八月二十日，昧爽时，可诣海岱门，以两贯相赎。"邢得梦，喜，谨志其日。其石在尚书家，更无出云之

【今译】

救下来，才得以不死。一天夜里，他梦见一个男子前来，自称叫"石清虚"。他告诫邢云飞不要伤心，说："我是特意要和你分别一年多的。明年八月二十日天刚亮的时候，你可以前往海岱门，用两贯钱把我买回来。"邢云飞从梦中得到石头的下落，十分高兴，认真记住了这个日子。再说那块石头在尚书家里，再也没有出现下雨前小孔往外冒云气的奇异景象，时间一长，他也就不把石头看得很贵重了。第二年，尚书犯了罪，被罢了官，不久就死了。邢云飞按照梦里指示的日期来到海岱门，只见尚书的家人把那石头偷出来卖，他便用两贯钱把它买回来。

后来，邢云飞活到八十九岁时，自己准备好棺材，又叮嘱儿子一定要用石头作陪葬。他死了以后，儿子遵照他的

alighadhibika, akamchongea na kumtia gerezani. Ili kumwokoa Xing, jamaa zake waliweka rehani nyumba na mashamba yao. Waziri huyo alimwekea amana mtu mmoja kuvujisha habari kwa mwana wa Xing kwamba waziri anatamani kupata lile jiwe. Mtoto alimwambia baba yake habari hii, Xing alikataa katakata na kusema kuwa yuko radhi afe kwa kulinda jiwe badala ya kumpa waziri. Lakini baada ya mkewe na mwanawe kushauriana nyuma ya mgongo wake, waliamua kumpa waziri lile jiwe kwa siri. Baada ya kuachiliwa huru, ndipo Xing alipojua ukweli wa jambo hilo. Akamtukana mke wake na kumpiga mwanawe, na yeye mwenyewe mara kadhaa alijaribu kujinyonga, kila mara jamaa zake walimgundua kwa wakati na kumwokoa. Usiku mmoja, Xing aliota ndoto kuwa mwanamume mmoja alikuja na kusimama mbele yake, alijitambulisha kwake kuwa yeye anaitwa "Jiwe Qingxu", akamwambia Xing, "Usiwe na kiwewe, nitatengana nawe kwa muda wa mwaka mmoja na kitu tu, mpaka asubuhi na mapema ya tarehe 20 Agosti mwaka ujao uende kwenye Lango Haidai, pale utanipata kwa kulipa mitungo miwili ya sarafu[13]." Xing alifurahi bila ya kifani na aliandika tarehe hiyo katika daftari.

927

Turudie nyuma kidogo, jiwe lile baada ya kuletwa nyumbani mwa waziri halikutoa mawingu wala ukungu. Siku nenda siku

【原文】

异，久亦不甚贵重之。明年，尚书以罪削职，寻死。邢如期至海岱门，则其家人窃石出售，因以两贯市归。

后邢至八十九岁，自治葬具，又嘱子必以石殉。及卒，子遵遗教，瘗石墓中。半年许，贼发墓，劫石去。子知之，莫可追诘。越二三日，同仆在道，忽见两人，奔踬汗流，望空投拜，曰："邢先生，勿相逼！我二人将石去，不过卖四两银耳。"遂絷送到官，一讯即伏。问石，则鬻宫氏。取石

【今译】

遗嘱，把石头埋在墓里，过了半年多，盗贼打开坟墓，把石头抢走了。儿子知道以后，也无法追究查问。过了两三天，他儿子和仆人一道走在路上，忽然看见两个人一边跑一边摔跟头，而且满头大汗，对着空中下拜，说："邢先生，不要再逼我们了！我们二人偷了石头去，只不过卖了四两银子罢了。"邢云飞的儿子便将他们捆送到官府，一审问他们就招供了。问起石头的下落，原来已经卖给了宫家。长官命人将石头取来，他也很喜爱这块石头，想要占为己有，便下令将它寄放到府库里。小吏刚举起石头，石头忽然掉在地上，碎成几十片，众人都大惊失色。长官于是对两名盗贼施以重刑，处以死罪。邢云飞的儿子把碎石头捡起来出了衙门，仍旧把它埋在父亲的墓里。

rudi, waziri huyo hakulithamini jiwe hilo tena. Mwaka uliofuata, huyo waziri alipunguzwa cheo kwa hatia fulani na baada ya muda si mrefu alikufa. Asubuhi na mapema tarehe 20 Agosti, Xing alifika kwenye Lango Haidai. Hakika aligundua mtumishi wa yule waziri akiuza jiwe lile ambalo aliiba na kulileta hapo, basi Xing alilinunua kwa mitungo miwili ya sarafu na kurudi nalo nyumbani.

Xing alipotimiza umri wa miaka 89, yeye mwenyewe alijitayarishia jeneza, sanda na vitu vinginevyo; na alimwagiza mwanawe kuwa akifa inambidi amzike pamoja na jiwe lake. Muda si muda kweli aliaga dunia. Akifuata wosia, mwanawe alilizika lile jiwe katika kaburi la Xing. Baada ya nusu mwaka hivi, mwizi mmoja alichimbua kaburi lake na kuliiba jiwe hilo. Mwana wa Xing alisikia habari hiyo bali hakuwa na mbinu yoyote. Siku mbili tatu baadaye, alipokuwa akitembea njiani, akifuatana na mtumishi wake, aliwakuta watu wawili wanajikongoja hali jasho jingi likiwatoka. Walisujudu wakiungama huku wakiitazama mbingu, "Bwana Xing, wacha kutulazimisha tena! Ingawa tuliiba lile jiwe lako lakini tuliliuza kwa wakia nne tu za fedha." Bila kuchelewa, mwana wa Xing na mtumishi wake waliwakamata na kuwapeleka hadi bomani, nao walipohojiwa walikiri makosa yao. Walipoulizwa mahali jiwe hilo lilipo, walijibu kuwa waliliuza kwa

929

【原文】

至，官爱玩，欲得之，命寄诸库。吏举石，石忽堕地，碎为数十馀片，皆失色。官乃重械两盗论死。邢子拾碎石出，仍瘗墓中。

异史氏曰：物之尤者祸之府。至欲以身殉石，亦痴甚矣！而卒之石与人相终始，谁谓石无情哉？古语云："士为知己者死。"非过也！石犹如此，何况于人！

【今译】

异史氏说：好的东西往往是灾祸的根源。邢云飞甚至想为石头殉死，也太痴情了！到最后石头和人相伴终始，谁又能说石头没有情呢？古语说："士为知己者死。"这话一点儿都不过分！石头尚且能够如此，何况人呢！

mtu mmoja ambaye jina lake la ukoo ni Gong. Baada ya Gong kuleta jiwe hilo, Ofisa huyo vilevile alilipenda. Aliangalia kwa muda akawa na wazo la kulimiliki, basi aliamuru mdogo wake kulidunduiza katika bohari. Huyo ofisa mdogo alipoliinua jiwe tu, bila ya kutarajia, jiwe lilianguka chini na kuvunjika makumi ya vipande. Watu wote waliokuwemo ukumbini walipumbaa kama watu waliopagawa. Ofisa hakuwa na la kufanya ila kuamuru kuwapiga hao wezi wawili kwa nguvu, halafu akawaachia huru. Mwana wa Xing aliviokota vile vipande vya jiwe na kuondoka navyo, baadaye alivizika tena ndani ya kaburi la baba yake.

毛大福

【原文】

　　太行毛大福，疡医也。一日，行术归，道遇一狼。吐裹物，蹲道左。毛拾视，则布裹金饰数事。方怪异间，狼前欢跃，略曳袍服，即去。毛行，又曳之。察其意不恶，因

【今译】

　　太行县有个毛大福，是个专治疮伤的外科医生。一天，他外出行医回家，路上遇到一只狼。那狼把嘴里含着的一包东西吐出来，然后蹲在路边。毛大福捡起来一看，原来是用布包着的几件黄金首饰。他正感到怪异，狼欢快地跳到他面前，轻轻地拽他的衣服，就走。毛大福要走，狼又来拽他。毛大福察觉狼没有什么恶意，便跟着它走。不一会儿，他们来到一处洞穴，见一只狼生病躺在床上，仔细一看，它的头顶上有一个大疮，已经溃烂，长出蛆来。毛大福明白了狼的用意，就给那只狼把疮上的脓血蛆虫都刮干净，像对人一样替它敷上药，然后走了。这时，天色已晚，狼在后面远远地跟着他护送他。走了三四里地，又遇到几只狼，咆哮着要侵害毛大福，他害怕极了。那只狼急忙赶到那些狼面前，好像

MAO DAFU

Hapo kale, paliondokea mganga mmoja aliyeitwa Mao Dafu ambaye alibobea katika kutibu majipu huko Safu ya Milima Taihang. Siku moja, aliporejea kwake baada ya kutibu wagonjwa, alimkuta mbwamwitu mmoja, ambaye alileta kifurushi mdomoni, kisha akachuchumaa kando ya barabara. Mao alikiokota kifurushi hicho. Baada ya kukifungua aliona mapambo kadhaa yaliyotengenezwa kwa dhahabu. Wakati Mao akiendelea kupigwa na butwaa, alimwona mbwamwitu akija mbele yake, akarukaruka na kuivuta kanzu yake mara kadhaa kwa mdomo, halafu akaondoka polepole. Mao hakutilia maanani, aliendelea na safari yake. Mbwamwitu alirudi akavuta kanzu yake tena. Mao aliona mbwamwitu huyu hana nia mbaya akamfuata. Walitembea kwa muda, wakaingia katika pango moja kubwa. Mao alimwona mbwamwitu mwingine ambaye alikuwa anaugua na amelala ardhini. Mao alipoangalia kwa uangalifu aligundua jipu moja kubwa kwenye utosi wake ambalo limeoza na ndani ya jipu hilo mna mafunza wengi. Alifahamu madhumuni yao, akakwangua vitu vichafu vilivyomo ndani ya jipu, akalisafisha na kupaka dawa, akaenda zake. Wakati huo, giza lilizidi na mbwamwitu alimsindikiza nyuma yake. Walipotembea kiasi cha kilomita mbili hivi waliwakuta mbwamwitu wengine

933

【原文】

从之去。未几，至穴，见一狼病卧，视顶上有巨疮，溃腐生
蛆。毛悟其意，拨剔净尽，敷药如法，乃行。日既晚，狼遥
送之。行三四里，又遇数狼，咆哮相侵，惧甚。前狼急入其
群，若相告语，众狼悉散去。毛乃归。

先是，邑有银商宁泰，被盗杀于途，莫可追诘。会毛货
金饰，为宁所认，执赴公庭。毛诉所从来，官不信，械之。
毛冤极不能自伸，唯求宽释，请问诸狼。官遣两役押入山，

【今译】

告诉它们什么话，那些狼就都跑掉了，毛大福这才安全地回
了家。

此前，县里有个叫宁泰的银商，在路上被强盗杀死，一
直也没能查出凶手是谁。正好毛大福卖首饰，被宁家人认了
出来，便把毛大福扭送到衙门。毛大福叙述了首饰的由来，
县官不相信，把他关进了监狱。毛大福冤枉极了，但又不能
替自己申辩，只希望能够宽释几天，好让他去向狼问个清
楚。县官就派了两个差役押着毛大福进山，一直来到狼窝，
恰好狼外出没有回来。天黑了也没有回来，三个人只好往回
走，走到半路上，遇到两只狼，其中一只头上的疮痕还在。
毛大福认出这只狼，就上前作揖，祷告说："上次承蒙你们
馈赠，现在我却因为那些首饰被冤枉杀人。你们如果不能替

kadhaa, nao walitaka kumshambulia Mao huku wakilialia. Mao alihofu kupita kiasi. Mbwamwitu yule aliyemsindikiza alipiga mbio chapuchapu na kuingia katika kundi la mbwamwitu hao, akaonekana kama anawaambia maneno fulani. Dakika chache tu baadaye, mbwamwitu wote pamoja na yule aliyemsindikiza Mao wakaenda zao. Mao pia aliendelea na safari yake ya kurejea nyumbani.

Chanzo cha jambo hilo hasa kilikuwa hivi: Katika wilaya hiyo palikuwa na mfanyabiashara mmoja aitwaye Ning Tai ambaye aliuza mapambo ya dhahabu na fedha. Siku moja, aliuawa na jambazi alipokuwa akisafiri njiani. Jambazi huyo hakuacha alama yoyote ya kuweza kujulisha amekwenda wapi. Wakati Mao alipouza mapambo hayo ya dhahabu, sadfa alionwa na mke wa Ning. Basi mke wa Ning alimburura Mao hadi mahakamani. Mao alieleza jinsi alivyoyapata mapambo hayo, lakini hakimu hakusadiki, akaamuru apigwe kwa ubao. Mao hakuwa na njia ya kujitetea, akapigwa bure. Kilichobaki kikawa ni kumuomba hakimu kutoa kibali ili aende kuuliza wale mbwamwitu. Hakimu alituma watumishi wawili wa mahakamani wafuatane naye, walifika kwenye mapango ya mbwamwitu moja kwa moja. Walikuta mbwamwitu hawapo. Walisubiri mpaka wakati wa magharibi, mbwamwitu walikuwa bado hawajarejea, basi hao watatu waliamua kurejea.

935

Njiani walipofika nusu ya safari, waliwakuta mbwamwitu wawili ambao kati yao mmoja ana kovu utosini. Mao aliwatambua,

直抵狼穴。值狼未归。及暮不至，三人遂反。至半途，遇二狼，其一疮痕犹在。毛识之，向揖而祝曰："前蒙馈赠，今遂以此被屈。君不为我昭雪，回去搒掠死矣！"狼见毛被絷，怒奔隶，隶拔刀相向。狼以喙拄地大嗥，嗥两三声，山中百狼群集，围旋隶。隶大窘。狼竞前啮絷索，隶悟其意，解毛缚，狼乃俱去。归述其状，官异之，未遽释毛。后数日，官出行，一狼衔敝履，委道上。官过之，狼又衔履奔前

【今译】

我昭雪，回去我就会被活活打死了！"狼一见毛大福被捆着，就愤怒地扑向差役，差役拔出刀来，和狼对峙。狼便用嘴拄着地，大声地嚎叫起来，刚嚎了两三声，就看见有上百只狼从山里的四面八方蜂拥而来，将差役层层地包围起来。差役大为窘困。那两只狼扑上前咬捆着毛大福的绳子，差役明白了它们的意思，替毛大福松了绑，狼这才一起散去。差役回到衙门，叙述了他们见到狼的经过，县官感到很惊异，但也没有马上释放毛大福。过了几天，县官外出，一只狼叼着一只破鞋子放在路上。县官径直过去，狼又叼着破鞋子跑到前面，放在路上。县官命人收起鞋子，狼这才走了。县官回到衙门，暗中派人查访破鞋子的主人。有人传说某村有个叫丛薪的人，被两只狼追赶，狼叼走了他的鞋子。县官命人

akawasalimu kwa heshima na kusema," Majuzi nilipata tuzo yenu lakini leo hii nimekamatwa kwa sababu ya tuzo hiyo na kuzuliwa hatia. Leo msipowafahamisha watumishi hawa wawili jambo hilo, nitapigwa kwa ubao mpaka kufa baada ya kurejea mahakamani." Mbwamwitu walipomwona Mao amefungwa kwa kamba waliwavamia watumishi fulifuli. Watumishi hao wawili walichomoa panga wakakabiliana nao. Mbwamwitu waligusa ardhi kwa mdomo, wakabweka kwa sauti ya juu. Baada ya kulia mara mbili tatu, kiasi cha mbwamwitu mia wa milimani walijikusanya huko, wakawazunguka Mao na watumishi, nao waliogopa mno. Mbwamwitu walishindana kumfungulia Mao fundo. Baada ya kitambo, watumishi wakafahamu nia ya mbwamwitu, basi walimfungua Mao na mara tu mbwamwitu wote wakaenda zao. Baada ya kurejea mahakamani, wale watumishi wawili walimwelezea hakimu waliyoyaona. Hakimu alistaajabu bali hakumwachia huru Mao. Siku chache baadaye, hakimu huyo alisafiri nje ya mji. Mbwamwitu mmoja alisimama barabarani huku akiuma kwa meno kiatu kibovu. Hakimu huyo alipita na mbwamwitu alipiga mbio na kumpita hakimu kwa kasi hadi mbele yake, akakiweka kile kiatu kibovu katikati ya barabara. Hakimu alimwamuru mfuasi wake achukue kile kiatu, baada ya hapo, mbwamwitu akaenda zake. Aliporejea mahakamani hakimu alimtuma mfuasi wake aende kisirisiri kumtafuta mwenye kiatu hicho. Mtu mmoja alisema kuwa katika kijiji kimoja palikuwa na mtu mmoja aitwaye Cong Xin ambaye aliwahi kufukuzwa na mbwamwitu wawili. Mmoja wao aliwahi kukiuma mdomoni kiatu kibovu cha Xin na kuondoka nacho.

【原文】

置于道。官命收履，狼乃去。官归，阴遣人访履主。或传某村有丛薪者，被二狼迫逐，衔其履而去。拘来认之，果其履也。遂疑杀宁者必薪，鞫之果然。盖薪杀宁，取其巨金，衣底藏饰，未遑搜括，被狼衔去也。

昔一稳婆出归，遇一狼阻道，牵衣若欲召之。乃从去。见雌狼方娩不下，妪为用力按捺，产下放归。明日，衔鹿肉置其家以报之。可知此事从来多有。

【今译】

将丛薪拘捕到官来认，果然是他的鞋子。县官便怀疑杀死宁泰的人肯定是丛薪，一审问，果然他就是凶手。原来丛薪杀死宁泰以后，偷走了他许多银子，而宁泰藏在衣服里面的首饰，他没有来得及搜刮，就被狼叼走了。

从前有一个接生婆外出归来，遇到一只狼挡住了去路，牵着她的衣服，好像要请她去什么地方。接生婆便跟着它去了。到了地方一看，原来是一只母狼正在分娩，但生不下来，接生婆便替它用力按捺，帮着它生下了小狼，狼就放她回家了。第二天，那只狼叼着鹿肉放在接生婆的家里，作为对她的报答。由此可见，这样的事情从来就很多。

Watumishi wa mahakama walikwenda kumwita Cong Xin ili aje kuthibitisha jambo hilo, kumbe kiatu kibovu hicho kweli ni chake, hivyo walishuku kwamba ni Xin aliyemwua Ning. Hakimu alimhoji Xin, akafahamu kweli Xin alikuwa mwuaji. Chanzo cha jambo hilo kilikuwa hivi: Xin alimwua Ning. Baada ya kumwua, akampora kiasi kikubwa cha fedha, lakini hakudiriki kupekuapekua zaidi, hivyo hakuona yale mapambo ya dhahabu yaliyofichwa chini ya mavazi, na baadaye mapambo hayo ya dhahabu yakachukuliwa na mbwamwitu.

Hapo zamani, palikuwa na mkunga mmoja. Siku moja alipokuwa akirudi nyumbani kwake alimkuta mbwamwitu njiani. Mbwamwitu huyo alimzuia na kuvuta nguo yake kana kwamba anataka kumvuta kwenda mahali fulani, mkunga huyo akamfuata, halafu alimwona mbwamwitu jike ambaye alishindwa kujifungua. Mkunga huyo alimsaidia kwa kumkanda. Baada ya kufaulu kumzalisha mbwamwitu jike, mbwamwitu yule dume alimwacha mkunga arejee nyumbani. Siku ya pili, kwa ajili ya kumshukuru, yule mbwamwitu dume alimpelekea nyama ya paa na kuiweka nyumbani mwake. Kutokana na hadithi hizi tunaweza kujua kwamba mambo kama hayo yaliwahi kutokea, bali si mara moja tu.

939

人妖

【原文】

马生万宝者，东昌人，疏狂不羁。妻田氏，亦放诞风流。伉俪甚敦。有女子来，寄居邻人寡媪家，言为翁姑所虐，暂出亡。其缝纫绝巧，便为媪操作，媪喜而留之。逾数

【今译】

马万宝是东昌人，生性疏狂，放荡不羁。妻子田氏也是个放荡风流的女人。二人夫妻感情很好。一天，村子里来了一个女子，寄居在邻居老妇家，她自称是被公公婆婆虐待，暂时逃出来的。她的缝纫技术堪称绝巧，便替老妇干些活儿，老妇高兴地收留了她。过了几天，这女子又说她能在夜半时分替人按摩，专门医治女子的腹胀病。老妇常常到马万宝家串门，宣扬女子的医术高明，田氏倒也没有很在意。一天，马万宝从墙缝里看见那个女子，见她有十八九岁的年纪，颇有几分风韵，心里不由暗暗喜欢。他私下里和妻子商量，假装生病，把她给招来。老妇先来到马家，坐在床前慰问了田氏一番，然后说："承蒙娘子招唤，她这就来。但是

BIBIBOI

Msomi Ma Wanbao ni mzaliwa wa Fu ya Dongchang, Mkoa wa Shandong, alikuwa mtu mkaidi; mke wake Tian vilevile alikuwa ni mtu mgumu, kwa hivyo watu hawa wawili, mume na mke, walipendana zaidi.

Siku moja, bibi mmoja alikuja kijijini na kukaa katika familia ya bikizee mjane ambaye alikuwa jirani wa msomi Ma. Bibi huyo alisema kuwa alikuja hapa ili kuwakwepa bavyaa na mavyaa zake kwa kuwa hakuweza kustahmili mateso yao. Ustadi wake wa ushoni ni mkubwa kupindukia, yeye humsaidia bikizee kufanya kazi za ushoni. Hivyo bikizee alikuwa na furaha na kumruhusu akae nyumbani mwake. Baada ya siku kadhaa, bibi huyu alisema kuwa anaweza kukanda mwili wakati wa usiku na kutibu maradhi ya tumbo ya wanawake. Siku za kawaida bikizee alikuwa mara kwa mara anakuja kuzuru nyumbani mwa msomi Ma. Safari moja, alimwambia Tian uganga wa bibi huyo, lakini Tian hakuyaweka moyoni. Siku nyingine, msomi Ma alimwona

【原文】

日，自言能于宵分按摩，愈女子瘵蛊。媪常至生家，游扬其术，田亦未尝着意。生一日于墙隙窥见女，年十八九已来，颇风格，心窃好之。私与妻谋，托疾以招之。媪先来，就榻抚问已，言："蒙娘子招，便将来。但渠畏见男子，请勿以郎君入。"妻曰："家中无广舍，渠依时复出入，可复奈何？"已又沉思曰："晚间西村阿舅家招渠饮，即嘱令勿归，亦大易。"媪诺而去。妻与生用拔赵帜易汉帜计，笑而行之。

【今译】

她害怕男子，请不要让你丈夫进来。"田氏说："我们家没有多少屋子，他总是要进进出出的，这可如何是好呢？"说完，她又沉思道："今天晚上西村的阿舅家请他去喝酒，我就告诉他晚上别回来了，倒也是个好办法。"老妇答应着去了。田氏便和丈夫商量用拔赵旗换汉旗的计策，来戏弄一番那个女子。

　　天色昏黑时分，老妇领着那女子来了，说："你丈夫晚上回家吗？"田氏说："不回来了。"那女子高兴地说："这样才好。"说了几句闲话，老妇告别走了。田氏点上灯，铺开被子，让女子先上床，自己也脱了衣服，吹了蜡烛。田氏忽然说："我差点儿忘了，厨房的门没有关，得防

bibi huyo kwa kupitia ufa wa ukutani, ambaye umri wake ni kiasi cha miaka 18 hivi na sura yake ni jamali, akampenda moyoni. Baada ya kurejea chumbani alishauriana kisirisiri na mke wake kisha wakatunga hila moja, Tian alimwalika yule bibi aje na kujifanya kama amepatwa na ugonjwa. Siku ya pili, bikizee alikuja kwanza peke yake. Baada ya kumwuliza Tian yu hali gani mbele ya kitanda chake, bikizee alisema, " Kwa mwaliko wako, yule bibi atakuja mara moja lakini anaogopa kuona mwanamume, tafadhali usimwache mume wako akaingia katika chumba hiki." Tian alisema "Hatuna vyumba vingi, mpaka wakati huo akiingia au kutoka, mimi nitafanyaje?" Alijifanya kama anawaza kwa dakika halafu akasema,"Jioni hii mjomba anayeishi Kijiji cha Magharibi akija kumwalika mume wangu kwenda kwake kunywa pombe nitamwambia mume wangu asirejee. Msiwe na wasiwasi, si kitu." Bikizee alikubali na kuondoka. Tian alishauriana na msomi Ma na kuamua kutumia hila ya kubadilishana mtu.

943

Baada ya giza kutanda, bikizee amekuja hali akimleta yule bibi, akamwuliza Tian "Mume wako atarejea nyumbani usiku huu?" Tian alijibu, "Hatarudi!" Bibi yule alijawa na ufurufu akasema, "Basi ni vyema." Baada ya kupiga gumzo kwa kitambo bikizee

【原文】

日曛黑，媪引女子至，曰："郎君晚回家否？"田曰："不回矣。"女子喜曰："如此方好。"数语，媪别去。田便燃烛，展衾，让女先上床，己亦脱衣隐烛。忽曰："几忘却，厨舍门未关，防狗子偷吃也。"便下床，启门易生。生寋窣入，上床与女共枕卧。女颤声曰："我为娘子医清恙也。"间以昵辞，生不语。女即抚生腹，渐至脐下，停手不摩，遽探其私，触腕崩腾。女惊怖之状，不啻误捉蛇蝎，急

【今译】

着狗来偷吃。"说着，就下床开了门，换了马生。马生寋寋窣窣地走进来，上床和女子一起躺下来。女子声音颤抖着说："我来替娘子治病吧。"话里夹杂着一些亲昵的言词，马万宝不说话。女子就抚摩他的腹部，渐渐地摸到脐下。女子停下手不再按摩，猛然把手伸到他的阴部，手触到的却是勃起的阳具。女子脸上惊慌恐怖的神色，不亚于误捉了蛇蝎，急忙起身就想跑。马万宝拦住了她，把手伸到她的两腿之间，不想垂垂累累，握了个满把，也是男人的阴茎。马万宝大为惊骇，急忙喊人点灯。田氏以为是事情败露了，急忙点上灯过来，想替他们调停一下。一进门就看见那"女子"光着身子跪在地上，请马万宝饶命。田氏又羞又怕，跑了出

aliondoka zake. Tian aliwasha mshumaa, akatandika mfarishi na kumwambia yule bibi atangulie kupanda kitandani kulala na yeye mwenyewe vilevile alivua mavazi na akapunguza mwangaza wa mshumaa. Ghafla alisema, "Nusura nisahau, sijafunga mlango wa jikoni, asije akaingia mbwa jikoni akala chakula ." Alishuka kitandani, akafungua mlango na kubadilishana na msomi Ma. Msomi Ma aliingia ndani nyatunyatu, akapanda kitandani halahala na kulala pamoja juu ya mto mmoja. Bibi huyo alisema kwa sauti ya mtetemo, "Siti, nitakutibu!" kisha akaongeza kusema baadhi ya maneno yenye moyo wa kupenda, msomi Ma alinyamaza kimya tu hakusema chochote. Bibi huyo alianza kupapasapapasa tumbo la Msomi Ma, asteaste mkono wake ukafikia chini ya kitovu chake na akausitisha kwa nukta kadhaa, halafu ghafla akasogeza mkono wake maeneo nyeti, mkono wake ukagusa uume wa msomi Ma na kusimama juu. Bibi huyo alishituka kama ameshika swila au nge, bila ya kukawia akashuka kitandani na kujaribu kukimbia. Msomi Ma alimzuia, akanyoosha mkono wake mmoja mpaka katikati ya miguu yake miwili, naye vilevile aligusa pandikizi la dude linigh'inialo pale. Kumbe huyo ni bibiboi[14]! Msomi Ma alishangaa sana, akamwita mke wake kwa sauti kubwa awashe

【原文】

起欲遁。生沮之。以手入其股际，则擂垂盈掬，亦伟器也。大骇，呼火。生妻谓事决裂，急燃灯至，欲为调停，则见女投地乞命。羞惧，趋出。生诘之，云是谷城人王二喜，以兄大喜为桑冲门人，因得转传其术。又问："玷几人矣？"曰："身出行道不久，只得十六人耳。"生以其行可诛，思欲告郡，而怜其美，遂反接而宫之。血溢陨绝，食顷复苏。卧之榻，覆之衾，而嘱曰："我以药医汝，创痏平，从我终

【今译】

去。马万宝盘问那"女子"，他说是谷城人，名叫王二喜，因为哥哥是擅长男扮女装的桑冲的徒弟，他就跟哥哥学会了这个方法。马万宝又问："你玷污过几个人了？"王二喜答道："我出道的时间还不长，只得手了十六个人。"马万宝认为他的这种卑劣行径实在可杀，想到府里去告发吧，又怜惜他长得美，于是将他反绑起来，把他给阉割了。血一下子涌了出来，王二喜昏迷过去，一顿饭的工夫，他又苏醒过来。马万宝把他放到床上躺下，给他盖好被子，然后嘱咐他说："我会用药替你治伤，等伤口长好以后，你就跟着我过一辈子吧，不然的话，你的事发了，可就是罪不可赦了！"王二喜答应了。

kandili. Mke wa msomi alidhani labda watu hawa wawili wanagombana kwa sababu bibi huyu hakukubali, basi baada ya kuwasha kandili alikuja kutaka kuwapatanisha. Baada ya kuingia mlangoni alimuona bibi yule amepiga magoti ardhini na anaomba msamaha. Kwa kuwa Tian alitahayari na kuogopa mara aliondoka zake.

Msomi Ma alimhoji bibiboi huyu kwa makini. Mtu huyu alisema kuwa yeye ni mzaliwa wa Mji wa Gu na anaitwa Wang Erxi. Kwa kuwa kaka yake Wang Daxi ni mwanagenzi wa mtu mwovu mkubwa Sang Chong, kwa hivyo yeye vilevile alifundishwa na kaka yake ustadi wa kujipamba kama mwanamke. Msomi Ma alimuuliza tena ,"Uliwafanyia wanawake wangapi jeuri?" Wang Erxi alijibu, "Kumi na sita tu. Nimehitimu mafunzo si siku nyingi zilizopita,." Msomi Ma alidhani Wang Erxi anastahili kuuawa kutokana na makosa yake, hapo awali alitaka kwenda boma la mkuu wa jun kumshitaki; lakini kwa sababu alipenda sura yake jamali, hivyo alimhurumia na hakuvumilia auawe, hatimaye alimfunga mikono miwili nyuma ya mgongo na kumhasi kabisa hadi pale uumeni kwake pakawa patupu. Damu mbichi ilitiririka kutoka kwenye kichinjo chake na akazirai. Baada ya muda wa kula

【原文】

焉可也，不然，事发不赦！"王诺之。

　　明日，媪来，生绐之曰："伊是我表侄女王二姐也。以天阉为夫家所逐。夜为我家言其由，始知之。忽小不康，将为市药饵，兼请诸其家，留与荆人作伴。"媪入室视王，见其面色败如尘土，即榻问之。曰："隐所暴肿，恐是恶疽。"媪信之，去。生饵以汤，糁以散，日就平复。夜辄引与狎处，早起，则为田提汲补缀，洒扫执炊，如媵婢然。

【今译】

　　第二天，老妇来到马家。马万宝骗她说："她是我的表侄女王二姐。因为天生不会生孩子，被夫家赶了出来。昨天夜里对我家人说了这个情况，我才知道。今天忽然有点儿不舒服，正打算替她去买药。另外，我也要去她家，请求让她留下来和我妻子做个伴儿。"老妇进到屋里，看望王二喜，见他的脸色很难看，灰白得像尘土一样，就走近床前问候他。王二喜说："阴部突然肿起来了，恐怕是生了恶疽。"老妇相信了他的话，就走了。马万宝给他服汤药，在伤口上敷上药散，伤口一天天地平复起来。王二喜晚上就陪马万宝睡觉，早上起来就去为田氏打水、缝补、洒扫、做饭，像个婢女一样干活。

mlo mmoja alizinduka. Msomi Ma alimsaidia kupanda kitandani na kumfunika kwa mfarishi, halafu alimwusia, "Nilikutibu jeraha lako kwa kupaka dawa, baada ya kupona lazima unifuate maisha yako yote; ama sivyo, siri yako ikigunduliwa bila shaka hutasamehewa!" "Ndiyo! Ndiyo!" Wang Erxi alikubali kwa mfululizo.

Siku iliyofuata, bikizee alikuja kumtembelea tena, msomi Ma alimhadaa, "Yeye ni binti wa biaodi yangu [Biaoge/biaodi yako hurejerea bin wa dada/meimei wa baba yako.] Jina lake ni Wang Erjie. Kwa kuwa yeye ni mwanamke wa jiwe[15], alifukuzwa nyumbani kwake na mume wake. Jana usiku alimwambia mke wangu sababu hii nikajua. Sasa hivi ghafla ameumwa kidogo, nitakwenda kumnunulia dawa na nitapitia familia ya mume wake kuomba wamruhusu abaki kwangu kuambatana na mke wangu." Baada ya kusikia maneno hayo bikizee aliingia chumbani kumtazama Wang, akaona rangi ya uso wake ni kama rangi ya udongo, akasogelea kitanda na kumwuliza yu hali gani. Wang alijibu, "Sehemu za siri zimevimba ghafla, huenda zimeota upele mbaya." Bikizee alisadiki, baada ya kukaa kitambo akaondoka. Msomi Ma aliendelea kutibu jeraha la Wang Erxi kwa kummezesha

949

【原文】

居无何，桑冲伏诛，同恶者七人并弃市，惟二喜漏网，檄各属严缉。村人窃共疑之，集村媪隔裳而探其隐，群疑乃释。王自是德生，遂从马以终焉。后卒，即葬府西马氏墓侧，今依稀在焉。

异史氏曰：马万宝可云善于用人者矣。儿童喜蟹可把玩，而又畏其钳，因断其钳而畜之。呜呼！苟得此意，以治天下可也。

【今译】

过了不久，桑冲被抓住了杀死，他的七个同党也被抓住一齐斩首示众，唯独王二喜漏网了。官府发公文命令各地严加缉拿。村里的人暗地都怀疑王二喜，便叫来村妇隔着衣裳摸他的私处，没有什么异样，众人的疑惑才消除了。王二喜从此感激马万宝的恩德，便跟他过了一辈子。后来，他死了，就葬在府西马氏墓地的旁边，现在还依稀可见。

异史氏说：马万宝可以说是善于用人的人。儿童喜欢螃蟹，喜欢把玩它，但又害怕它的钳子，就把它的钳子折断，养着玩。唉！如果能明白这个道理，用来治理天下也是可以的啊！

dawa ya supu na ya unga. Siku nenda siku rudi, akapona polepole. Usiku watu hao wawili walikuwa mara kwa mara wanakwenda faraghani kuchezacheza; kila asubuhi baada ya kuamka Wang Erxi alikuwa anachota maji, kutayarisha staftahi, kufagia ua, kushona nguo au kutia kiraka kwenye nguo iliyochanika badala ya Tian. Alionekana kama ni mjakazi wa familia hii. Alikaa kwa muda usio mrefu, siri ya Sang ikafichuka na alikamatwa na kuuawa hadharani, wafuasi wake 7 vilevile waliuawa pamoja naye. Wang Erxi peke yake alivuja kwenye wavu wa sheria, mkuu wa jun alitoa amri ya kumsaka kwa makini. Wakazi wa kijijini walishuku kuwa Wang Erxi ni mtu mbaya, basi waliwakusanya bikizee wote pamoja, na kuwaambia bikizee hao wapapase sehemu yake ya siri nje ya suruali ili kuthibitisha kama kweli yeye ni bibi. Matokeo yalikuwa wote waliondoa shaka yao. Wang Erxi alimshukuru msomi Ma, baadaye hakika alimfuata msomi Ma maisha yake yote na baada ya kufa, alizikwa kando ya maziara ya ukoo wa Ma. Mabaki ya kaburi la Wang Erxi mpaka leo bado yanaonekana.

951

UFAFANUZI

①Katikwaliofaulu katika mtihani wa ngazi ya wilaya waliitwa xiucai; waliofaulu katika mtihani wa ngazi ya mkoa waliitwa juren na watu waliofaulu katika mtihani wa ngazi ya serikali kuu waliitwa jinshi. Juu ya mitihani hiyo bado kulikuwa na mitihani iliyoendeshwa na mfalme mwenyewe katika kasri yake, nayo pia iligawanyika katika ngazi tatu: Wasomi waliofaulu katika mtihani wa ngazi ya chini waliitwa tanhua; waliofaulu katika mtihani wa ngazi ya kati waliitwa bangyan na waliofaulu katika mtihani wa ngazi ya juu waliitwa zhuangyuan. Kila mara mfalme alichagua tanhua watatu, bangyan watatu na zhuangyuan watatu tu. Kwa kawaida mitihani yote hiyo ilifanyika mara moja kila baada ya miaka mitatu.

②Maana ya neno shen ni god, deity or divinity; shen vilevile aweza kuitwa shenming au shenling.

③ Inasemekana kwamba Dayu alikuwa mfalme wa kwanza katika Enzi ya Xia (karne 21 K.K.--karne 16 K.K.) na aliwahi kuongoza kazi za kupambana na mafuriko.

④ Katika Enzi za Ming na Qing mitihani ya kifalme iligawanyika katika ngazi tatu: mtihani wa ngazi ya wilaya, ya mkoa na ya serikali kuu. Watu waliofaulu katika mtihani wa ngazi ya mkoa waliitwa juren.

⑤ Jun hutumika kurejelea sehemu ya eneo la kiutawala iliyo ndogo kuliko mkoa na kubwa kuliko wilaya, m.y. inafanana na ya fu.

⑥ Katika Enzi za Ming na Qing mitihani ya kifalme iligawanyika katika ngazi tatu: mtihani wa ngazi ya wilaya, ya mkoa na ya serikali kuu. Watu waliofaulu katika mtihani wa ngazi ya serikali kuu waliitwa jinshi.

⑦Muxiang ni aina ya mmea unaoweza kutumika kama dawa ya mitishamba nchini China. Jina lake la Kilatin ni Aucklandia lappa Decne.

⑧ Fu ni sehemu ya eneo la kiutawala iliyo ndogo kuliko mkoa na kubwa kuliko wilaya, maana yake inafanana na jun.

⑨ Katika Enzi za Ming na Qing mitihani ya kifalme iligawanyika katika ngazi tatu: mtihani wa ngazi ya wilaya, ya mkoa na ya serikali kuu. Watu waliofaulu katika mtihani wa ngazi ya serikali kuu waliitwa jinshi.

⑩ Maana ya shenxian ni supernatural being, celestial being au immortal. Shenxian pia aweza kuitwa xian au xianren. He Xiangu ni mmojawapo miongoni mwa "xian wanane" katika hadithi ya mapokeo ya China. Yeye peke yake ni shenxian mwanamke; wengine saba wote ni shenxian wanaume.

⑪ Suanni ni aina ya mnyama mkali anayefanana na simba katika hadithi ya mapokeo ya China.

⑫ Msahafu wa Nanhua umeandikwa na Zhuangzi pamoja na wafuasi wake. Msahafu huu umeeleza falsafa ya Zhuangzi. Zhuangzi (kiasi cha 369 K.K.-- 286K.K.) alizaliwa katika Wilaya ya Mengcheng, Mkoa wa Anhui. Jina lake lingine ni Zhuang Zhou.

⑬ Kila sarafu ya kale ya China katikati yake ilikuwa na kitundu. Wachina wa kale walizoea kuzitunga sarafu pamoja kwa kamba. Kila mtungo ulikuwa na sarafu zenye thamani ya senti elfu moja.

⑭ Bibiboi hutumika kurejelea wanaume wajipambao kuwa wanawake warembo. Katika Kiingereza wanaitwa ladyboy, shemale, newhalf n.k., lakini maana zao zinatofautiana kidogo.

⑮ Mwanamke wa jiwe hutumika kurejelea mwanamke asiye na uke au mwanamke mwenye uke usiokua sawasawa kwa sababu ya kutoongezeka kwa vichembechembe.